స్వర్ణ శిఖరాలు

నల్లబాటి రాఘవేంద్రరావు

కస్తూరి విజయం ప్రచురణలు

SWARNA SIKHARALU

By Nallabati RaghavendraRao

Copyright : Kasturi Vijayam

First Edition 2023

ISBN (Paperback) : 978-81-961687-3-5

ISBN (E-Book) : 978-81-961687-0-4

Cover Design : Shri Madhav

Print On Demand

Book Available

@

Amazon, flipkart, Google Play, ebooks, Rakuten and KOBO

Publishers:

Kasturi Vijayam

kasturivijayam@gmail.com

Mobile: 0091-9515054998

****
కీర్తిశేషులు నల్లబాటి సుబ్బారావు వీరభద్రమ్మ గార్లు
****
అమ్మా నాన్నా
నా గుండెలో మీరు ఉన్నారన్న విషయం మీకు తెలుసు
అందుకే మీ జ్ఞాపకంగా ఈ విజయం నాకు ఇచ్చారు
మీ కడుపున పుట్టినందుకు నా జన్మ ధన్యం !
****

కథలు వరుస క్రమం

దయచేసి ఇక్కడ ఒకసారి ఆగి చదవండి

అందరికీ శుభాభివందనం...

15 సంవత్సరాల క్రితం మాట అనుకుంటాను. ఓ పత్రికలో ఓ పెద్దాయన(పేర్లు గుర్తు లేవు) డైలీ న్యూస్ పేపర్ సాహిత్య పేజీలలో ఒక వ్యాసం రాస్తూ సాహితీ లోకంలో... 'కథ'.. పని అయిపోయింది, అటక ఎక్కేసింది.. అంటూ వ్యాసం రాశారు.. కథ గురించి విన రాని మోటు పదం ఆయన వాడారు. అది ఇక్కడ చెప్పడం నాకు మనస్కరించడం లేదు. ఆ తర్వాత కూడా ఒకరిద్దరూ అదే రకంగా రాశారు.

అప్పటికే నేను రమారమి 250 కథలు రాసి చాలా విజయాలు సాధించి ఉన్నాను. కానీ కథ మనుగడ గురించి వాళ్ళ వివరణ చదివాక.. కథ పని అయిపోయిందా అంటూ భయపడ్డాను,బాధపడ్డాను. కొన్ని రోజులు ఏడ్చాను. అలా రాసిన వాళ్ల మీద కసి కోపం పెంచుకున్నాను. రెండు సంవత్సరాలు కథలు రాయడం మానేశాను.

కానీ ఇప్పుడు ఆలోచిస్తే అప్పటి పరిస్థితులను బట్టి వాళ్ళ స్టేట్మెంట్లు కరెక్టే అనిపిస్తుంది. రచయితల విషయంలో.. పత్రికల యాజమాన్యాలు, ప్రచురణ సంస్థల అధిపతులు, చివరికి కథలను చదివే పాఠకులు కూడా... పట్టించుకోవడం మానేశారు ఆ సమయంలో. అలా కథకు నిజంగా కొన్ని సంవత్సరాలు అన్యాయమే జరిగింది.. కాలం ఎప్పుడూ ఒకేలా ఉండదు కదా.. తర్వాత నెమ్మదిగా పరిస్థితులు చక్కబడి కథ పునర్ వైభవాన్ని సొంతం చేసుకోవడం మొదలు పెట్టింది.

కథా రచయిత డబ్బు సంపాదించలేడు. డబ్బు సంపాదించి తప్పుడు పనులు చేసే వాళ్ళ జీవిత పతనం ఎలా ఉంటుందో తన రచనల ద్వారా సమాజానికి తెలియజేయగలడు. అలాగే కథా రచయిత సమాజంలో సరైన గౌరవం కూడా పొందలేక పోతున్నాడు.

కానీ గౌరవమైన వ్యక్తులుగా చలామణి అవుతూ కుట్రలు చేసే వ్యక్తుల జీవితాలు ఎలా అధోగతి పాలవుతాయో తన రచనల ద్వారా తెలియజేయగలుగుతున్నాడు. ఆ విధంగా రచయిత అప్పుడు, ఇప్పుడు, ఎప్పుడూ ప్రజాప్రగతికి ఆయువు పట్టు అయ్యాడు.

ఇక ఇప్పటి పరిస్థితి చూస్తే... కథా ప్రపంచం బ్రతికి బట్ట కట్టడమే కాదు అది మహారాజు వైభోగం అనుభవించడానికి కావలసినన్ని రహదారులు ఏర్పడ్డాయి. కథ మీద ఉన్న అపారమైన అభిమానం తో కథను భుజం మీద ఎత్తుకుని నడుస్తున్న మహానుభావులు, మాధ్యమాలు, సంస్థలు చాలా ఉన్నాయి ప్రస్తుతం.

గతంలో రచయితల ఇక్కట్లు అగచాట్లు చూసి, అనుభవించి .. గతకాల రచయితలలో చాలామంది ఇప్పుడు కథను బ్రతికించడం కోసం నడుము కట్టుకొని అది వారి బాధ్యతగా

నిర్వహించడం చాలా గొప్ప పరిణామం..వీళ్లంతా మన అద్భుతమైన తెలుగు కథ " స్వర్ణయుగం " లో నడవడానికి పునాదులు వేస్తున్నారు.. వేశారు.

ప్రస్తుతం చాలా ప్లాట్ ఫామ్ లు కథను అభిమాని స్తున్నాయి, ఆదరిస్తున్నాయి. అఖండఖ్యాతిని అందిస్తున్నాయి. కథలను చదివే పాఠకులు కూడా విపరీతంగా పెరిగారు. ఓల్డ్ ఈజ్ గోల్డ్ అన్నట్టు కొన్నాళ్లు పోతే సినిమాలు చూడటం మానేసి కథలే చదువుతారేమో అనిస్తుంది ఇప్పటి పరిస్థితి చూస్తే నాకు.

ఎటొచ్చీ ఇప్పటి కథకులు యువకులైనా, వృద్ధులైనా కొత్త రక్తం ఎక్కించుకోవలసి ఉంది. సమాజాన్ని తమ రచనల ద్వారా మరింత సుసంపన్నం చేయవలసిన అవసరం ఉంది.

ఈ రోజున కథ... హిమాలయ పర్వతాల మీద విహరిస్తోంది, విమానం కన్నా వేగంగా దూసుకుపోతోంది, సన్నజాజి పందిళ్ల కింద హాయిగా ఆ మధురిమలను ఆస్వాదిస్తోంది

ఇందుకోసం నేను సైతం అన్నట్లు కృషి చేస్తున్న వాళ్లలో మొట్టమొదటి స్థానం "కస్తూరి విజయం" వారిది. వారి యాజమాన్యానికి నా అభినందనలు.

ఒక్క కలం చాలు సమాజం తలెత్తుకు తిరిగేలా చేయడానికి
ఒక్క బలం చాలు మరిన్ని బలగాలను కూడగట్టుకోవడానికి
ఒక్క విజయం చాలు మరిన్ని విజయాలు పొందే స్ఫూర్తి కి!
ఒక్క ఆలోచన చాలు మరిన్ని.. "మెదళ్ళు"...మేల్కొనడానికి!

★★★★

మరొక్కమాట..........

"స్వర్ణ శిఖరాలు" ... ఈ నా కథాసంపుటి లోని కథలు చదివిన విజ్ఞులు ఎవరైనా నా కథలు అసలు బాగుండలేదని నాకు మెసేజ్ పెడితే... మీతో చర్చించి మీరు పుస్తకం ఎక్కడ కొన్నప్పటికీ నేను మీకు పుస్తకం రేటు రీఫండ్ చేయగలను...**ఛాలెంజ్**!!

★★★★

అతి త్వరలో రాబోవు నా కథా సంపుటిలు
(అన్నీ ఉత్తమ బహుమతి కథలే)
పసిడి ప్రమిదలు
బంగారు బొమ్మలు

మీ కథారచయిత
నల్లబాటి రాఘవేంద్రరావు

అమృతం కురిసింది

"హలో! కృష్ణమూర్తి. నేను రా, మీ నాన్నని. నేను ఈరోజు ప్రయాణం పెట్టేసుకున్నాను. రాత్రి 7 గంటలకు ట్రైన్ ఉందట. నువ్వు ఆఫీసు నుండి వచ్చేటప్పుడు, ఉదయం నువ్వు వెళ్ళేటప్పుడు నేను చెప్పిన వాటిని మరిచిపోకుండా పట్టుకురా. గుర్తుందా? సరే ఉంటాను." అంటూ రిసీవర్ పెట్టేసాడు హరిరామజోగయ్య.

"కాఫీ తీసుకోండి మావయ్యగారు. ఈరోజు రాత్రికి ప్రయాణం అంటున్నారు. వచ్చి వారమే కదా అయింది మరో నాలుగు రోజులు ఉండండి." కాఫీ అందిస్తూ అంది కోడలు లక్ష్మి.

"ఉంటానమ్మా. నాకో మనవడిని ఇచ్చావనుకో అప్పుడు వాడు ఉండమంటే ఉంటాను."

"సరే మీ కాళ్ళ నొప్పులు తగ్గాయా?"

" రాత్రి నేను కాళ్ళ నొప్పులతో బాధపడుతున్నప్పుడు నేను అడగకుండానే నా కాళ్లు నొక్కావు. అలా నా మనసును అర్థం చేసుకునే కోడలు పిల్లవి దొరికావు.అది చాలు. నాకు కోట్ల రూపాయల ఆస్తి కన్నా ఎక్కువ ఆనందం కలిగింది' ప్రేమగా అన్నాడు హరిరామజోగయ్య.

" నా కన్న తండ్రి సంపాదనే ముఖ్యంగా విదేశాల్లో ఉన్నా, మీరు నా కన్నతండ్రి కంటే ఎక్కువ ప్రేమగా చూసుకుంటున్నారు. ఇంజనీర్ చదివినా ప్రపంచ జ్ఞానం తెలియని నాకు పెళ్లయిన ఈ మూడు సంవత్సరాలలో అన్ని విషయాలు నేర్పారు మీరు, అత్తయ్య గారు. మీరిద్దరూ నాకు అత్తమామలు కావడం నిజంగా నా అదృష్టమని నేను ఆనందిస్తున్నాను". ఆప్యాయంగా అంది కోడలు లక్ష్మి.

హరిరామజోగయ్యకు కొడుకన్నా, కోడలన్నా చాలా ఇష్టం. కొడుకును ఇంజనీర్ చేయడమే కాదు తన కోడలు కూడా ఇంజనీర్ కావడంతో జీవితంలో ఏదో సాధించిన అనుభూతి పొందాడు ఆయన.

అయితే చిన్నప్పటినుండి కొడుకుని నేటి విద్యా విధానపు ప్రభావాలకు తలవొగ్గి ఇతర రాష్ట్రాలలో హై లెవెల్ ఎడ్యుకేషన్ విధానంలో చదివించడంతో, తెలుగు ఆచారవ్యవహారపు కట్టుబాట్లకి కొడుకు కాస్తంత దూరమయ్యాడు అన్న బాధ మాత్రం ఉండేది. దానికి తోడు తనకు కాబోయే కోడలు కూడా అదే పరిస్థితిలో ఉందని తెలిసి హరిరామజోగయ్యకు బాధ తగ్గకపోగా రెట్టింపయ్యింది, మొదట్లో.

చదువు పూర్తి అయిన వెంటనే పెళ్లి, పెళ్లయిన రెండు రోజులకే ఉద్యోగంలో జాయినింగ్ ఆర్డరు రావడంతో, తప్పక భార్యను కాపురానికి తీసుకెళ్లి పోవాల్సివచ్చింది, తన కొడుకు కృష్ణమూర్తికి.

దాంతో తమ సాంప్రదాయపు పద్ధతులు అంతగా తెలియని ఆ నూతన దంపతులు ఇద్దరూ ఎలా జీవితయాత్ర సాగిస్తున్నారో అని హరిరామజోగయ్య, అతని భార్య సుమిత్ర తెగ ఆతృత పడేవారు.

చదువులో జీనియస్ లు అయిన వాళ్ళు ఇద్దరూ జీవితంలో జీరో కాకూడదు అని అతనికి ఆరాటంగా ఉండేది.

అందుకే అతను ప్రతి పండుగకు తన ఇంటికి కొడుకు, కోడలిని రప్పించుకోవటం, వాళ్ళకి ఆచార వ్యవహారాలు, సాంప్రదాయాలు నేర్పటం తర్వాత తన భార్యతో సహా తను కూడా తరచుగా కొడుకు, కోడలి దగ్గరకు వెళ్లడం మరి కొన్ని కట్టుబాట్లు, సంస్కృతి నేర్పటం, అలా అలా పెళ్లి అయిన ఈ మూడు ఏళ్లల్లో తను కలలుకన్న కొడుకు కోడలుగా వాళ్ళిద్దరిని మార్చుకొని తన మనసు పరమానందభరితం చేసుకోగలిగాడు హరిరామజోగయ్య. అయినా ఆయనలో నూరుపాళ్ల సంతృప్తి కలగలేదు.

ఇంకా ఏదో వెలితి ఉన్నట్టు భావించిన ఆయన వారం క్రితం కొడుకు, కోడలి దగ్గరకి వచ్చాడు.

అయితే ఈరోజు ఉదయం ఆఫీసుకు వెళ్తున్న తన కొడుకుని పిలిచి, ' ఇప్పుడు విదేశాల్లో ఉన్న భారతీయుల కోసం మార్కెట్లో కొత్తగా విడుదల చేసిన హిందూ సాంప్రదాయపు వీడియో సీడీలు ఎన్నిరకాలు ఉన్నా మొత్తం తీసుకురమ్మని' ఉదయాన్నే పురమాయించాడు. కొడుకు వెళ్లాక సడన్ గా తను తిరిగి వెళ్లే ప్రయత్నం రాత్రి ఏడుగంటలకు ఖరారు చేసుకుని వచ్చేటప్పుడు మర్చిపోకుండా వాటిని తెమ్మని ఇప్పుడు కొడుక్కి ఫోన్ చేశాడన్నమాట.

★★★★

తండ్రి చెప్పిన మాట ప్రకారం కృష్ణమూర్తి తను సాయంత్రం ఆఫీసు నుండి వచ్చేటప్పుడు చాలా రకాల వీడియో సీడీలు కొని ఇంటికి తెచ్చి తండ్రికి చూపించాడు ఆనందంగా. వాటినన్నిటినీ పరిశీలించిన హరిరామజోగయ్య కొడుకు వైపు ప్రశ్నార్థకంగా చూశాడు.

" కృష్ణమూర్తి! నేను అనుకున్నవన్నీ తెచ్చావు. ఇవి నీకోసమే! నీకు తెలుసుకునే శ్రద్ధ ఉండదని డబ్బులు ఖర్చయినా ఇవన్నీ ఇంట్లో తప్పకుండా ఉండాలన్న ఉద్దేశ్యంతో తెప్పించాను. సరే, ఇవి కాకుండా ఇంకా అక్కడ మన ఆచార వ్యవహారాలకు సంబంధించిన వేరే వీడియోసీడీలు ఏమైనా ఉన్నాయేమో వివరంగా అడిగావా? " అంటూ ఏదో జ్ఞాపకం వచ్చిన వాడిలా కొడుకుని ప్రశ్నించాడు హరిరామజోగయ్య.

" ఇంకేం లేవు నాన్న " చెప్పాడు కృష్ణమూర్తి.

"నువ్వు సరిగ్గా విపులంగా అడిగి ఉండవు. అవునా?" ఇంకా ఆతృతగా ప్రశ్నించాడు హరిరామజోగయ్య.

"నేను మూడు చోట్ల వెతికాను అందరి దగ్గర ఇవే ఉన్నాయి. వేరే ఏమీ లేవని వాళ్ళు ఖచ్చితంగా చెప్పారు కూడ." అన్నాడు కృష్ణమూర్తి." బాగుందిరా! లేనివి నువ్వు మాత్రం ఎలా తేగలవు." తనకు తానే సర్ది చెప్పుకున్నాడు.. హరిరామజోగయ్య..

" ఇవన్నీ ఎందుకు నాన్నా? ఈ మూడేళ్లలో నువ్వూ, అమ్మా మా ఇద్దరికీ నేర్పిన విషయాలకన్నా ఎక్కువ విషయాలు ఉండవు కదా ఈ సీడీలలో." అన్నాడు కృష్ణమూర్తి.

" హైందవ సంస్కృతి అపారం రా కన్నా. అందులో నువ్వు నేర్చుకొన్నదీ, నేను నీకు నేర్పిందీ చాలా స్వల్పం." అన్నాడు నుదుటిమీద చెమట తుడుచుకుంటూ హరిరామజోగయ్య.

★★★

రాత్రి ఏడుగంటలకు ముందుగా...

ఈసారి తనకు తోడుగా వచ్చిన తన చిన్ననాటి స్నేహితుడు, తోటమాలి అయిన ఏడుకొండలు రెండు సూటు కేసుల్లో నిండా సామానులు సదరగా అందరూ రైల్వే స్టేషన్ కి చేరుకున్నారు. ముందుగా రిజర్వ్ చేయకపోయినా టికెట్లు దొరికాయి. హరిరామజోగయ్య,ఏడుకొండలు ఆగి ఉన్న ట్రైన్ లోపలికి వెళ్లి కూర్చున్నారు, లగేజీతో సహా.

ట్రైన్ ఇంకా కాసేపట్లో కదులుతుంది అనగా ప్లాట్ ఫామ్ మీద విండో దగ్గర నిలబడి మాట్లాడుతున్న కొడుకుతో ఇలా అన్నాడు హరిరామజోగయ్య.

"ఒరేయ్ కృష్ణమూర్తి! రెండు నెలల క్రితం మా తాతగారి ఆబ్దికానికి మిమ్మల్ని ఇద్దరినీ రమ్మని ఫోను చేశాను ఎందుకు రాలేదు?" గుర్తుకొచ్చి ప్రశ్నించాడు, కోడలి వైపు కూడా చూస్తూ.

" నాన్నా! వ్రతాలు, నోములు, ప్రత్యేక పూజలు లాంటి అతి ముఖ్యమైన కార్యక్రమాలకు కంపల్సరీగా వస్తున్నాం కదా! ఇలాంటి మరీ చిన్న విషయాలకు కూడా రావాలంటే కుదరటం లేదు నాన్న" అన్నాడు కృష్ణమూర్తి కొంచెం తడబడుతూ.

రైలు కదులుతోంది నెమ్మది నెమ్మదిగా. హరిరామజోగయ్య కొడుకు అన్న మాటకు ఎక్కడో గాయం తగిలిన వాడిలా బాధపడి, ఏదో గుర్తొచ్చిన వాడిలా కంగారుపడి హఠాత్తుగా నిలబడ్డాడు, ఆ ట్రైనులో. పరిస్థితి అర్థం కాలేదు ఎవరికి.

"ఏటైనాది , అయ్యగారు ఏటైనాది?" ఏడుకొండలు ధైర్యంగా అడిగాడు.

నెమ్మదిగా కదులుతున్న రైలు నుంచి వేగంగా దిగిపోయి అక్కడున్న సిమెంట్ బల్ల మీద కూర్చుండి పోయాడు హరిరామజోగయ్య. కృష్ణమూర్తి, లక్ష్మిలకు పరిస్థితి అర్థం కాలేదు. రైలు వేగం పెరగకుండానే ఏడుకొండలు కూడా లగేజీతో గబగబా కిందకు దిగిపోయాడు.

రైలు స్పీడు అందుకుని వేగంగా వెళ్ళిపోయింది.

కాసేపటికి హరిరామజోగయ్య కు చలనం వచ్చి కళ్ళు తెరిచి నెమ్మదిగా ఊపిరి తీసి వదిలాడు.

"ఏమీ లేదర్ర. మీరంతా కంగారు పడకండి. రైలు కదిలినప్పుడు సడన్ గా నాకు అతి ముఖ్యమైన విషయం గుర్తొచ్చింది. మూడు పుష్కరాల నుండి క్రమం తప్పకుండా ఆచరిస్తున్న ఒక

పుణ్య కార్యక్రమము రేపు ఉదయమే చేయాలి. నేను ఇంటికి వెళ్లేసరికి రేపు మధ్యాహ్నం అవుతుంది. నేను ప్రయాణంలో ఉంటే ఆ కార్యక్రమం ఆచరించడం కుదరదు." హరిరామజోగయ్య కళ్ళలోంచి నీళ్లు గంగాప్రవాహంలా కారిపోతున్నాయి." నాన్నా! మాకు అర్థమయ్యేలా చెప్పు", తండ్రి అవస్థను చూసి తను కూడా కొంచెం బాధపడిపోతూ అడిగాడు కృష్ణమూర్తి.

"ఇందులో మీ ఇద్దరి తప్పు ఏమీ లేదురా. తప్పు అంతా నాదే. రేపు మా నాన్నగారి ఆబ్దికంరా. నా తండ్రి రా. నాకు ఈ ఉత్తమ మానవ జన్మనిచ్చిన నా కన్నతండ్రి" హరిరామజోగయ్య తెగ కృంగి పోతున్నాడు.

"నాన్న, అలాగైతే నిన్ననే నువ్వు వెళ్లి ఉండవలసిందిగా"

"అదే నేను చేసిన పెద్ద తప్పురా. మీ ఆప్యాయత అభిమానాలలో పడి ప్రపంచాన్నే మరిచిపోయాను."

" సరే నాన్నా! ఎందుకలా కంగారు పడిపోయి బెంబేలు పడిపోతావు. ఆ కార్యక్రమానికి అమ్మ దగ్గర ఉండకపోయినా పర్వాలేదు అన్నట్లయితే నేను మీ కోడలు ఉంటాం కదా! మేమిద్దరం నీకు సహాయ పడతాం. ఈ మాత్రం అతి చిన్న విషయానికి ఎందుకు అంత కంగారు." కృష్ణమూర్తి చాలా సునాయాసంగా అనేశాడు.

"నీ నోటి నుండి మళ్లీ అదే మాట. ఇది చాలా చిన్న విషయమా! ఇదే నా జీవితంలో అతి ముఖ్యమైన చర్య. నా పెద్దలను నేను స్మరించుకోకపోతే నా బ్రతుకు అనవసరం. ప్రతిరోజు నేను అన్నం ఎలాగైతే తింటున్నానో అలాగే ప్రతి సంవత్సరం క్రమం తప్పకుండా ఆచరించవలసిన అతి ముఖ్య కార్యక్రమం ఇది. నా విషయంలో ఈ కార్యక్రమం నా ప్రాణం కన్నా అతి ముఖ్యమైనది." హరిరామజోగయ్య ముఖం రౌద్రంగా ఉంది. కొడుకు కోడలు కంగారు పడిపోయారు.

" నాన్న! వీలుకానప్పుడు ఆ కార్యక్రమం ఎక్కడ చేసినా తప్పులేదేమో కొంచెం ఆలోచించు."

బెదురుగా అన్నాడు కృష్ణమూర్తి.

" మావయ్యగారు, మావల్ల అయ్యే పని మాకు చెప్పండి మీరు చెప్పినట్లు చేస్తాం. చేతులు కట్టుకొని మరీ చేస్తాం" వినయంగా అంది కోడలు లక్ష్మి.

"ఇది చేతులు కట్టుకొని చేసేది కాదమ్మా హృదయం కట్టుకొని చేయాలి. మీకు అంత అనుభవం లేదు కదా" అన్నాడు ఆయన.

" నాన్న! ఇందులో ఏముంది ఇంటికి వెళ్ళాక ఏమేం తేవాలో ఎవరెవరిని పిలవాలో ఎలా చేయాలో మీరే చెప్పండి. నేను,లక్ష్మి పుస్తకంలో మీరు చెప్పింది వివరంగా రాసుకుని ఏర్పాట్లు అన్నీ చేస్తాం. ఈ రాత్రి ఇంకా సమయం ఉంది కదా! రేపటి మీ అవసరాలకు కావలసినవి అన్నీ ఇప్పుడే తెచ్చేస్తాను. మిగిలినవి ఏమైనా ఉంటే రేపు ఉదయం వెళ్తాను. పైగా రేపు నాకు ఆదివారం కూడా కదా! మీ దగ్గరే ఉంటాను" అన్నాడు తండ్రిని ఒప్పిస్తూ కృష్ణమూర్తి .

" నీకు సెలవు వచ్చిన మాట వాస్తవమే కానీ ఇది మీ వల్ల కాదు. ఇది సాధారణ కార్యక్రమం కాదు. నా నమ్మకాలకి మీరిద్దరూ తట్టుకోలేరు."

" హిందూ సాంప్రదాయపు ఆ నమ్మకాలను గౌరవించడం మా విధి కదా." అన్నాడు కృష్ణమూర్తి.

" రండి మావయ్య గారు..." అంది లక్ష్మి ప్రేమగా "వస్తానమ్మా! అయితే ఈ విషయంలో ఏమాత్రం తేడా లోటుపాట్లు జరిగినా అగ్గి మీద కాలు వేసిన సింహంలా ప్రవర్తిస్తాను. అరుస్తాను, తిడతాను. ఈ కార్యక్రమం విషయంలో నేను ఇంటి దగ్గర మీ అత్తయ్య దగ్గర కూడా అలాగే ప్రవర్తిస్తుంటాను. చిరాకులు,బాధపడడాలు,ఏడవడాలు ఉండకూడదు. శ్రద్ధగా, సంతోషంగా, ఏకాగ్రతతో ఈ ఏర్పాట్లు అన్నీ చేయాలి. అలాగని నాకు మాట ఇవ్వగలవా? ఆలోచించుకుని చెప్పండి. అనవసరంగా చెయ్యలేని కార్యక్రమం నెత్తి మీద పెట్టుకోవద్దు" నిష్కర్షగా చెప్పాడు హరిరామజోగయ్య.

"మీరు అన్నదగ్గ వారు. మీరు వెనక్కు వచ్చి, రేపు మీ నాన్నగారి కార్యక్రమం పూర్తిచేస్తే మాకు చాలా ఆనందంగా ఉంటుంది.. రండి మామయ్య గారు." ప్రేమగా మామగారి చెయ్యి పట్టుకుంది లక్ష్మి.

" నీకు మాట ఇస్తున్నాను నాన్న." కృష్ణమూర్తి తను కూడా తండ్రి చేతులు పట్టుకుని ప్రేమగా అన్నాడు.

ఏడుకొండలు లగేజీ పట్టుకోగా అందరూ స్టేషన్ బయటకు వచ్చి ఆటో ఎక్కి ఇంటికి వచ్చేసారు.

★★★

హరిరామజోగయ్య వాలు కుర్చీలో కూర్చుని తన పక్కనే నిలబడి ఉన్న కొడుకు, కోడలికి చెప్పటం మొదలెట్టాడు ఆ రాత్రి.

"కృష్ణమూర్తి! ఈ విషయంలో ప్రతి పైసా నా జేబులోదే ఖర్చు పెట్టాలి. చివరికి నువ్వు వెళ్లే బండిలో పెట్రోల్ ఖర్చు కూడా నాదే. అలాగైతేనే నాకు ఫలితం దక్కుతుందని నా నమ్మకం.

ఇక మీరిద్దరూ జాగ్రత్తగా వినండి. ఇది నాకు, నా తండ్రి కి సంబంధించిన కార్యక్రమం. ఏమేం కావాలో మీకు వివరంగా చెప్పి అవి తెప్పించుకునే ముందు అసలు ఆబ్దికం అంటే ఏమిటో మీకు తెలియాలి కదా. ఏమీ తెలియకుండా చేసే పనుల మీద ఏకాగ్రత ఉండదు. ఆ విధంగా చేసినా ఫలితం శూన్యం అవుతుంది. అందుకని శ్రద్ధగా వింటూ రాసుకోండి. మధ్యలో నేను

తిరిగి ఏదైనా ప్రశ్న వేస్తే దానికి మీరు సమాధానం తడుముకోకుండా చెప్పగలగాలి. లేకుంటే మీరు నన్ను అపహాస్యం చేసినట్లే." అంటూ చెప్పడం మొదలుపెట్టాడు హరిరామజోగయ్య.

" ఎవరైనా చనిపోయిన తర్వాత, ఆ చనిపోయిన సమయాన్ని గుర్తు పెట్టుకొని తర్వాతి సంవత్సరం నుండి ప్రతి సంవత్సరం అంటే అదే నెలలో అదే తిథినాడు చేసే కార్యక్రమం ఇది. అంటే

మా నాన్నగారు ఏ నెలలో ఏ తిథినాడు ప్రాణం వదిలిపెట్టారో అదే నెల,తిథి వచ్చిన ప్రతి సంవత్సరం చేస్తానన్నమాట ఈ ఆబ్దికము. మనం ఎంత ఖర్చు పెట్టి చేశాము అన్నది కాదు ఇక్కడ విషయం. మనం ఎంత శ్రద్ధగా చేస్తున్నాము అన్నది ముఖ్యం. ఊబిలాంటి సమస్యలలో చిక్కుపడిపోయిన మనకు అలా ఒకసారి చనిపోయిన వాళ్ళను గుర్తుకు తెచ్చుకునే మహోన్నతమైన రోజన్నమాట ఇది.

కృష్ణమూర్తి! కంప్యూటరో లేక కరివేపాకో చదివేసి గోల్డ్ మెడల్స్ సాధించి కార్లు,మేడలు, బంగారాలు పోగు పెట్టుకోవడం ఘనకార్యం అనుకుంటున్నావేమో! ఏమీ కాదు. దానితోపాటు హైందవ సంస్కృతి సంప్రదాయాలు క్షుణ్ణంగా తెలుసుకుని ఆచరిస్తేనే జీవితంలో నూరు మార్కులతో ఉత్తీర్ణులైనట్లు. గోల్డ్ మెడల్ మించిన జీవిత మెడల్ సాధించినట్లు. వాళ్లే పరిపూర్ణ మానవులు. నిండు చందమామల్లా ప్రకాశిస్తారు. అర్థమైందా?

ఇంకా విను. ఈ ఆబ్దికము వేదోక్త కర్మ. . ఈ విధానం ధర్మశాస్త్ర గ్రంథాలలో ఉంది. కొన్నివేల సంవత్సరాల నుండి మహాపురుషులు ఈ పితృకర్మలు ఆచరిస్తున్నట్లు పురాణాలలో ఉంది. మనది పుణ్య భూమి. భారతదేశానికి బ్రహ్మ వేదాలను ఇచ్చాడు. వేదమాత బోధించిన కర్మలను మనం అనుసరించాలి. అందులో భాగమే ఈ కర్మ. కృష్ణమూర్తి! ఇదంతా కల్పితం అను కుంటున్నావా నీ మనసులో." ఒక్కసారి కొడుకు కళ్ళల్లోకి చూసి ప్రశ్నించాడు హరిరామజోగయ్య.

"లేదు నాన్న, జాగ్రత్తగానే వింటున్నాను." వినయంగానే చెప్పాడు కృష్ణమూర్తి

" మరి నీ నుదురు అలా బిగబట్టి ఉంచావేమిటి? సరే, క్రైస్తవులు నవంబర్ 7వ తారీకున చేసేది ఏమిట్రా?" ప్రశ్నించాడు.

"ఆల్ సోల్స్ డే" చెప్పాడు కృష్ణమూర్తి .

" ఆరోజు, ఆ పేరున వాళ్లు తద్దినాలు లాంటివి పెడతారు. ఇది వివిధ దేశాల సంప్రదాయాలలో ఏదో రూపంలో జరుగుతుంది. మహమ్మదీయ యూదు మతాలలో కూడా పితరుల ఆరాధన ఉంది. నువ్వు డాక్టర్ ఎక్కిరాల కృష్ణమాచార్యులు గారి వ్యాసాలు సంపాదించి చదువు అర్థమవుతుంది." అంటూ ఆయన పక్కనే ఉన్న ఏడుకొండలని చూశాడు.

," ఏడుకొండలు నువ్వేమిటి అలా పెదాలు రెండు టచ్ కాకుండా చూస్తూ ఉండిపోయావు." అంటూ అడిగాడు.

"మామమ... తత తత..... నన నన్.."

"ఆ..అదే నువ్వు కూడా విను. మామ్మ, తాత, నాన్నల గురించినదే ఈ కార్యక్రమం. ఏడుకొండలు! నాలిక మీద మందు వేస్తే మోకాలి నొప్పి ఎందుకు తగ్గుతుంది? ఇక్కడ ఉత్తరం వేస్తే ఢిల్లీ ఎలా వెళుతుంది? ఏ పార్టు నిర్వహించే పని ఆ పార్ట్ నిర్వహించబట్టే కదా! అలాగే ఈ ఆబ్దిక విధానం కూడా. పుణ్యకార్యాల, కర్మల సువాసనలు చాలా దూరం వ్యాపిస్తాయి. ఇక్కడ మనం ఆబ్దికం పేరుతో చేసే పనుల వల్ల ఎక్కడో ఉన్న మన పితృదేవతలు తృప్తి పొంది

సంతోషపడతారన్నమాట. ఆ బలంతో వాళ్లు మనం కోరే కోరికలన్నీ ఇచ్చే శక్తి పొందుతారు. మనం ఉత్తమ కర్మలు ఆచరిస్తే మన పితృదేవతలకు ఉత్తమ గతులు ఏర్పడి సంతోషంతో మళ్లీ మన కుటుంబంలోనే పుట్టాలని భావించి పుడతారు. అలా పుట్టడానికి వాళ్ళకి శక్తి ఏర్పడుతుందన్నమాట." అంటూ మళ్ళీ కొడుకు వైపు చూసి "సరే కృష్ణమూర్తి ఇలా చూడు. ఎలక్ట్రిక్ బల్బు లేకపోయినా మనిషి బ్రతకగలడు. ఒకవేళ అది ఉంటే ఇంకా బాగా బ్రతకగలడన్నమాట. అలాగే ఎలక్ట్రిక్ బల్బులాంటి పితృకర్మల శాస్త్రాన్ని ఉపయోగించు కోవడం వల్ల మన బతుకులు కూడా చాలా బాగుంటాయన్నమాట?" అంటూ కోడలి ముఖంలోకి చూసి ఇలా అన్నాడు.

"ఏమ్మా లక్ష్మి? ఇవేవీ ఆచరించని వాళ్ళు కూడా చాలా బాగా బతుకుతున్నారు అని మనసులో అనుకుంటున్నావు కదూ. నిజమే కాదనను. కానీ మన వేదమాత ప్రసాదించిన ఈ కర్మలు ఆచరిస్తే చాలా బాగాకన్నా ఇంకా చాలా బాగా బతకగలరు. పుణ్యకార్యాలు చేస్తూ దైవచింతన ఉండి ప్రశాంత చిత్తం కలిగిన వాళ్లకు మాత్రమే ఉత్తమమైన సంతానం కూడా లభిస్తుంది. మూర్ఖులకు ఉత్తములు పుట్టడం అరుదు తల్లి.

నువ్వు కూరలో అన్ని మసాలాలు వేసి వండావు అనుకో సూపర్ గా ఉంటుంది. ఒక్క కారమే బాగా వేసి వండావనుకో ఆ కూర కారంకారంగానే ఉంటుంది. మధురంగా మాత్రం ఉండదు. అదీ కూరే, ఇదీ కూరే. అలాగే ఉత్తములకు పుట్టిన బిడ్డలు ఉన్నారు చూసావు, వాళ్లు మహా ఘనకార్యాలు చేయగలరు. అంటే కంప్యూటర్ లాంటివి కనిపెట్టగలరు. దేశాన్ని అన్ని రంగాలలో సస్యశ్యామలంగా ఉంచగలరు. వాళ్లంతా మనుషులే కానీ మామూలు మనుషులు మాత్రం కాదన్నమాట. అర్థమైందా? ఈ స్పీడ్ యుగంలో ఈ చచ్చిపోయిన వాళ్ళ గోల ఏమిటి ? అనుకుంటున్నావు కదా నువ్వు మనసులో" అంటూ కోడలు లక్ష్మి ముఖంలోకి తదేకంగా చూస్తూ ఆగిపోయాడు హరిరామజోగయ్య.

"లేదు మామయ్య గారు. మీరు చెప్పేది వింటుంటే మన భారతీయ సంస్కృతి ఎంత గొప్పదో అనిపిస్తుంది." వినయంగా చెప్పింది లక్ష్మి ఆయన చెప్పేదంతా నోట్స్ రాసుకుంటూ.

"అయితే వినండి. ఈ కార్యక్రమం చాలా శుద్ధిగా ఉండాలి. వేదమంత్ర శబ్దం కావాలి. కృష్ణమూర్తి, రాసుకో! నువ్వులు శాస్త్రీయంగా ఉపయోగించవలసిన అవసరం ఉంది ఈ క్రతువు లో. ముఖ్యమైన విషయం ఏమిటంటే కష్టపడి సంపాదించిన డబ్బుతో మాత్రమే ఈ కార్యక్రమం చేస్తే చాలా పుణ్యం వస్తుంది. ఈ కార్యక్రమం చేసే వాళ్ళు, సహాయపడే వాళ్ళు, వచ్చిన వాళ్ళు ఆ రోజుకి బ్రహ్మచర్యం, ఉపవాసం పాటించాలి. ఆ రోజుకి మందులు,పగటి నిద్ర, తాంబూలం, క్షౌరం కట్." చెప్తున్నాడు హరిరామజోగయ్య.

" అయ్య వామ్మోయ్. ఇంత కతుందాండి." పక్కనే నిలబడిన ఏడుకొండలు ఆశ్చర్యంగా అన్నాడు.

"అవును రా ఏడుకొండలు. భారత రక్తం కలిగిన మనుషులం మనం . కలుషితం కాని మనసుతో త్రికరణ శుద్ధిగా ఈ కార్యక్రమం ఆచరించి మన భారతీయత నిరూపించుకోవాలి.

కృష్ణమూర్తి, రాసుకో! దర్భ చలమయ్యశాస్త్రి గారు, చిలుకూరి రామభద్రశాస్త్రి గారు, సన్నిధానం లక్ష్మీనారాయణమూర్తి గార్లు వ్యాసాలు ఎప్పుడైనా నువ్వు సంపాదించి చదవవలసి ఉంది.

లక్ష్మి! అసలు డాక్టర్ ఒక రోగం గురించి వెళితే నాలుగు రకాల బిళ్ళలు ఎందుకు రాస్తాడో తెలుసా? ఏదో ఒక బిళ్ళ వేసుకుంటే మొత్తం రోగం తగ్గాలి కదా. తగ్గదు. అలాగే ఒక పుణ్యం చేస్తే మనకు మోక్షం రాదమ్మ. నాలుగు రకాల పుణ్య కార్యాలు చేయాలి. అలాంటి ఒక టాబ్లెట్ లాంటి పుణ్యమే ఈ పవిత్రమైన ఆబ్ధికం.

ఈ విషయం విను. పరమాత్మకు కొబ్బరికాయ కొట్టడంలో అర్థం ఆయన తృప్తి పడితే ప్రపంచం సంతృప్తి పడుతుందని.

తుమ్మెద పువ్వుల సారాన్ని వాసన చూసి స్వీకరించేస్తుంది. మరో చిత్రం చెప్పనా ఏనుగు వెలగపండు మింగేసి సారం గ్రహించేసి పండు పండులా గుదం నుండి వదిలేస్తుంది."

"అవునండి. మొన్నండి..."ఏడుకొండలు ఏదో చెప్పబోయాడు మధ్యలో.

" ఏడుకొండలు నువ్వు ఆగు. ముందు నేను చెప్పేది విను. అలాగే పితృ దేవతలు కూడా మనం పెట్టిన అన్నాన్ని ఆ సమయంలో భోంచేసేవాడిని ఆవహించి మనకు కనపడకుండానే అతని ద్వారా స్వీకరిస్తారన్నమాట.

కృష్ణమూర్తి! ఈ హైటెక్ యుగంలో బతికి ఉన్నవాళ్లే ఎక్కడెక్కడ ఉన్నారో గుర్తు రావడంలేదు మనకు. అలాంటిది చనిపోయిన వాళ్ళు గుర్తు రావడం చాలా చిత్రమైన విషయం అన్నమాట. అందరినీ గుర్తు తెచ్చుకోలేకపోయినా సర్వోత్తమమైన ఈ మానవ జన్మ మనకు ఇచ్చిన పితృదేవతలను గుర్తు చేసుకోవడం కనీసం మానవధర్మం. అది కూడా సంవత్సరానికి ఒక్కసారి. ఆ మాత్రం వీలు కూడా లేకుండా బతికే బతుకు ఉంది చూసారూ.. ఆ బతుకు నిరుపయోగం. వాళ్లు చంచల మనసు కలవాళ్లయి ఉంటారు. అలాంటివారు జాతిని పురోభివృద్ధి చేయలేరు.

సరే రేపటి కార్యక్రమ ప్రారంభానికి వైదిక బ్రాహ్మణులు రావాలి. వచ్చేటప్పుడు కావలసిన సామాగ్రి కొంత వాళ్ళు తెచ్చుకుంటారు . వాళ్లు వచ్చాక జరిగే కార్యక్రమాలు వాళ్లే చూసుకుంటారు. మనం వాళ్లు అడిగిన మిగిలిన సామాగ్రి ఇచ్చి వాళ్ళు చెప్పినట్లు విని ఆచరించడమే. ఇక బయట నుండి ఏమేమి తేవాలి రాసుకోండి.

నెయ్యి, దర్భలు ,దీపారాధన సామాగ్రి, అరటి ఆకులు.నువ్వులు. అన్ని రకాల వంటలకు సామాగ్రి అంటే నాలుగు పచ్చళ్ళు, నాలుగు రకాల కూరలకు కావలసినవి. ఇంకా మంచి బియ్యం,గారెలకు కావలసిన శుద్ధమైన పప్పు. ఉద్ధరిణిలు,

పాత్ర దానానికి, వస్త్ర దానానికి కావలసిన ఏర్పాట్లు.

ముగ్గురు బ్రాహ్మణులను మాట్లాడి ఉంచాలి. ఒకరు భగవంతుని స్వరూపం, ఒకరు పితృస్వరూపం, వేరొకరు మంత్రం చెప్పడానికి" అలా హరిరామజోగయ్య కృష్ణమూర్తికి ఇంకా

చాలా చాలా విషయాలు వివరంగా నోట్స్ రాసుకునేలా చెప్పి ఆ ఏర్పాట్లు అన్నిఈ రాత్రికి పూర్తి చేయమని కృష్ణమూర్తిని పంపించాడు.

కృష్ణమూర్తి తన హీరో హోండా మీద బయటకు వెళ్ళగా కోడలు లక్ష్మి ని పిలిచి దగ్గర కూర్చోబెట్టుకుని ఇల్లు సుచి శుభ్రతగా ఎందుకు ఉండాలో ఏ ఏ వంటకాలు వండాలో శాస్త్ర రీత్యా సైన్స్ రీత్యా వాటిలో ఆవశ్యకత, ఇంకా చాలా చాలా విషయాలు రాసుకునేలా చెప్పాడు లక్ష్మికి. ఆ రాత్రి నిద్ర లేకుండా కొన్ని పనులు చేసింది ఆమె.

★★★

ప్రశాంతంగా తెల్లవారింది.

"శిరస్నానం పితృకార్యానికి ముఖ్యం. దీంతో పాపం అంటుకున్న మనిషి పునీతుడు అవుతాడు. మనసు సంస్కరింపబడినవాడవుతాడు. అలాంటి వ్యక్తికి భగవంతుని మీద పితృదేవతల మీద మనసు నిమగ్నం చేసే శక్తి ఏర్పడుతుంది." అంటూ హరిరామజోగయ్య తను తల స్నానం ఆచరించి మిగిలిన వారి చేత కూడా ఆచరింప చేశాడు. ఆ తర్వాత ఎవరి పనులలో వాళ్ళు మునిగిపోయారు.

'ఒరేయ్ కృష్ణమూర్తి! రాత్రి అల్లం తెచ్చావా" అడిగాడు.

"లేదు నాన్న"

"మరి అల్లంపచ్చడి చేయొద్దా?" కోపంగా ప్రశ్నించాడు హరిరామజోగయ్య.

" అల్లం పచ్చడి బదులు ఇంట్లో ఆవకాయ పచ్చడి ఉంది కదా లేకపోతే చింతకాయ పచ్చడి. అయినా లిస్టులో మీరు చెప్పలేదు. వెళ్దామంటే మార్కెట్ ఏమో బాగా దూరం" నసుగుతూ అన్నాడు కృష్ణమూర్తి.

" రాత్రి నుండి చూస్తున్నానురా. నీకు నిజంగా చేయాలని లేదు. మొక్కుబడికి చేస్తున్నావు. నన్ను బలవంతంగా రప్పించి నువ్వు సహాయపడేది ఇదా. మార్కెట్ కి వెళ్ళినప్పుడు అక్కడ పెద్దలు ఎవరైనా కనిపిస్తే ఈ కార్యక్రమానికి ఏ ఏ పచ్చళ్ళు చేస్తారు అని వాళ్ళని అడిగి ఏడవాలి. లేదా నువ్వు ఏర్పాటు చేసిన బ్రాహ్మణులు నయనా అడగాలి. నువ్వు ఎంతవరకు దృష్టి పెట్టుకుని బాధ్యతగా ఈ కార్యక్రమంలో సహాయ పడతావో చూద్దామని నేనే రాత్రి నీకు అల్లం తెమ్మని చెప్పడం మానేశాను.

నీకు బడిలో మాస్టారు, ఆవు పాలు ఇస్తుంది అని మాత్రమే చెప్తారు. పాలు ఇస్తుంది కదా అని నువ్వు పొదుగు కింద గిన్నె పెడితే సరిపోదు. అది పట్టుకుని పాల కోసం ప్రయత్నం చేయాలి. అప్పుడే పాలు కారుతాయి. ఆ విషయం ఆయన చెప్పరు. మనమే తెలుసుకోవాలి. దీనినే ప్రపంచ జ్ఞానం, శాస్త్ర పరిజ్ఞానం అంటారు. ఆ జ్ఞానం ఏమాత్రం లేని మూర్ఖుడులా ప్రవర్తిస్తున్నావు నువ్వు ఇప్పుడు. తిడుతున్నానని ఆ చూపు ఏమిటి రా? మా నాన్నగారికి ఏమన్నా లోటు జరిగితే నాకు బాధ వెయ్యదా? నాలుగు ఇడ్లీలు పెడితే అల్లం పచ్చడి దాని బరువుతో సరిపోయేంత ఉండాలి ఆయనకు. అది అంటే అంత ఇష్టం. అలాంటిది ఇలా చేస్తే మా నాన్నగారు ఆనందించరు. ఈ

భారం నీ మీద పెట్టినందుకు నన్ను తిట్టిపోస్తారు కలలో కనబడి. శాస్త్రమా, చచ్చుబండా అన్నట్టు ఆ నిలబడడం ఏమిట్రా. శాస్త్రం మాట ఎలా ఉన్నా అసలు అల్లం పచ్చడి ఉపయోగం ఏమిటో నీ ఇంజనీరింగ్ బుర్రతో ఆలోచిస్తే నీకే అర్థమయ్యేదుస్తుంది.. దీనినే మట్టి బుర్ర అంటారు. ఛీ, ఛీ రాత్రే ఆ రైలు కింద పడి చస్తే మీ ఇద్దరికీ ఏ బాధ లేకుండా పోను."

హరిరామ జోగయ్య చిందులు వేసే శివంగిలా తాడెత్తున లేచి కొడుకు మీద ఉరిమాడు.

"దీనికి అంత మాట ఎందుకు నాన్న. ఇప్పుడే వెళ్లి తెచ్చేస్తానుగా!" కృష్ణమూర్తి పరుగు లాంటి నడకతో బయటికి వెళ్లి పోయాడు.

వెంటనే వంటింట్లోకి వెళ్ళాడు హరిరామజోగయ్య. అక్కడి వాతావరణం చూసి 'లక్ష్మీ'అంటూ అరిచాడు గట్టిగా. ఆ శబ్దానికి మూసుకున్న వంటింటి కిటికీ తలుపులు తెరుచుకున్నాయి. . భయపడి పోయింది లక్ష్మి.

" మామయ్యగారు రండి. నేను చాలా జాగ్రత్తగా మీరు చెప్పినట్టు అన్నీ చేస్తున్నాను" అంది వినయంగా.

"‘ చాలించు నీ నటన. అభినయం చాలా బాగా చేస్తున్నావు. గారెలు మూకుడులో వేసి నువ్వు బొటనవేలుతో నేల మీద ఎందుకు రాస్తున్నావు?"

" అది... అది..." ఏదో చెప్పబోతూ ఆగింది ఆమె.

" అబద్ధం ఇక్కడ అతుక్కోదు. ఈ మాయదారి ముసలోడు త్వరగా వెళ్ళిపోతే బాగుండును.. సాయంత్రం టీవీలో 252 ఎపిసోడ్ చూడొచ్చు అన్నట్టు ఆలోచిస్తున్నట్టు ఉంది నీ ప్రవర్తన నిజమేనా?" గర్జిస్తూ అడిగాడు హరిరామజోగయ్య.

" మామయ్య గారు క్షమించండి. నేనలా ఆలోచించడం లేదు." అంది లక్ష్మి భయపడుతూ.

"అబద్ధం. మనసు చేసే పని మీద లగ్నం చేస్తే కాలికి,వేలికి పని ఏర్పడదు. అది కరువైంది నీలో.

నా పితృదేవతల విషయంలో నువ్వు సహాయ పడే పద్ధతి నాకు నచ్చలేదు. నువ్వు మాట తప్పు తన్నావు. నిన్ను నమ్మి రావడం నేను చేసిన పెద్ద తప్పు. రాత్రి ఆ ట్రైన్ క్రిందపడి చస్తే .." హరిరామజోగయ్య అలా అంటుండగా లక్ష్మి చాలా బాధపడిపోయింది.

" అదిగో ఆ కన్నీళ్లు ఏమిటి? ఏడుపులు, బాధలు, చిరాకులు ఈ కార్యక్రమానికి పనికిరావు అని చెప్పాను కదా? ఆ ఏడుపు ఆపు." అంటూ అరిచాడు హరిరామజోగయ్య.

"లేదు మావయ్య గారు నేను ఏడవడం లేదు" చీర చెంగుతో కళ్ళు ఒత్తుకుంటూ అంది లక్ష్మి.

"సరే! మా నాన్నగారి ఫోటోకి దండ వెయ్యాలని చెప్పానుగా! చెప్పిన పని చేసి ఉంచాలన్న ఇంగిత జ్ఞానం కూడా లేకుండా పోయింది నీకు. చేతిలో చెయ్యి వేసి మరీ రప్పించావు ఇందుకేనా?" హరిరామజోగయ్యలో ఉగ్రత్వం కట్టలు తెంచుకుంది.

" మామయ్యగారు దండ తయారుచేశాను. మీ నాన్నగారి కార్యక్రమానికి మీరే వేస్తే బాగుంటుందని అలాగే ఉంచాను." దండ తెచ్చిస్తూ అంది లక్ష్మి. ఆ దండ పట్టుకొని హాల్ లోకి వచ్చేసాడు ఆయన.

★★★

కాసేపటికి వైదిక బ్రాహ్మణుల ప్రవేశంతో కార్యక్రమ విధానాల్లో మునిగిపోయాడు హరిరామజోగయ్య. కొడుకు, కోడలు అన్ని దగ్గర ఉండి అందిస్తూ తనకు సహాయపడేటట్టు ఆజ్ఞాపించాడు.

ఒక్కొక్కసారి ఆయన అదోరకంగా తమ ఇద్దరి వైపు చూసే చూపులను అర్థం చేసుకోలేక పోతున్నారు వాళ్ళిద్దరూ.

"ఆబ్దిక కార్యక్రమాలు ఎలా జరుగుతున్నాయో కళ్ళతో చూడడం కాదు. శిల్పి రాతి మీద అక్షరాలు ఉలితో చెక్కినట్టు మీరు కూడా మీ మనసుల మీద చెక్కేసుకోవాలి" అన్నట్టు ఉంది ఆయన చూపు.

మొత్తానికి ఆబ్దికపు కార్యక్రమాలు అన్నీ పూర్తయ్యాయి. వెనుక కొడుకు, కోడలు రాగా హరిరామజోగయ్య అంతకుముందే చేసి ఉంచిన పితృదేవత ఇష్ట ప్రసాదం తీసుకుని దొడ్లోకి వెళ్లి దాన్ని గోడ మీద పెట్టాడు.

"చూడండి. ఇప్పుడు మహిమ జరుగుతుంది. కాసేపటికి మా నాన్న కాకి రూపంలో వస్తాడు. ఆ ప్రసాదాన్ని ఆరగించి ఆనందంగా వెళ్లిపోతాడు." ఎంతో ఆనందంగా వాళ్ళిద్దరు వైపు చూస్తూ అన్నాడు హరిరామజోగయ్య. 20 నిమిషాలు చూసినా ఒక్క కాకి కూడా రాలేదు.

"పితృదేవతలు ఆవు, కాకి, చేప రూపంలో ఈ సమయంలో వచ్చి తీరుతారు. తప్పకుండా వస్తారు. మా తండ్రిగారి రూపాన్ని తలచుకొని తప్పులుంటే క్షమించమని చెంపలు వాయించుకుని వెనక్కు ఈ గదిలోకి వచ్చేయండి."

హరిరామజోగయ్య తను కూడా అలా చేస్తూ వాళ్ళిద్దర్నీ లోపలకు తీసుకొచ్చేశాడు. మరో 20 నిమిషాలు గడిచినా కాకి రాలేదు. ఏడుకొండలు కావు కావు అని ఎంతసేపు అరిచిన పని జరగలేదు.

"నిన్న ఈ దొడ్లో అన్నీ కాకులే. ఈరోజు ఒక కాకి కూడా రాలేదంటే దాని అర్థం ఏమిటి? మీరు నిన్న రాత్రి నుండి చేస్తున్న పనుల్లో, అందించిన సహాయములో ఎక్కడో అపశృతి జరిగింది. ఛీ, ఛీ ..". కొడుకు కోడలు వైపు చూసి భయంకరంగా అరిచాడు హరిరామజోగయ్య. హడలి పోయారు కొడుకు, కోడలు.

" ఒరేయ్ ఏడుకొండలు! ఈ ఆబ్దికం చాలా చిన్న విషయమని వీళ్ళిద్దరి అభిప్రాయం. భక్తిశ్రద్ధలు లేకుండా చేశారని ఇప్పుడు అర్థమైందిరా. నేను చెప్పిన పాఠం పరీక్షలో రాయకుండా వీళ్లు ఇష్ట మొచ్చిన జవాబు రాస్తే ఇదిగో ఇలాగే పరీక్ష తగలుపడుతుంది. నాకు బుద్ధి వచ్చేసిందిరా. ఈ ఇంట్లోకి నా తండ్రి రావడానికి ఇష్టపడడం లేదని అర్థమైంది. ఆయనకు చోటు లేని ఇంట్లో నేను

ఒక్క నిమిషం ఉండను. ఉండలేను." అంటూ చరచరా బయటికి వెళ్లిపోయి రోడ్ ఎక్కాడు హరిరామజోగయ్య.

చేసేదిలేక లగేజ్ పట్టుకుని పరుగు పరుగున గబగబా ఆయన్ని అనుసరించాడు ఏడుకొండలు.

కృష్ణమూర్తి లక్ష్మి లు జీవితంలో మర్చిపోలేని విధంగా జరిగిన ఆ సంఘటన గుర్తు చేసుకుంటూ జరిగిన తప్పేమిటో ఒకరికొకరు చెప్పుకుంటూ తలలు బాదుకుంటూ ఏడ్చేశారు.

★★★

ట్రైన్ వెళ్లడానికి ఇంకా టైం ఉంది. ట్రైన్ లోపల కూర్చున్న హరిరామజోగయ్య ఏదో గుర్తు తెచ్చుకుంటూ తనలోతానే నవ్వుకుంటున్నాడు. మహదానందంగా ఉన్నాడు. మహా సామ్రాజ్యం జయించి ఆక్రమించుకున్న చక్రవర్తిలా ఉల్లాసభరిత వదనంతో పొంగిపోతున్నాడు. ఉప్పొంగి పోతున్నాడు. అలా తనలో తానే తన్మయం చెందుతున్నాడు.

ఏడుకొండలుకు ఈ వింత సంఘటన అర్థం కాలేదు. "ఏంటి బాబు అయ్యగారు? అక్కడ ఆళ్ళిద్దరిని ఏడిపించి ఈడ మీరు ఆనందంగా ఉన్నారు. నాకేంటి ఇసయం తెనియటం నేదు బాబుగారు." అంటూ అడిగాడు ధైర్యం తెచ్చుకుని.

" ఇది నీకు అర్థం కాని మహదానంద విషయం రా. సప్త సముద్రాలు ఈది ఒడ్డుకు చేరినంత ఆనందంగా ఉందిరా నాకు. ఏదైతే సాధించాలని నేను ఇక్కడకు వచ్చానో అది పూర్తిగా సాధించేశాను. ఏడు కొండలూ! రేపు మనం వైజాగ్ లో దిగాక ఆటో ఎక్కాక పూర్ణ మార్కెట్ మీదుగా వెళ్లాలి గుర్తుపెట్టుకో".

"మళ్లీ ఇదేమిటి? ఇవరంగా సెప్పండి బాబుగారు"

" మరి మా నాన్నగారి ఆబ్దికము ఎల్లుండి కదా. రేపు దారిలో సామాన్లు అన్నీ కొనుక్కొని వెళ్ళిపోదాం."

" ఎల్లుండి మీ నాన్నగారి ఆబ్దికమా? మరి ఇయ్యాల జరిగింది"

" ఈరోజు జరిగింది వాడికి ట్రైనింగ్ రా. అవును ఇలాంటి కార్యక్రమం దేవుని పూజా కార్యక్రమంలా నేర్పుతాను అంటే ఎవరూ ఒప్పుకోరు. అందుకనే వాడికి నేర్పుతున్నాను అని చెప్పకుండా నేర్పేసానన్నమాట."

"అంటే..." అన్నాడు ఏడుకొండలు బుర్ర విదిలించుకుంటూ.

" మరి ముందు ముందు నాకు ఆబ్దికం పెట్టాలి కదరా వాడు." అన్నాడు హరిరామజోగయ్య తనలో తాను సంబరపడిపోతూ.

" మామూలుగా నేరపొచ్చు గందా. పిల్లలిద్దరూ భయపడిపోయేలాగా సెప్పాలా. ఆళ్లని ఏడిపించేశారు. మీ ఇసయం నాకసలు నచ్చనేదు బాబుగారు." కొంచెం కోపంగా అన్నాడు ఏడుకొండలు.

" కోప్పడకురా ఏడుకొండలు. రెండు నెలల క్రితం మా తాతగారి ఆబ్దికానికి రమ్మని ఫోన్ చేశానురా. వాళ్లు రాలేదు. నెల క్రితం, పోనీ రాబోయే మా నాన్నగారు ఆబ్దికానికి వస్తారా

అని ఇంకోసారి కూడా ఫోన్ చేశాను. వాడు ఏం జవాబు ఇచ్చాడో తెలుసా! ఆబ్దికం లాంటి చిన్న విషయాలకు రావడం కుదరదు. అయినా ప్రయత్నిస్తాను అంటూ అన్నాడు . అసలు ఆబ్దికం అంటే ఏమిటో వాళ్లు కూడా తెలుసుకోవాలి కదా. ప్రత్యక్షంగా చూడాలి కదా. పోనీ సీడీల రూపంలో ఆ విధానం ఎక్కడైనా దొరుకుతుందేమోనని అది చూసి అయినా వాళ్లు నేర్చుకుంటారేమోనని ప్రయత్నించాను. అన్ని సీడీలు దొరికాయి కానీ ఈ సిడి దొరకలేదురా. అందుకనే నేనే వాళ్లకు ట్రైనింగ్ ఇచ్చాను అన్నమాట.. తప్పంటావా. నీకు తప్పుగా అనిపిస్తే నువ్వు మాస్టారులా నన్ను దండించరా ఏమనుకోను.

చిన్న విషయమని, అతి చిన్న విషయమని వాళ్ళ గుండెల్లో నాటుకుపోయిన ఈ కార్యక్రమం ఎంత ముఖ్యమైనదో వాళ్ళిద్దరకూ బాగా తెలియటం కోసం కొంచెం ఓవర్ చేయవలసి వచ్చింది. చిన్నప్పుడు మా మాస్టారు ఒక పాఠం చెప్పారు నాకు. అర్థం కాలేదు. గోడ కుర్చీ వేయించి టెన్షన్ లో పెట్టి చెప్పారు.అప్పుడు అర్థమైంది. దాన్ని ఇప్పటివరకు మర్చిపోలేదు. ఇప్పుడు నేను అలాగే చేశాను తప్పలేదు." ఈసారి హరిరామజోగయ్య తను ఎక్కి ఎక్కి ఏడుస్తూ చెప్పాడు.

" నాకేంటి అసలు అర్థం కావడం నేదు బాబుగారూ" ఈసారి ఏడుకొండలు తను కూడా ఏడుపు మొదలెట్టాడు.

" నాకు మాత్రం బాగా అర్థమైంది. ఈ విధానము వాళ్ళు బాగా అర్థం చేసుకున్నారన్న విషయం నాకు బాగా అర్థమైంది. అదే నాకు కావలసింది. అసలు ఈ ఆబ్దికపు కార్యక్రమం ముందుగా చేయకూడదని నాకు తెలుసు. మూర్ఖుడిని కాదు. నా మనస్సు తృప్తి పడటం కోసం చేసి చూపించినా తప్పులేదు అనిపించింది రా.

అసలు ఈరోజు కాకులు ఎలా వస్తాయిరా? రావు. మా నాన్నగారి ఆబ్దికము ఎల్లుండి. ఆ రోజే మా నాన్న రూపంలో కాకి వస్తుంది. ఆరోజు నేను పెట్టే మహాప్రసాదాన్ని ఆరగించి ఆనందంగా నా వైపు చూసి కళ్ళతోనే చల్లగా ఉండమని దీవించి వెళ్ళిపోతుంది.

వాళ్ళిద్దరికీ దెయ్యాలు, దేవుడు, శాస్త్రం, నమ్మకం అంటూ ఏదేదో చెప్పి మాయ చేసేయాలని నేనిప్పుడు రాలేదు. నా మనసు నువ్వైనా సరిగా అర్థం చేసుకోరా ఏడుకొండలు" అంటూ హరిరామజోగయ్య ఇంకా చిన్నపిల్లాడిలా ఏడుస్తున్నాడు.

ట్రైన్ లో జనం ఎవరి కంగారులో వాళ్ళు ఉన్నారు.

" బంగారం లాంటి నా కోడలు కడుపున మాత్రమే నేను మళ్ళీ పుట్టాలి. కల్మషం లేని అమృతపు హృదయం కలిగిన నా కన్నకొడుకు భుజాలపై నేను పెరగాలిరా. అందుకు పుణ్యకార్యాలు, ధర్మకార్యాలు చేసి వాళ్లు నా కన్నా వందరెట్లు నీతిమంతులై పుణ్యం సంపాదించుకుని తీరాలి.

అప్పుడే ఆ ఇంట్లో పుట్టి పెరిగే అధికారం నాకు కూడా దక్కుతుంది. అది నా ఆశ. అత్యాశ !"

ఎక్కి ఎక్కి ఏడుస్తూనే అంటున్నాడు హరిరామజోగయ్య

ట్రైన్ కదలడానికి సమాయత్తం అవుతోంది.

ఉన్నట్టుండి అతను కూర్చున్న సీటు వెనుక నుండి రోదిస్తున్న రెండు కంఠాలు చాలాసేపటి నుండి నెమ్మదిగా వినిపిస్తున్నాయి. ఆ రోదన ధ్వని ఇప్పుడు బాగా ఎక్కువైంది.

అప్రయత్నంగా నెమ్మదిగా వెనక్కు తిరిగి చూశాడు హరిరామజోగయ్య. ఆశ్చర్యపోయాడు!

కృష్ణమూర్తి, లక్ష్మి . వాళ్ల చేతిలో తనతోపాటు తన ఊరు వైజాగ్ రావడానికి రైలు టిక్కెట్లు.

వాళ్ళిద్దరూ వచ్చి తమ వెనుకగానే కూర్చుని చాలా సేపయినట్లు, అన్నీ పూర్తిగా విన్నట్లు, వాళ్ళిద్దరి కళ్ళల్లోంచి ఆగని ప్రవాహంలా కొట్టుకొస్తున్న కన్నీళ్లు చెబుతున్నాయి.

హరిరామజోగయ్య పైకి లేచి వెనక్కు వెళ్లి వాళ్ళిద్దరిని ఒకేసారి గుండెలకు హత్తుకున్నాడు ఆప్యాయంగా, హృదయం పగిలేలా విలపిస్తూ.

లక్ష్మి వంగి మామ గారి కాళ్ళపై పడింది ట్రైన్ లోనే. ఆమె కన్నీళ్ళతో ఆయన పాదాలు తడిచి ముద్దయిపోతున్నాయి . కృష్ణమూర్తి తండ్రిని విడిచిపెట్టలేక మరింత గట్టిగా పట్టుకుని శ్వాస తీసుకోవటం మరిచిపోయినట్టు ఆపకుండా ఏడుస్తున్నాడు.

ట్రైన్ నెమ్మదిగా వేగం అందుకుని రివ్వుమని పట్టాల మీద దూసుకుపోతోంది.

ఆ సమయంలో వాళ్ళందరి కళ్ళల్లోంచి కురిసేవి మామూలు కన్నీళ్లు కావు...అమృతపు కన్నీళ్లు!!!

(స్వాతి అనిల్ అవార్డు కథల పోటీలో బహుమతి పొందిన కథ...2004 మార్చి)

ఛూమంతర్ కాళి.. ఇది జంతరమంతర్ మోళి !

రైలు బోగీలో నుంచి అతి కష్టం మీద కిందకు దిగాడు చింతపిక్కల రామకుటుంబం. 90 ఏళ్ళకు దగ్గర పడుతున్న గట్టిపిండం. తన కంచుకంఠం ఒక్కసారి నిమురుకున్నాడు.

సమయం సాయంత్రం ఆరు గంటలు దాటి ఏడు గంటలకు దగ్గర కాబోతుంది. సన్నగా జల్లు పడుతోంది. అతికష్టంగా బురదలో నడుచుకుంటూ చిన్నగా దగ్గుకొంటూ నీలంరంగు మేడను సమీపించాడు.

"అమ్మాయి ..అమ్మాయి" గట్టిగా పిలిచాడు. ఎవరూ తలుపు తీయకపోవడంతో దబదబా బాదాడు. సత్యసుందరి తలుపు తీసింది.

"నేనమ్మా! నన్ను 'చిరాకు' అంటారు. సత్యనారాయణమూర్తి గారి ఇల్లు ఇదే కదమ్మా"

" అవునండి ఇదే. కాళ్లు కడుక్కోండి. నాన్న గారు మీరు వస్తారని చెప్పారు" అంది సత్యసుందరి.

"అమ్మానాన్న అర్జెంట్ పని మీద అమలాపురం వెళ్లారట కదా! నాకు ఫోన్ చేసి కొన్ని విషయాలు చెప్పారులే. నీతో మాట్లాడి మిగిలిన అన్ని విషయాలు నన్ను తెలుసుకోమన్నారు. తెలుసుకునేది ఏముందమ్మా మామూలు రామాయణమే,మామూలు భారతమే!"

అంటూ ఆమెతో పాటు లోపలికి వెళ్ళాడు.

"నీ పేరు సత్యసుందరి కదమ్మా. ఎంత లక్షణంగా ఉన్నావు తల్లి. ముఖ్యంగా అందరిలా మధ్యపాపిడి కాకుండా ఎడమ చెవి దగ్గర నిటారుగా పాపిడి తీసావు

చూడమ్మ" అది నీ ముఖానికి చాలా అందం వచ్చిందిరా. నాకు ఎక్కడ ఈ స్టైలు కనబడలేదు. సరే నా గురించి ముందుగా రెండంటే రెండే రెండుముక్కలు చెప్పి అసలు విషయానికి వస్తాను. నా పేరు చింతపిక్కల రామకుటుంబం షార్ట్ కట్ లో అందరూ 'చిరాకు' అని పిలవడం మొదలు పెట్టారు. ఇదేదో చాలా గమ్మత్తుగా వెరైటీగా ఉంటుందని నేను సర్దుకుపోతున్నాను."

అంటూ తన గోతాం లాంటి సంచిలో నుండి కొన్ని సర్టిఫికెట్లు, మరికొన్ని ఆల్బమ్స్ తీసి పైనపెట్టాడు, తను నేల మీద బాచీమఠం వేసి కూర్చుంటూ.

"అమ్మాయి నువ్వు కాఫీ టీ మజ్జిగ ఏమీ ఇస్తానని అడగలేదు నన్ను. అవసరం లేదమ్మ. నాకు అలాంటి మంచి అలవాట్లు లేవు. ఎటొచ్చి చుట్ట పీకి మాత్రం నా ఆరో ప్రాణం అంటే నమ్ము. అందులోనూ బంక చుట్ట అంటే మరీ చచ్చిపడతానమ్మ". చిరాకు ఇంకా ఏదో చెప్పబోతున్నాడు.

"ఏం తీసుకుంటారు?" సత్య సుందరి ముభావంగా అడిగింది.

"అబ్బబ్బే వద్దురా... వద్దురా. ఏదైనా తాగినా, తిన్నా తిండి లేక ఇలా తిరుగుతున్నాడు అనుకుంటారు. సరే ఇదంతా చిరాకు గోల నీకు ఎందుకు కానీ ఇప్పుడు చెప్పమ్మా? వైజాగులో మీ

అత్తగారు ఇంటి దగ్గర సంవత్సరం క్రితం అసలు ఏం జరగబట్టి నువ్వు వాళ్ల మీద కోపపడి రైలు బండి ఎక్కి ఒంటరిగా పుట్టింటికి వచ్చావు? అంతలా రావలసిన భయంకర పరిస్థితి నాకు వివరంగా చెప్పమ్మా. ఈ ముసలి ముండా కొడుకు నీకేం ఉపకారం చేస్తాడని సందేహించకు తల్లి.." అంటూ అడిగాడు చిరాకు.

" చాలా చాలా చెప్పాలి మీకు. జరిగిన సంఘటనలు. మరుపు రావడం లేదు. గుండెలోంచి తన్నుకొస్తున్నాయి.

మనసు రగిలిపోతోంది. ఒకసారి ఏం జరిగిందంటే..."ఉక్రోశం భళుక్కున కక్కబోయింది సత్య సుందరి.

"ఉండమ్మా! పిచ్చిముండా కొడుకుని. ఇవన్నీ నీకు చూపించలేదు కదా ఈ పని పూర్తి చేద్దాం. మనవాళ్లు అందరూ కలిపి మన తెలుగురాష్ట్రాలు మొత్తం మీదా నాకు 49 సన్మానాలు చేశారు అమ్మాయి. నీ సమస్య పరిష్కరించగలిగాను అనుకో. మీరు కూడా నాకు సన్మానం చేశారు అనుకో...ఆహా...అలాగని నేను సన్మానాల పిచ్చివాడిని కాదు అమ్మాయి. డబ్బులు తీసుకునే మదపిచ్చి నాకు అసలు లేదు. ఏదో చచ్చే లోపు కొంచెం మంచి పనులు చేద్దామని. ఇలా చూడు పూలదండలతో ఎలా మెరిసిపోతున్నానో ఈ సర్టిఫికెట్స్ చూడు. నా గొప్పతనం నీకే తెలుస్తుంది." అంటూ అవన్నీ చూపించి గోతాంలో పెట్టాడు చిరాకు.

"అన్నట్టు ఇప్పటి వరకు నేను డీల్ చేసిన వ్యవహారాలు అన్నీ సక్సెస్ తల్లి. ఒక్కటంటే ఒక్కటి ఫెయిల్యూర్ అవ్వలేదు. నేను ఆస్తి తగాదాలు తీరుస్తాను. సరిహద్దు తగాదాలు తీరుస్తాను. యాక్సిడెంట్ సమస్యలు కూడా రాజీ చేసి పెడతాను. ముఖ్యంగా భార్యాభర్తల గొడవలు తీర్చడంలో అలాగే ఓల్మొత్తం కుటుంబ సమస్యలు కూడా తీర్చడంలో ఎక్స్పర్ట్ నమ్మా. ఇదిగో మనలో మనమాట నువ్వు ఎవరికైనా నా గురించి రికమండ్ చెయ్యొచ్చు తల్లి.." చెప్పటం ఆపి చిరాకు ఆమె ముఖంలో నుంచి అగ్గి మెరుపులు బయటకు వస్తున్నట్టు గ్రహించాడు.

"కాస్త తమాయించుకుని ప్రశాంతంగా చెప్పు తల్లి. వైజాగ్ లో మీ అత్తగారి ఇంటి దగ్గర ఏం జరిగింది ?

మీ అత్తగారు ఎలాంటిది???" భృకుటి ముడిచి సత్యసుందరి వైపు చూస్తూ అడిగాడు చిరాకు.

"మా అత్తగారు అస్సలు మంచిది కాదు. ప్రతి దానికి....." ఆవేశంగా ఆయాసంగా ఆతృతగా చెప్పుకు పోతోంది సత్యసుందరి.

" ఆగమ్మా ఆగాగు ఆగు ఆగు తల్లి. ఇక్కడేనమ్మా కథ మొదలవుతుంది. ఈ అత్తగార్లు ఉన్నారు చూసావూ వీళ్ళు ఉత్తి చాదస్తపు అల్లరి పిడుగులమ్మా . వీళ్లు తాము పట్టిన కుందేటికి మూడు కాదమ్మా ఒకటే కాలు అంటారు. మనం తల ఆడించాలి. తందానతాన అనాలి. తిమ్మిని బెమ్మిని చేస్తారు. బెమ్మిని తిమ్మిని చేస్తారు. మనం నోరు ఎత్తకూడదు. మన వాళ్లందర్నీ 24 గంటలు తిడుతూ ఉండాలి. వాళ్ల వాళ్ళు వెధవలు అయినా పొగుడుతూ ఉండాలి.

మళ్లీ ఇదిగో అనవసరపు చిరాకు వాగుడు మొద లెట్టేసాను తల్లి. నాకు 'చిరాకు' అనే పేరు తీసేసి 'వాగుడుకాయ' అనే పేరు పెట్టినా సంతోషిస్తాను.

"అత్తగారికి ఏదో హోదా ఇవ్వాలట. అత్తగారికి హక్కులు ఉంటాయట. మాయదారి ముద నష్టపు హక్కులు. వయసు వచ్చాక ఓ మూలన 'కృష్ణా రామా ' అని పడి ఉండొచ్చుకదా.

ఏ.. పెత్తనం ఆవిడే తీసుకోవాలా? కోడలుకి కాపురానికి వచ్చిన మర్నాడే తాళాలు ఇచ్చేసి పెత్తనం కూడా ఇవ్వొచ్చుకదా అలా ఇవ్వరు.

కూతురకే కాదు కోడలికి కూడా 'గారం' ఇవ్వడం ఈ అత్తగార్లు నేర్చుకుంటేనే ఈ సమాజం బాగుపడుతుంది. అంతవరకు ఇదిగో ఇలాగే ఏడుస్తుంది. .ఆవిడ అడుగులకు మడుగులొత్తాలట. తల్లిలా అత్తగారిని ప్రేమించాలట. గౌరవించాలట. కాళ్ళకి దండం పెట్టాలట!! ఎందుకు పెడతారమ్మ...కోడలు ఎందుకూ పనికి రానిదా? వాళ్ళ అబ్బాయిని నీకు ఇవ్వక పోతే అసలు నీకు పెళ్లి కాదంటా. అక్కడి నుంచి సంవత్సరం క్రితం ఇక్కడకు వచ్చేసి చాలా మంచి పని చేసావమ్మ నువ్వు...శభాష్..!!

" ఇలా నీలా పుట్టింటికి వచ్చేయడమనేది ఉంది చూసావూ! ఇది నీలాంటి కోడళ్ళు అందరికీ ఆదర్శప్రాయమైన పనమ్మ. సర్దుకుపోవడం, శాంతంగా బ్రతకడం, అత్త మామలను భర్తను రోజూ గౌరవిస్తూనే జీవితమంతా గడిపేయడం ఎవరు చెప్పారమ్మ?

ఈ పిచ్చి విధానాలు నేనయితే అసలు ఒప్పుకోను తల్లి. ఇప్పటికైనా మించిపోయింది లేదు. అక్కడికి వెళ్లి మీ అత్తగారికి ఇంత పచ్చ గడ్డి పెడతాను. దాంట్లో కాస్త సున్నం కూడా కలుపుతాను. అప్పుడు గాని ఆవిడకు బుద్ధి రాదు.

"నువ్వు ఇక్కడకు వచ్చేసిన కొత్తలో మీ ఆయన గారు నిన్ను తీసుకెళ్లడానికి వచ్చారట. ఆ తర్వాత మీ మామయ్యగారు కూడా రెండుసార్లు నిన్ను తీసుకెళ్లడానికి ప్రయత్నించారట. నువ్వు 'ససే మిరా వెళ్ళను' అన్నావట. నీ మొగుడునే ఇక్కడకు వచ్చేయమన్నా వట. లేదంటే వేరే కాపురం పెట్టమని అన్నావట. ఆ నోటా ఈ నోటా నాకు తెలిసిందిలే కూతురా. ఈ రకంగా కోడళ్ళు మసలుకుంటే అత్తగార్లు అందరి కీళ్లు ఒంగి తీరతాయమ్మ. కట్టుకున్నోడు కూడా నీ దారిలోకి వచ్చి తీరుతాడు. భలే వంచావమ్మ వాళ్ళ బుర్రకాయలు. ఇలా బిగుతుగా ఉంటేనే మనకు గౌరవం ఉంటుంది లేకుంటే మనల్ని ఇంకా అణగదొక్కేస్తారు. వద్దమ్మా, నువ్వు అసలు అక్కడికి వెళ్లొద్దు. ఏ నీ అత్త మామలు కొడుకు లేకుండా బ్రతకలేరా? నేర్చుకోవాలి.

"ఇక్కడ విషయం ఏమిటంటే జీవితాలు నాశనం అయిపోవడం కాదు తల్లి. సమాజంలో మీ నాన్నగారు తలెత్తుకు ధైర్యంగా తిరిగేలా నువ్వుచేశావు చూడు. ఇదమ్మా ఇదీ కుటుంబం పరువు ప్రతిష్టలు నిలబెట్టడం అంటే. మనలో మనమాట! ఎప్పటికైనా ఇదే నీ కుటుంబం గాని 'అది' ఎలా అవుతుంది? మీ ఊరు ఏది అని ఎవరైనా అడిగితే, మీ అమ్మ గారి ఊరు పేరే చెప్పాలి కానీ మీ అత్త గారి ఊరు చెప్పకూడదమ్మా. ఈ విషయాలన్నీ మీ అమ్మానాన్నలు నీకు చెప్పి పంపితే నీ సమస్య ఇప్పుడు ఇంత వరకు వచ్చి ఉండేది కాదు. చిన్నపిల్లవు... బాగా చిన్న

పిల్లవు. 28 ఏళ్లు ఉండొచ్చు. మరో విషయం నాన్నగారు చెప్పారు. నువ్వు చాలా కష్టపడి పోస్ట్ గ్రాడ్యుయేషన్ చేసేవట కదా. బాగా అర్థంచేసుకో బిడ్డ. అర్థం అయ్యేవుంటుందిలే అర్థంకాక ఏమవుతుంది. నాపిండా కూడు.

"నేను కూడా నీలా పట్టు వదలను. నేను వాళ్ల అంతు చూస్తాను. అవసరం అయితే భర్త అత్తమామలు ముగ్గురు మీద పోలీస్ కేసు పెట్టి మూడు చెరువుల నీళ్లు తాగిస్తాను. కోర్టు కీడుస్తాను. పదేళ్లు పట్టినాపర్వాలేదు. మనం మాత్రం ఒక అడుగుకిందకి దిగడానికి వీలులేదు. ఆడవాళ్లకు ఇప్పుడు చట్టాలు చాలా అనుకూలంగా ఉన్నాయి. వాటిని ఉపయోగించుకుందాం. అసలు నీ మాట వినకుండా నేనే మాట్లాడుతున్నాను అని అనుకోకమ్మ. నువ్వు బాణం దెబ్బ తిన్న పెద్దపులివి. నీ మనసులో ఏముందో నాకు తెలుసమ్మా. అంతా నాకు వదిలేయ్. ఈ చిరాకుకు కోపంరానంత వరకే వచ్చిందంటే పిచ్చిముండా కొడుకైపోతాడు.

అమ్మాయి, సత్యసుందరి! నేను కరెక్ట్ గానే మాట్లాడుతున్నాను కదా! లేదూ, ఏదన్నా వెటకారంగా మాట్లాడినట్టు నీకనిపిస్తుందా. అబ్బే నాకసలు వెటకారాలు, వేళాకోళాలు చేతకావమ్మా. ముక్కుసూటి మనిషిని. అసలు నేనంటే ఎవరికీ పడదమ్మ. చెప్పింది విన్నట్టే విని చాటుగుంట తిట్టుకుంటారు"

చిరాకు ఊగిపోతూ మాట్లాడేసి గోతాంలో ఉన్న స్టీల్ డబ్బా తీసుకుని నిమ్మరసం గడగడా తాగి జేబులో నుంచి రింగవుతున్న సెల్‌ఫోన్ తీశాడు. తీస్తూ, సత్యసుందరి వైపు చూశాడు. ఆమె తల వంచుకుని మౌనంగా తన కాలి బొటన వేలు గోరుతో అందమైన గ్రానైట్ ఫ్లోర్ మీద గీత పెట్టడానికి ప్రయత్నిస్తోంది.

"అమ్మాయి సత్యసుందరమ్మా. ఈ సెల్ కట్టి పడేస్తాను. నీ విషయం మొదలుపెట్టు బంగారు తల్లి" అంటూ ఆగాడు చిరాకు.

"ఫర్వాలేదు మీరు మాట్లాడండి" తల పైకెత్త కుండానే అంది సత్యసుందరి.

"మొఖం నీరసంగా ఉన్నట్టుంది. లోపలికి వెళ్ళి కొంచెం జ్యూస్ తాగి వస్తావా" తలపైకెత్తకుండా వారగా చూస్తూ అడిగాడు చిరాకు.

"అవసరం లేదు మీరు మాట్లాడండి" అంది మాట వినబడనట్టుగా సత్యసుందరి.

"నేను మాట్లాడేది ఏముంది తల్లి. పనికిరాని ఫోన్ లు. సరైన పనిలో ఉన్నప్పుడే హలో పాలో అంటారు. ఉత్తప్పుడు ఒక్కడు మాట్లాడడు." అంటూ చిరాకు సెల్‌ఫోన్ ఆన్ చేశాడు.

" హలో! ఈశ్వరరావుగారా? ఎవరో అనుకున్నాను. కంగారుపడకండి సార్. మీ తమ్ముడుగారి అమ్మాయి వెంకటలక్ష్మి కాపురం విషయం గురించే కదా మీరు మాట్లాడేది. కంగారుపడకండి. నా గురించి మీకు తెలుసుకదా. ఏ వ్యవహారమైనా నేను మూడు అధ్యాయాలలో చక్కబెట్టేస్తాను. అది కూడా ఒకే ఒక సిట్టింగ్ సరిపోతుంది. ఎవరికో కానీ రెండో సిట్టింగ్ పడదు అంతే, సమస్య క్లియర్.

మీ తమ్ముడు గారి అమ్మాయిది ఇప్పటికే ఒక అధ్యాయం పూర్తయి పోయింది. బండి గాడిలో పడినట్టే. నేను గుడివాడలో ఉన్నాను. చాలా ముఖ్యమైన వ్యవహారం చక్కబెట్టడానికి వచ్చాను. ఎంత రాత్రయినా ఇంటికి వెళ్ళిపోవాలి. అరగంట కు ఓ ట్రైన్. ఫర్వాలేదు.

" విషయం ఏమిటంటే, ఎదుటి వారికి ఉన్నది మనకి కూడా ఉండాలి అనేటటవంటి కుత్సితపు బుద్ధి, ఎదవఏడుపు, మీ తమ్ముడుగారి అమ్మాయిది. ఈ ముదనష్టపు లగ్జరీల గురించి తాత్కాలికమైన సంతోషాలు,సుఖాలు, ఆనందాల గురించి నిండు నూరేళ్ల బతుకును నాశనం చేసుకుంటున్నారండి ఈనాటి పిచ్చిపిల్లలు. వాళ్లను పూర్తిగా అనడానికి వీలులేదు.

మీ పెద్దల పెంపకం అలా ఏడ్చింది మరి! తప్పు కదా. తన కొలీగ్ లలితతో ప్రతిసారీ ఈ దిక్కుమాలిన ఫోన్లలో మాట్లాడుతూ వాళ్లకు కారు ఉంది అని తెలుసుకొని వాళ్లకు ఉన్న హోదా మనకు లేకపోవడం ఏమిటి? అన్న పిచ్చి ఆలోచనతో అనవసరంగా భర్తతో అత్తమామలతో గొడవ పెట్టుకుంటోంది. మీ వెంకటలక్ష్మి. తప్పు కదా! ఇదేమైనా బాగుందా చెప్పండి ఈశ్వరరావుగారు. నేను ఇక్కడ సత్య సుందరి అని ఒక మంచి పిల్లతో మాట్లాడడం ఆపు చేసి మీతో మాట్లాడుతున్నాను అర్థమైందా!

"ఈశ్వరరావు గారూ! ఆశ ఉండొచ్చు, అత్యాశ కూడా ఉండొచ్చు. కానీ 'దురాశ' ఉండకూడదు అట్లాగే కోరికలు ఉండొచ్చు. మితిమీరిన కోరికలూ ఉండొచ్చు. కానీ ఆ పిచ్చికోరికలు కాస్తా..'గుర్రాలై' పోకూడదు!!!!

మనుషులు పుట్టిన దగ్గర నుండి ఉన్నటువంటి శాస్త్రాలనే చెబుతున్నాను కానీ నేనేదో స్పెషల్ గా 'సరికొత్తకథ' చెప్పటం లేదండోయ్ ఈశ్వర రావుగారూ! మిమ్మల్ని నా ట్రాక్‌లోకి లాగే ప్రయత్నం కూడా చేయడంలేదు. ఆ పిల్లకి అదే మీ తమ్ముడు గారి అమ్మాయికి కాస్త బుద్ధి, అట్లాగే ఎక్కడైనా దొరికితే కాస్త ఎండిపోయిన పచ్చి గడ్డి కూడా పెట్టండి మరి. మిగిలితే మీరు, మీ తమ్ముడు కూడా తినండి. నేను 'వద్దు' అనను.

పైగా మీ తమ్ముడు గారి అమ్మాయి డిగ్రీ ఫస్ట్ క్లాస్ లో పాస్ అయ్యిందటండి! .ఛీ...పనికిరాని ఉబుసుపోని చదువులు చదువుతున్నారు. నాకే కనక సెంట్రల్ లో విద్యాశాఖ మంత్రి పదవి ఇస్తే మొత్తం ఈ దిక్కు మాలిన చదువులు అన్ని డిస్ మిస్ చేసి పడేస్తాను....

కాస్త సంస్కారం...కొంచెం మమకారం.... ఇంకొంచెం ప్రేమ, అభిమానం, మరికాస్త ఓర్పు,నేర్పు ఇంకాస్త ప్రపంచజ్ఞానం ఎవరూ పరిచయం లేని కొత్త ఇంట్లో ప్రవేశించాక ఒక అమ్మాయి మొగుడుతో అత్త మామలతో ఏ విధంగా ప్రవర్తించాలి. ఇవి మాత్రమే నేర్పేలా చట్ట సవరణ తీసుకువచ్చి పడేస్తాను.

మీ తమ్ముడు గారి అమ్మాయి మొగుడుతో విడాకులకు కూడా సిద్ధం అయిపోయిందండి బాబు.

విడాకులు అంటే బీడీ కట్ట మాదిరి చవక అయిపోయాయి కదా! వెంటనే ఇంకొకరిని పెళ్లి చేసేసుకోవటం. సమాజం ఇలా భ్రష్టుపట్టిపోయింది. మీ పెద్దలకు బుద్ధి జ్ఞానం అసలు లేదు.

ఆ అమ్మాయి నోట్లో కాస్తంత ఎండిపోయిన పచ్చగడ్డి పెట్టి, 14 చీవాట్లు పెట్టి అత్తగారి ఇల్లే నీకు సరైనది పుట్టింటికి రాకు అని బయటకు గెంటి పడేస్తే బాగుండును. అలిగి అత్తవారి ఇంటి దగ్గర నుంచి వస్తే ఆరునెలలు మీ నెత్తిమీద పెట్టుకున్నారు. మీలాంటి వాళ్ళ వల్లే కాపురాలు కూలి పోతున్నాయి. ఇదిగో ఈశ్వరరావుగారు నేనసలే మంచి ముండా కొడుకుని కాదు. మళ్లీ నేను ఎంటర్ అయ్యే లోపున వ్యవహారం చక్కపెట్టుకోండి. లేదంటే నేనే పెద్దమనిషిగా మీ అందరి మీద కంప్లైంట్ ఇవ్వవలసి వస్తుంది. బీ కేర్ ఫుల్. మళ్లీ నాకు ఫోన్ చేయకండి..."

"చిరాకు" కసితో కూడిన అసహనంతో ఊగిపోతూ సెల్ ఆఫ్ చేసి తన గోతాంలోకి విసిరికొట్టాడు. కాసింత నిమ్మరసం తాగి సత్యసుందరి వైపు ఓరగాచూశాడు.

ఆమె కొంచెం బుర్ర పైకెత్తి 'చిరాకు' వైపు కంపరంగా చూసింది.

"సత్యసుందరమ్మ! నేను అసలు చాలా మంచోడునమ్మ. ఈ ప్రజలే నా బుర్రపాడు చేసేస్తున్నారు.

అంత విన్నావు కదా! ఇప్పటి పిల్లలకు ఎదుటి వారికి ఉన్నది మనకి ఉండాలి అన్న ఏడుపు. జీవితానికి ఒక గోల్ పెట్టుకొని అది సాధించడం కోసం ప్రస్తుత సుఖమయ జీవితం నాశనం చేసుకోవడం. పెద్దలను గౌరవించకపోవడం. ఎదుటివారు చెప్పింది పూర్తిగా వినకపోవడం. ఇదమ్మ . ఇది ఇప్పుడు జరుగుతున్న ట్రెండ్!!!

"అనవసరపు వెధవ ఫోన్ సంభాషణతో నీ బంగారం లాంటి టైం పాడుచేసాను తల్లి. నా పుణ్యకాలం కాస్తా అయిపోయింది కూడా. అమ్మానాన్న వస్తే మళ్ళీ రెండు రోజుల్లో వస్తాను అని చెప్పమ్మా. రాత్రి 12 గంటలలోపు ఇంటికి చేరకపోతే మీ అమ్మమ్మతో పెద్ద గొడవ అయిపోతుంది! ఇదిగో తల్లి నువ్వు నాకు చెప్పాలనుకున్నది పూర్తిగా గుర్తు పెట్టుకొని సిద్ధంగా ఉండు తల్లి.

"ఆఖరుగా ఇంకొక్కమాట చెపుతాను. వింటావా! అదేనమ్మా రోజులు అసలు బాగుండలేదు. కంగారు పడి నువ్వు మీ అత్తవారి ఇంటికి మాకు ఎవరికీ చెప్పకుండా సడన్ గా వెళ్ళిపోమాకు. రేపు నీ పుట్టినరోజు అని కూడా తెలిసింది తల్లి నాకు. నీకు ముందుగానే అడ్వాన్సు అభినందనలు. ఇదిగో ఈ రాత్రికి ట్రైన్ ఎక్కేసి తెల్లవారేసరికి అక్కడికి వెళ్ళిపోయి వాళ్లందరినీ ఆశ్చర్యంలో ముంచేసి నీ మీద వాళ్లకు ఉన్న కొద్దిపాటి కోపం పోయేలా అక్కడే బర్త్ డే చేసేసుకుందా మని తద్వారా నీ సమస్యను నీ అంతట నువ్వే క్లియర్ చేసేసుకుందామని, రేపటి నుంచి కొత్త జీవితం మొదలు అయిపోతుందని, ఇదిగో చూడు, ఇలాంటి పిచ్చిపిచ్చి అయోమయపు ఆలోచనలతో మీ ఇంటికి అదేనమ్మా మీ అత్త వారి ఇంటికి వెళ్ళి పోయె ఆలోచన చేసావనుకో నువ్వు పూర్తిగా బురద గుంటలో పడ్డట్టే. ఊబిలో కూరుకుపోయినట్టే. రోజులు అస్సలు బాగుండలేదు సత్యసుందరి.

"నేను మార్గాలన్నీ క్లియర్ చేస్తాను కదా. మూసుకుపోయిన దారులు అన్నీ తెరిపించి నీకు గ్రీన్ సిగ్నల్ ఇచ్చాక గుడివాడలో మన సచ్చిదానంద సిద్ధాంతి గారు ఉన్నారు కదా ఆయన చేత

వర్జ్యం, దుర్ముహూర్తం ముఖ్యంగా యమ గండం ఏమాత్రం లేనటువంటి నిఖార్సైన ముహూర్తం పెట్టించుకుని ఇంటి దగ్గర కొబ్బరికాయ కొట్టి బయలుదేరిపిస్తాను కదా! అదమ్మ నా స్టైల్. అంతవరకూ ఏసీ రూమ్స్ ఉన్నాయి కదా మీకు. అందులో డబుల్ కాట్ స్లీప్వెల్ పరుపు మీద వెల్లకిలా పడుకొని ఏ టెన్షన్ లేకుండా చక్కగా ఎంచక్కా యూట్యూబ్ చూడమ్మా... రోజులు అలా అలా అవే గడిచిపోతాయి. సంవత్సరం ఈజీగా గడిచిపోయిందా! రెండేళ్లు, మూడేళ్లు, నాలుగేళ్లు. అలా కాలం గడచి పోవడం పెద్ద గొప్పేమీ కాదమ్మాయి. మన గురించి కాలచక్రం ఆగుతుందా?" చిరాకు బుజ్జగిస్తున్నట్లు చెప్పాడు, సత్య సుందరికి.

"సరేనండి మీరు ఎన్ని గంటలకు బయలు దేరుతారు? మీకు డబ్బు ఏమైనా కావాలా??" సత్య సుందరి పైకి నిలబడాలని ప్రయత్నిస్తూ 'చిరాకు' వైపు ఆయాసంగా ఆవేశంతో కూడిన చూపు చూస్తూ కోపంతో అడిగినట్లుగా అడిగింది.

"కోప్పడకమ్మా. వెళ్ళిపోతాను.. వెళ్ళిపోతాను.. ఇదిగో... గోతం పూర్తిగా సదురుకున్నాను కదా! ఇదిగో మళ్లీ ఫోన్ రింగ్. డుర్రు డుర్రు మంటూ గోల. ఈ ఫోన్ ల గోల ఎక్కువై పోయింది. పనిచేసుకోనివ్వరు, మాట్లాడు కోనివ్వరు.

ఒక్కసారి ఫోన్లో మాట్లాడుకుంటానమ్మా. ఇందాకలా గంటన్నర మాట్లాడను. ఒక్క నిమిషంలో ముగించే స్తాను.

" హలో! ఎవరండీ, చక్రధరరావుగారా? విజయనగరం నుంచే కదా! మీ అమ్మాయి కేసు రెండవ అధ్యాయం కూడా పూర్తి అయిపోయింది. మూడవ అధ్యాయం వెంటనే మొదలుపెడతాను. నేనిప్పుడు గుడివాడలో సత్యనారాయణమూర్తి గారి ఇంటి దగ్గర ఉన్నాను. రెండు రోజుల్లో వైజాగ్ వచ్చి అక్కడ సత్యసుందరి అనే అమ్మాయి అత్తమామలకు ఎండిపోయిన పచ్చిగడ్డి పెట్టి అట్నుంచటు మీ విజయనగరం వస్తాను. కంగారు పడకండి. ఉంటాను."

కంగారుగా సెల్ ఆఫ్ చేసి మరింత చిరాకుగా తన గోతాంలోకి విసిరికొట్టాడు. పైకిలేచి గుమ్మం వరకు వెళ్ళాడు. మళ్లీ వెనక్కు వచ్చాడు.

'చిరాకు' ఎప్పుడు బయటకు వెళ్ళిపోతాడు అని చూస్తున్న సత్యసుందరి అతను వెనక్కి తిరిగి లోపలికి వచ్చినా తలపైకెత్తి చూడలేదు. అతని పాదాలు ఇంట్లో నుంచి బయటకు వెళ్లి పోవాలి అన్నది ఆమె అభిప్రాయంగా అతని పాదాల వైపు చూస్తూ ఉండిపోయింది.

"అమ్మాయి. మళ్లీ వెనక్కి వచ్చి ఇక్కడ కూర్చుండి పోయాను అని తప్పుగా భావించకమ్మా. ట్రైను కి ఇంకా కొద్ది సమయం ఉంది. ఇప్పుడు వెళ్లినా ఉసూరు మంటూ ప్లాట్ ఫామ్ బల్ల మీద కూర్చుని ఏడవాలి. ...మరో గంటలో మీ అత్తవారి ఊరు అదే, వైజాగ్ వెళ్లే ... ఎక్స్ ప్రెస్ ట్రైన్ వస్తుంది. బండి చాలా ఖాళీగా ఉంటుంది. చాలా స్పీడ్ గా కొడతాడమ్మా. తెల్లారే సరికి వైజాగ్ వెళ్లిపోతుంది. అది బయలుదేరితేనే కానీ, నేను వెళ్ళవలసిన ప్యాసింజర్ ట్రైన్ రాదు. అందుకని టైంపాస్ చేస్తున్నాను బిడ్డ. ఈ లోపులో అతి ముఖ్యమైన విషయం నీకు చెప్పాలి. అది చెప్పకుండా వెళితే నేను వచ్చినందుకు సార్థకత ఏర్పడదు.

"విషయం ఏమిటంటే నువ్వు నిలబడే ఉన్నావ్ అమ్మ కూర్చోరాదు..." కాళ్ళ మీద గోళ్ళతో రక్కుకుంటూ అడిగాడు చిరాకు.

"పర్వాలేదు త్వరగా అదేమిటో చెప్పి మీరు త్వరగా వెళ్ళండి. నాకు వేరే పని ఉంది" సత్యసుందరి ఇంచుమించు బొంగురు పోయిన కంఠంతో మాట్లాడినట్టుగానే అంది.

"రైల్లో ఆ మధ్య ఓ అమ్మాయి తారసపడిందమ్మా. వయసు 18 ఏళ్లు ఉండొచ్చు. అంటే నీ కన్నా 10 ఏళ్ల చిన్నది. ఆ అమ్మాయితో మాటలు కలు పుతూ "పాపా మీది ఏ ఊరు" అన్నాను.

"మా ఊరు విజయవాడ " అంది.

"సరే మీ అత్తవారు ఊరు ఏది?" అని అడిగాను.

"చెప్పాను కదా అంది."

"అదే కాస్త వివరంగా చెప్పు పాపా" అని గుచ్చి గుచ్చి అడిగాను.

దానికి ఆ అమ్మాయి ఏమందో తెలుసా

"తాతగారు! నాకు పెళ్లి అయ్యింది. అప్పటి నుండి మా అత్తవారి ఊరే నా ఊరు అవుతుంది కదా!

మా అమ్మగారి ఊరు నాకు ఇక పరాయి ఊరే అవుతుంది కదా. వయసులో పెద్దవారు అయ్యుండి ఆ మాత్రం మీకు అర్థం కావడం లేదా. అంటూ నా నోట్లో ఇంత ఎండిపోయిన పచ్చిగడ్డి పెట్టింది.

" ఇంకా ఏమందో తెలుసా, తాతగారు! నాకు తలపోటు వస్తే ఎక్కడో కాకినాడలో ఉన్న నా తల్లి దండ్రులు వచ్చి నాకు తలపోటు టాబ్లెట్ తెచ్చి ఇవ్వరు కదా! తక్షణం నా బాగోగులు చూసేది నా అత్తమామలే కదా! అంటే వాళ్లే కదా నాకు ప్రత్యక్ష దైవాలు" అంది తల్లి.

ఆ..ఆ దెబ్బతో నాబుర్ర గిర్రున తిరిగిందమ్మా. నా బుర్ర ఎక్కడ పెట్టుకున్నాను, చూసుకుంటే నాకే అర్థం కాలేదు. ఇంతకీ ఆ అమ్మాయి పదవ తరగతి ఫెయిల్ ఆట! మరి ఆ బుర్రకు అంత మెచ్యూరిటీ ఎలా వచ్చిందో నాకు అర్థం కాలేదు. ఏదో పిచ్చి తింగర అంగర తిక్క పిల్ల అని మాత్రం నేను మనసులో అనుకున్నాను తల్లి. ఇదిగో ఏదో ఆ వంక పెట్టి ఇలా నిన్ను తిదుతున్నాను అని అపార్థం చేసుకోమాకు. నిజంగా నేను తిట్టింది ఆ అమ్మాయినే. ఒట్టు నా మాట నమ్ము.

నాన్సెన్స్, ఏదో సమయం గడపడం గురించి చెప్పాను కానీ ఈ సన్నివేశం తాలూకు సారం అసలు నీకు పనికిరాదమ్మ. ఇదో పనికి రాని పనికిమాలిన చిట్ట చివరి అధ్యాయం! నేను చెప్పడం అయిపోయింది తల్లి. నాకు టైం కూడా కావస్తోంది. బయటకు పోయానంటే ఇక మళ్లీ వెనక్కు, నువ్వు బతిమాలి పిలిచినా రానమ్మ. అంత మొండిఘటం నేను.

"లాస్ట్ అండ్ ఫైనల్ గా నేను చెప్పేది ఏమిటంటే సమస్య పరిష్కారం కోసం నేను సామ దాన బేధ దండోపాయాలు ఉపయోగించను తల్లి. బామాలి, భయపెట్టి చెయ్యను తల్లి. ఏమిటో నా ముఖం మీద ఏమి రాసిపెట్టి ఉందో నేను ఫీల్డులోకి దిగే సరికి రెండు పక్షాల వాళ్ళు ఒక రాజీకి

వచ్చేసి సెట్ అయిపోతున్నారు బిడ్డ!!?? నా చరిష్మా అలా వెలిగిపోతుందమ్మా. 'అద్భుతం' జరుగు తుంది..'మహాద్భుతం!!"..జరుగుతుంది!!!"

చిరాకు ఇంట్లో నుంచి అడుగు బయటపెట్టాడు. దబ్బున రెండు తలుపులు పెద్ద శబ్దంతో మూసుకున్నాయి. అతను ఏ మాత్రం కంగారుపడలేదు. ఎందుకంటే అలాగే జరుగుతుందని అతనికి ముందే తెలుసు! గత అనుభవాలు ఉన్నాయి మరి.

బయట ఇంకా చిన్నగా తుంపరపడుతోంది. తన సంకలోని ఖాకీ రంగు గోతంలాంటి సంచి నుంచి దళసరి రగ్గులాంటి గుడ్డ బయటకు తీశాడు. నెత్తి మీద నుండి కప్పి కుడి భుజం మీద నుంచి చుట్టూ తిప్పాడు. వడివడి గా నడుస్తూ బురద నీటిలో కూడా, చాలా దూరం నడిచి రైలు పట్టాలు దాటి గబగబా అటు వైపుకు వెళ్ళిపోయాడు. స్టేషన్లో పెద్దగా జనం లేరు. ఖాళీ బల్ల మీద కూర్చుని పొడవాటి బంక చుట్ట తన ఎడమ పక్క జేబీలో నుండి తీసి అంటించాడు. పొగ గుప్పుగుప్పున వస్తోంది.

"ఓం ఫట్...హాం ఫట్... ఫటాఫట్!!" గొణుక్కున్నాడు చింతపిక్కల రామ కుటుంబం అలియాస్ చిరాకు.

కాసేపటికి వైజాగ్ వెళ్లే ఎక్స్ ప్రెస్ వచ్చి ప్లాట్ ఫామ్ మీద ఆగింది. అప్పటికే టికెట్ తీసుకున్న వాళ్ళందరూ బిలబిలమంటూ ఎక్కేసారు. ప్లాట్ ఫామ్ చాలా మటుకు ఖాళీ అయిపోయింది.

'చిరాకు'... బల్లమీద కూర్చుని స్టేషన్ మెయిన్ గేటు రోడ్డు మీదే దృష్టి పెట్టాడు. మరి ఈ వైజాగ్ ఎక్స్ ప్రెస్ వెళ్లిన కాసేపటికి కానీ తను ఎక్కవలసిన వైజాగ్ ప్యాసింజర్ రాదు మరి. కాళ్లకు అంటుకున్న బురద దురద పెడుతున్నా అతనికి ఏమీ అనిపించడం లేదు. కొద్దిసేపట్లో వైజాగ్ ఎక్స్ ప్రెస్ బయలుదేరబోతున్న అనౌన్స్మెంట్ కూడా వచ్చేసింది.!

చిరాకు బంకచుట్ట పొగను గుప్పుగుప్పున వదులుతూ కళ్ళు పూర్తిగా మూసుకుని చాలా సేపు అలాగే ఉండి తెరిచాడు. అతని దృష్టి స్టేషన్ మెయిన్ గేట్ దగ్గర అప్పుడే వచ్చి ఆగి ఉన్న పసుపు రంగు ఆటో మీద పడింది. అందులో నుండి రెండు భుజాలకు బరువైన బ్యాగులతో ఒకామె దిగింది. ఏమాత్రం ఆయాస పడకుండా పరుగు పరుగున స్టేషన్‌లోకి వచ్చి కంగారుగా టికెట్ కౌంటర్ లో డబ్బులు ఇచ్చి టికెట్ తీసుకుని ప్లాట్ ఫామ్ మీద కదలబోతున్న వైజాగ్ ఎక్స్ ప్రెస్ దగ్గరకు గబగబగా వచ్చేసింది. దట్టమైన చుట్ట పొగలోంచి ఆమె ఆకారం 'అస్పష్టంగా' కనబడుతోంది..'చిరాకు' కు...!

అయితే, ఆమె మాత్రం ఖచ్చితంగా ఎడమ చెవి దగ్గర నిటారుగా పాపిడి తీసుకున్నావిడే!!! అప్పటికే ట్రైన్ ఒక జెర్క్ ఇచ్చి కదిలింది. ఆమె రెండు బ్యాగ్లను బోగిలోకి గిరాటుపెట్టి డోర్ రాడ్ పట్టుకొని అతి బలవంతంగా బోగి లో రెండు అడుగులు పెట్టి ఒక్క ఉదుటున పైకి ఎక్కేసింది. ఎక్స్-ప్రెస్ ఒక్కసారి చాలా స్పీడ్ అందుకుంది, పెద్దగా కూత వేసుకుంటూ....!

చింతపిక్కల రామకుటుంబం అలియాస్.... 'చిరాకు'...నోట్లోంచి బంకచుట్టను తీయకుండా ఆకాశం వైపు ముఖం పెట్టి....' ఇ హే హే '... అంటు గట్టిగా నవ్వేసాడు...ఇంకా నవ్వుతూనే ఉన్నాడు... అలా నవ్వుతూనే ఉన్నాడు!!!!

(నెచ్చెలి స్త్రీవాద వెబ్ మ్యాగజైన్ కథల పోటీలలో ద్వితీయ బహుమతి..2022 ఆగస్టు.)

పంచభూతాల సాక్షిగా

హోరున వర్షం పడుతోంది

చిరిగిపోయిన నల్లనిగొడుగు వేసుకొని తడుస్తూ గబ గబా కంగారుతో పరుగు లాంటి నడకతో నడుస్తోంది .

ఎంకటలచ్చిమి. చేతిలో చిన్ని ప్లాస్టిక్ డబ్బా. దానిలో నేమ్ కూడా అస్పష్టంగా కనిపించని ఖాళీ టాబ్లెట్స్ రేపర్. ఆమె పట్టుకున్న గొడుగు నుండి ఒక్క వర్షం నీటి బొట్టు కూడా వృధా కాకుండా ఆమె తలమీద పడుతూనే ఉంది వర్షం.

వెంట్రుకల మీద పడిన నీళ్ళు నుదురు మీద నుండి దబదబా జారిపడి కనురెప్పలను క్రిందకు బలవంతం గా దించేస్తున్నాయి. దానితో ఆమెకు దారి కూడా కనిపించటం లేదు. పైగా చీకటి. అక్కడక్కడ గోతులు,గుంతలు. అప్పుడప్పుడు ఉరుములు, మెరుపులు.

ఆ భయంకర వాతావరణంలో తననెవరో తరుము కొస్తున్న శబ్దాలు. తననెవరో చెట్టు చాటు నుండి చూస్తున్న అలికిడి. అంతేకాదు ఎవరో అస్పష్టపు ముసుగు మనిషిలాంటి వ్యక్తి కదలికలు. ఇంకో పక్క దూరం నుండి పోలీస్ పెట్రోలింగ్ వాహనం పెద్దగా సైరన్ వేస్తూ దూసుకొస్తున్న శబ్దం. మరో పక్క నిద్రా దేవత, ఆకలి రాక్షసి ఇద్దరూ కలిసి ఒకేసారి తన కంఠాన్ని నులిమి పడేస్తున్న అనుభూతి!!

ఇవన్నీ ఎంకటలచ్చిమి మహాప్రయత్నానికి అడ్డు రావడం లేదు! ఆమె సాధించాలనుకున్న ప్రయత్నం బాపతు పట్టుదల, దీక్ష అలాంటివి మరి!!!

సడన్ గా ఆమె వెనుక నుండి ముందుకు వచ్చి ఆగింది పోలీసు పెట్రోలింగ్ వాహనం.

" ఎవరు నువ్వు ? ఇంత అర్ధరాత్రి ఎక్కడికి వెళ్ళు తున్నావు" ? ఎయిర్ విండ్ మిర్రర్ డౌన్ చేసి ప్రశ్నించింది ఓ పోలీసు కంఠం.

ఆమె ప్లాస్టిక్ డబ్బా తెరిచి చూపించింది. నెమ్మదిగా ఏదేదో చెప్పింది.

'సరే, కొంచెం ఎదరకు వెళ్ళు' అన్నట్లు చేత్తో చూపించి కదిలి వెళ్ళిపోయింది ఆ వాహనం.

ఎంకటలచ్చిమి డబ్బా జాగ్రత్తగా మూత పెట్టింది. చుట్టూ బెదురుగా చూసింది. అంత వర్షంలోనూ దూరంగా మర్రిచెట్టు చాటు నుండి ముసుగు మనిషిలాంటి వ్యక్తి తనను పరిశీలనగా పరిశీలిస్తున్నట్టుగానే అనిపించింది. మళ్లీ పరుగులాంటి నడక లంకించుకుంది.

ఈ ఏరియా కాకపోతే మరొక ఏరియా తెల్లవారే వరకు తిరిగి తిరిగి తను అనుకున్నది సాధించి తీరాలి. అది సంపాదించే.. తను తిరుగుముఖం పట్టాలి.

భయం, భీతి, బెరుకు, అసహనం, అసహాయత, అనుమానం, కలవరపాటు, తడ బాటు, ఇవన్నీ పక్కన పెట్టేసింది ఎంకటలచ్చిమి.

ఆ అర్ధరాత్రి దూరంగా కనిపిస్తున్న ఓ మందుల షాపు దగ్గరకు వెళ్లి ఆతృతగా తన దగ్గర ప్లాస్టిక్ డబ్బా మూత తెరిచి చూపించింది ఎంకటలచ్చిమి. ఆ షాపు ఓనరు దానిని పరిశీలనగా చూసి అర్ధంకావడం లేదు అన్నట్టు చెయ్యి ఊపి మళ్లీ ఆమెకు ఇచ్చేశాడు. ఆమె బాక్స్ కు మూత పెట్టి మళ్లీ నడక లంకించుకుని కొంచెం దూరం వెళ్లి అనుమానంతో వెనక్కు తిరిగి చూసింది.

తనను వెంబడిస్తున్న ఆ ముసుగు మనిషి లాంటి వ్యక్తి తను వెళ్ళిన మందుల షాపు దగ్గర నిలబడి ఉండడం స్పష్టంగా గమనించింది. తన గురించి ఆరా తీస్తున్నాడా????

ఎంకటలచ్చిమి చాలా సేపు ఆ ఏరియాలో తిరిగి తను అనుకున్నది సాధించే సమయం పూర్తి కాకపోవడంతో మరో ఏరియాలో ప్రవేశించింది, ఆ పెద్దనగరంలో.

వెనక్కు తిరిగి చూసింది. ఆ ముసుగు మనిషి లాంటి వ్యక్తి తనను వెంబడిస్తున్నట్టుగానే అనిపించింది.

అర్ధరాత్రి అంత భారీ వర్షంలో ఒక ముసుగు మనిషి లాంటి వ్యక్తి అసలు తనను వెంబడించడం దేనికి??

అతని కదలికలను పసిగడుతూనే వేగంగా నడుస్తోంది ఎంకటలచ్చిమి. అసలు ఆ ఆకారం ఒక ముసుగు మనిషి కాకపోవచ్చు. తన భయం తాలూకు అనుమానం కావచ్చు కూడా. ఏమో ఏదైనా, తను మాత్రం అసలు భయపడటం లేదు.. ఎందుకంటే ఆమె దృష్టి అంతా ఆమె కార్య సాధన మీదే ఉంది!!!

ఈసారి ఇంకా పెరిగింది వర్షం. గాలి వీస్తూనే ఉంది.

ఉరుములు మెరుపులు వస్తూనే ఉన్నాయి. ఆ పరిస్థితుల్లోనూ ఎంకటలచ్చిమి, ఓ ఆసక్తికర సంఘటన తనకు కొంచెం దూరంలో గమనించింది.

ఆ ముసుగు మనిషిలాంటి ఆకారం తనను వెంబడించడమే కాదు తనను దాటుకొని బాగా ముందుకు వెళ్ళిపోయింది.

అన్ని ఏరియాలకు ఒకే పెట్రోలింగ్ వాహనం కావడంతో తన ముందు వెళుతున్న ఆ పెట్రోలింగ్ వాహనంని చెయ్యి అడ్డు పెట్టి ఆపి దగ్గరకు వెళ్లి ఏదో గుసగుసగా చెప్పినట్టు చెప్పాడు ఆ ముసుగు మనిషి లాంటి వ్యక్తి . అతడిని పోలీసులు ఏదో అడిగారు. అతను ఏదో చెప్పాడు.

చివరికి 'నేను ప్రయత్నిస్తాగా మీరు వెళ్ళండి' అన్నట్టు పోలీసులతో అతను చెప్పినట్టు ఆమె అర్ధం చేసుకుంది. ఆ ఆకారం నిజమైన ముసుగు మనిషి అని తెలిసాక కూడా ఆమె ఏమాత్రం భయపడలేదు.

భయం దేనికి? చంపేస్తారా ? మరీమంచిది.

ఎప్పటికైనా తప్పనిది అది ఒకటేగా. దాన్నుంచి ఈ భూప్రపంచంలో ఏ వ్యక్తి తప్పించుకోలేదు. ఇక తను ఎంత? తన అర్భక బ్రతుకెంత?

అసలు తను బ్రతకాలా? బ్రతకాలి.. బ్రతకాలి...బ్రతికి తీరాలి... తను లేనిదే బ్రతకలేని

ఒక ప్రాణం గురించి ఖచ్చితంగా ఏమాత్రం అనుమానం లేకుండా నూటికి నూరుపాళ్లు తను బ్రతికే తీరాలి.

ఆ అర్ధరాత్రి దాటిన తర్వాత రెండున్నర గంటల సమయం. ఆ ఏరియాలో మరొక మందుల షాప్ ను ఆమె వెతుకుతుండగా మళ్లీ అడ్డగించింది అదే పెట్రోలింగ్ వాహనం. ఆమె తన పని పూర్తికాలేదు అన్నట్టు చెప్పింది.

ఆ పోలీసులు పెద్దగా పట్టించుకోలేదు. ముందుకు వెళ్ళిపోయారు. ఏది ఏమైనా ఆ పోలీసులు తనను అనుమానంగానే చూస్తున్నట్టు ఆమెకు అనిపించింది.

ఎంకటలచ్చిమి తిరిగి తిరిగి తిరిగిన చోటకే తిరిగి తిరిగి చిట్టచివరికి ఒక మందుల షాపు చూసి ఆనందంతో అక్కడకు వెళ్లి తన దగ్గర ప్లాస్టిక్ డబ్బా మూత తెరిచి వాళ్లకు చూపించింది. ఆ షాపు వాళ్లు లైట్ కాంతిలో ఆమె ఇచ్చిన టాబ్లెట్స్ రేపర్ ను చాలా సేపు నిశితంగా పరిశీలించి అర్థం కాలేదు అన్నట్టు ఆమెకు తిరిగి ఇచ్చేశారు. ఆమె ఏదో అడిగింది. వాళ్లు కొంచెం ఎదురుగా వెళ్లి పక్కకు తిరిగి అక్కడ ప్రయత్నించమన్నారు. ఆమె మరో ప్రయత్నం చేద్దాం అన్నట్టు నడక మొదలు పెట్టింది.

ఎంకటలచ్చిమి నడుస్తోంది, నడుస్తోంది, నడుస్తోంది. నడిచిన చోటే నడుస్తోంది. తిరిగిన చోటే తిరుగుతోంది. సమయం తెల్లవారుజామున మూడున్నర దాటింది. మరో గంటన్నరలో తెల్లతెల్లగా తెల్లవారిపోతోంది.

★★★

"హలో విశ్వం. ఏదైనా ఇన్ఫర్మేషన్ తెలిసిందా..."

"ట్రై చేస్తున్నాను సార్ ఎలాగైనా ఈ రోజు గేమ్ ఫైనల్ కి వచ్చేస్తుంది. నో డౌట్."

"ప్రొసీడ్ ప్రొసీడ్..... నువ్వు చాలా అలర్ట్ గా ఉండాలి. నా ఉద్దేశ్యం ప్రకారం గా మొదట్లో ఆవిడ పిచ్చిది అని భావించాను. అదేం అయిఉండకపోవచ్చు అంటూ నువ్వు ఖచ్చితంగా చెప్పడంతో ఈ కేసు ఏ మలుపు తిరిగి ఎక్కడ ఆగుతుందో తెలుసు కోలేకపోతున్నాను. అడిగితే ఆవిడ తన పేరు ఎంకట లచ్చిమి అని చెప్పింది. ఆడ కూతురు. పెద్ద వయసు కాదు. నలభై యాభై కి మధ్యలో ఉండొచ్చు. పోనీ బ్రోతల్ హౌస్ మెయింటెయిన్ చేసే లేడీ అనుకోవడానికి ఆవిడ ముఖం, మాటలు బట్టి ఆవిడకు అంత సీన్ లేదు అనిపిస్తోంది.. అయినా మన నగరంలో అసాంఘిక కార్యకలాపాలు ఎప్పుడో కట్టడి చేశాను కదా! మరి ఏ కోణంలో ఆలోచిద్దాం అన్నా క్లూ ఇప్పుడు దొరకటం లేదు. ఆరు నెలల నుంచి ఆ ఆడది ఇలాగే అర్ధరాత్రి కొన్ని ఏరియాల్లో అలా ఎందుకు సంచరిస్తు న్నట్లు. మన స్టాఫ్ చెప్పినదాన్ని బట్టి వారంలో కనీసం నాలుగు రోజులు ఆవిడ ఇదే రకంగా ప్రవర్తిస్తుందట.

మానవ బాంబు కన్నా పెద్ద టెన్షన్ పెడుతోంది... ఎనీహౌ... విశ్వం నీ వృత్తికి సరైన న్యాయం చేసే సమయం ఇదే.

ఆ... అన్నట్టు చెప్పటం మరిచాను.

ఆవిడ పూర్తి అడ్రస్ కూడా సేకరించాలి. పూర్తి ఫ్యామిలీ డీటెయిల్స్. మొత్తం అన్ని రేపటి కల్లా నా దగ్గర ఉండాలి. ఇప్పుడు నువ్వు ఏ ఏరియాలో ఉన్నట్టు?

ఆ ఆ ఆహా..అలాగా..12 గంటలు దగ్గర నుండి ఆవిడనే అనుసరిస్తున్నావా? వెరీ గుడ్ వెరీ గుడ్... గతంలో కూడా ఇలాగే మా డిపార్ట్‌మెంట్ కి చాలా సహకరించావు.

మా అధికారులు తరపు నుంచి నీకు మంచి గిఫ్ట్ వచ్చే ప్రయత్నం నేనుచేస్తాను. ఉంటాను. బై ది బై ఏదైనా ప్రమాదం జరిగినా లేదా అనుకోని సంఘటనలు ఎదురైనా నాకు ఫోన్ చేస్తే నిమిషాల్లో అక్కడికి వస్తాను. రిస్కు తీసుకోవద్దు. ప్రాణాలు ముఖ్యం కదా! ఉంటాను."

పెట్రోలింగ్ వాహనం లో ఉన్న ఎస్సై శ్రీధర్ మాట్లాడవలసినదంతా పూర్తిగా మాట్లాడి సెల్ ఆఫ్ లో పెట్టాడు.

★★★

సమయం తెల్లవారుజామున 4.30 నిమిషాలు.

ఎంకటలచ్చిమి నిస్పృహతో లేదు..! తను అనుకున్న మెడిసిన్ దొరకకపోయినా తను వచ్చిన పని పూర్తిగా పూర్తయినది అన్న భావనలో వెను తిరిగి నడుస్తోంది. వర్షం పూర్తిగా తగ్గింది. అయినా ఆమె గొడుగు ముడచలేదు. తను తన ఇంటికి వెళ్లే సరికి ఇంచుమించుగా తెల్లవారవచ్చు. చాలు ఇక తను అనుకున్న పని ఈ రోజుకు పూర్తయినట్లే.

చుట్టూ పరికించి చూసింది. ఆ ముసుగు మనిషి లాంటి వ్యక్తి కానీ ముసుగు మనిషి ఎక్కడా కనిపించలేదు. ఆమె ఇప్పుడు తన నడకలో వేగం కొంచెం పెంచింది.

నడిచింది నడిచింది.. ఇంచుమించు నగరం చివరకు వచ్చేసింది. కొంచెం దూరంగా ఆ కనిపించే బడ్డీకొట్టు , దానిని ఆనుకొని పెద్ద రాళ్ల గుట్టలు. అవి దాటాక రెండు మూడు చిన్న పూరి గుడిసెలు. అవి దాటాకా ఆ కనబడే అతి చిన్ని పూరి గుడిసే ఎంకటలచ్చిమిది.

అది ఓ పక్కకు ఒరిగిపోయింది. దాన్ని సమీపించింది ఆమె. తాటాకు తలుపు నెమ్మదిగా తోయబోయింది.

"ఆగు" వెనుకనుండి ముందుకు వచ్చి గట్టిగా అరిచాడు ఆ ముసుగు మనిషి లాంటి వ్యక్తి. భయపడింది ఎంకటలచ్చిమి.

" ఎవరు నువ్వు? అర్ధరాత్రి నుండి ఇప్పటి వరకు ఎందుకు సిటీ అంతా తిరిగావు. నీ వెనుక ఎవరున్నారు? నీ చర్యలు ఏమిటి? మారువేషంలో ఉన్న ఇతర దేశాలతో సంబంధాలు ఉన్న వ్యక్తిగా నువ్వు కనిపిస్తున్నావు. పైగా అమాయకంగా అడుక్కుతినే దానిలా నటిస్తున్నావు. నీ గురించి నా నిద్ర అంతా పాడైంది. వర్షంలో తడిసిముద్దయ్యాను. నేను సాధారణంగా నిన్ను వదిలి పెట్టను. ఇప్పుడే పోలీసులకు ఫోన్ చేసి వాళ్లకు నిన్ను సరండర్ చేస్తాను. నిజంగా చెప్పు ఎవరు నువ్వు నీ చర్యలు ఏమిటి? పాకలో లోపల ఏమున్నాయి, మారణాయుధాలా?మాదక ద్రవ్యాలా? విదేశీ ద్రోహులా, అసాంఘిక కార్యకలాపాలా, లేక బాంబులు తయారుచేస్తున్నారా?? చెప్పు

చెప్పు"గద్దించాడు ముసుగుమనిషి లా కనబడే విలేఖరి విశ్వం.

"అయ్యా! నాకు ముందే తెలుసు. మీరు పేపరోల్లు. మీ ఉజోగం మీది. నా నరకయాతననాది."అంటూ తలుపుతోసింది ఎంకటలచ్చిమి. నేల మీద బట్టలు లేకుండా పడున్నాడు ఆమె మొగుడు కోటితిప్పడు.

"నా మొగుడు తాగి వత్తే నాకు యమలోకం కనపడతాది బాబు. పిచ్చియదవ. నన్ను నా బట్టలు ఇప్పమంటాడు. తప్పునేదుబాబు పెల్లాన్ని కదా! కానీ ఆడు పిచ్చిపిచ్చి పనులన్నీ సేత్తాడు బాబు.

అశుద్ధం పట్టుకొచ్చి ఒల్లంతా రాసి ఏడిపిత్తాడు. మీరైతే తట్టుకోగలరా...." ఆమె బోరున ఏడుస్తోంది.

"నన్ను రోడ్డు మీన నిలబడి బట్టలు నేకుండా డాన్స్ కత్తమంటాడు. మీరు సేయగలరా...?" ఆమె చాలా గట్టిగా రోదిస్తోంది.

తనకు సేతికి దొరికిన వస్తువుతో నన్ను సితక బాదుతాడు. ఈగో గాయాలు. మీరు తట్టుకోగలరా?

బండబూతులు తిడతాడు. గోర్లతో రక్కుతాడు."

ఈసారి ఆమె ఏడవడం లేదు. దబదబా రెండు చేతులతో నెత్తి బాదుకుంటోంది. ."ఆ యమలోకపు నరకం భరించనేక అంతకన్నా రోడ్డుమీన రేతిరి అంతా అలా పిచ్చిదానిలా తిర గడమే నాకు బాగుంటుందియ్యా. పోలీసుల బారి నుండి తప్పించుకోడం కోసం ఇలా ఏదో వంక ఎట్టు కొని రేతిరంతా తిరిగి తిరిగి రాడమే నాకు సుఖం అనిపిత్తది. ఒకచోట కూకుంటే.... ఎందుకు కూకున్నావు అని పోలీసోల్లు ఏధిస్తారు.

ఇంటికాడకి ఎల్లి పొమ్మని కేకలు ఎడతాడు. అందుకనే ఏడాదొరకని మందులు వంక ఎట్టు కుని రేతి రంతా తిరుగుతున్నాను. తెల్లవారులు తెరిచి ఉండేవి మందుల సాపులే కదా.

నా మొగుడు ఎట్టే కట్టం ముందు ఎంత వరదొచ్చినా, తుఫానొచ్చిన ఇలా తిరగడం నాకు పెద్ద బాధ అనిపించదయ్యా. ఇలా తిరగడమే నాకు సానా సుఖంగా ఉంటాది"

ఆమె ఇంకా చెప్తుంది వినలేక చెవులు మూసుకున్నాడు విలేఖరి విశ్వం. అతని శరీర చలనం ఆగిపోయింది. నెమ్మదిగా నిలదుక్కుకోగలిగాడు.

అంతవరకూ తను తీసిన ఆమె ఫొటోస్ సెల్ నుండి డిలీట్ చేశాడు. ఆమె వాయిస్ రికార్డింగ్ కూడా తీసి పడేసాడు. జేబులో చెయ్యిపెట్టాడు. ప్లాస్టిక్ కవర్లో ఉన్న కొన్ని రూపాయి నోట్లు తీశాడు. దోసిలిలో పట్టుకొని ఆమెకు ఇవ్వ బోయాడు. ఆ నోట్ల మీద అంతలా వర్షం వస్తున్నా వెచ్చగా ఉండే రెండు నీటి బొట్లు రాలి అలా అలా కొట్టుకుపోతున్న నీటి ప్రవాహంలో కలిసిపోయి మాయమైపోయాయి .

అవి 'తన కన్నీటి బొట్లు..' అని కూడా విశ్వం తెలుసుకోలేక పోతున్నాడు.

"సరే. నిన్ను ఇప్పుడు నీ మొగుడు ఎవడి దగ్గరకి వెళ్లి పడుకొని వచ్చావు అని అడిగితే

ఏం చెప్తావ్?"

ఆమెను బాధపెట్టాలని కాకుండా అడిగాడు విశ్వం.

"ఆడు ఎదవే కానీ ఎర్రి ఎదవ కాదు బాబు. తెలివొత్తె ఆడు సానా మంచోడు బాబు. ఈ ఎదవ ఒక్క నిమిసం నేనునేకుండా బతకనేడు. ఆడు సచ్చేదాక నాను బతికుండాలి. నా మొగుడు సానా మంచోడు ...."

ఎంకటలచ్చిమి గట్టిగా ఏడుస్తూ ఇంకా ఏదో చెప్పబోతోంది.

ఇంతలో విలేఖరి విశ్వం సెల్‌ఫోన్ రింగ్ అయింది.

" విశ్వం...ఎనీ ఇన్ఫర్మేషన్...." ఎస్సై శ్రీధర్ కంఠం... అటునుండి.

" సార్... ఎంకటలచ్చిమి సానా మంచిది ." విశ్వం చెబుతున్నాడు.

" ఓస్ ఇంతేనా ....? ఇంకా ఏదో సస్పెన్స్ స్టోరీ చెబుతావనుకున్నాను" అటు నుండి ఎస్సై శ్రీధర్ నిరాశగా సెల్ ఆఫ్ చేశాడు.

ఇక్కడ విలేఖరి విశ్వం గాఢమైన శ్వాస తీసి వదిలి తను కూడా సెల్ ఆఫ్ చేసి కవరులో పెట్టుకున్నాడు.

బయట హోరున గాలి మొదలైంది.

పెద్ద శబ్దం చేసుకుంటూ ఉరుములు. భూమి దద్దరిల్లేలా ఆకాశంనుండి హోరున కుంభవృష్టి మొదలయింది..!!!

ఇంకా తన దగ్గర డబ్బు ఉన్నా ...ఈసారి..విశ్వం ... ఆమెకు డబ్బులు ఇవ్వలేదు. విశ్వమంత ఆలోచన చేయడం మొదలెట్టాడు...ఆమె గురించి తను ఏమి చెయ్యగలడు..?

ఆమె జీవితాన్ని సరిచేయాలి... బాగు చేయాలి.

ఆమె జీవనం కాల సర్పాల అగాథం లో మునిగి ఉంది. అవసరమైతే తను ఆ అగాథం లోకి దూకి ఆమెను రక్షించాలి. అతలాకుతలమైన ఆమె జీవితానికి ఆమె మొగుడు జీవితానికి ఒక సులభమైన మార్గము చూపించాలి.

"చెయ్యాలి ఆమె కోసం ఏదో ఒకటి చేసి తీరాలి.. చేసి తీరాలి...!!!!"

"ఈ వర్షం సాక్షిగా. కాదు కాదు.. ఈ పంచభూతాల సాక్షిగా... చేస్తాను".. మనసులో అనుకున్నాడు విశ్వం!!!

తనమీద తానే ఒట్టు వేసుకున్నాడు విశ్వం!!!!!

ఆ హోరు గాలికి ఇంచుమించు పూర్తిగా కిందకు ఒరిగిపోయిన ఆ పూరి గుడిసె క్రింద ఎంకట లచ్చిమి, ఆమె మొగుడుతో పాటు విలేఖరి విశ్వం కూడా ఉండిపోయాడు.

(కహానియా డాట్ కామ్ కథల పోటీలలో ప్రథమ బహుమతి... డిసెంబర్.2021)

మహోన్నత నిర్ణయం

సత్యకీర్తి గొప్ప సాహితీవేత్త. ఎన్నో గ్రంథాలు రాసి ఎన్నో అవార్డులు, రివార్డులు, సత్కారాలు కూడా పొందినదిట్ట. అతను రచించి ప్రచురింపబడిన మహోన్నత గ్రంథాలు రమారమి రెండువందల వరకు ఉంటాయి. అవన్నీ అతని ఇంటిలో తన కోసం కేటాయించుకొన్న రెండు గదుల్లో పాతకాలం నాటి టేకు బీరువాల్లో అమర్చుకున్నాడు. అలాగే తన బిడ్డలు జయేంద్ర, లలితశ్రీ. వాళ్లిద్దరికీ చెరో గది ప్రత్యేకంగా కేటాయించాడు. అయితే వాళ్లు పెద్దవాళ్లు అయినప్పటికీ తన పుస్తకాలు భద్రపరచుకున్న గదుల్లోకి మాత్రం వెళ్లనివ్వడు. కుటుంబం కన్నా పుస్తకాలని అంతలా ప్రేమిస్తాడు అతను.

ఇప్పుడు అతను ఓ మహా గ్రంథం వ్రాస్తూ తన కన్నా ఘనాపాటి గ్రంథకర్తల స్ఫూర్తి వాక్యాలు అందులో పొందుపరిచి ఆ గ్రంథాన్ని ముద్రించాలని అనుకున్నాడు. అందుకోసం తనకు దైవ సమానులు, గురుతుల్యులు లాంటి చాలామందిని కలిసి కావలసిన విషయసేకరణ పొందాడు.

చిట్టచివరగా తను హైస్కూల్ లో చదువుకునేటప్పటి తన తెలుగు మాస్టారు, విశిష్ట గ్రంథకర్త అయిన పద్మప్రభాకరం గారు ఉంటున్న చెల్లూరు అనే గ్రామం బయలుదేరాడు.

ఆరోజు.. సాయంకాలం వరకు చాలా కష్టపడి ప్రయాణించి పద్మప్రభాకరం గారు నివసించే ఊరు వెళ్లి ఆయనకు నమస్కరించి విషయం వివరంగా వివరించి ఆయనను ప్రసన్నం చేసుకున్నాడు సత్యకీర్తి.

మాస్టారు పద్మప్రభాకరం గారికి 90 ఏళ్లు వయస్సు పైబడి ఉంటుంది. ఆయన సామాన్యమైన వ్యక్తి కాదు. దేశ విదేశాల్లో సైతం ఆయన సన్మానాలు, సత్కారాలు పొందారు. అన్ని దేశాలలోనూ ఈయనకు అభిమానులు ఉన్నారు. లెక్కకు మించిన బిరుదులు పొందారు. తన శిష్యుడు చెప్పింది విని అతని మీద అభిమానంతో కాదనలేక నీరసంగా అడుగులు వేసుకుంటూ లోపలికెళ్ళి తను రచించిన కట్టలు కట్టబడి ఉన్న పాత కొత్త గ్రంథాలన్నీ జాగ్రత్తగా ఏరి దుమ్ము దులుపుతూ చివరికి ఓ గ్రంథం చేతులతో పట్టుకుంటూ బయటకు వచ్చారు.

“ సత్యకీర్తి ...ఇది నేను రాసిన గ్రంథం నాయనా. ఇది ఎప్పుడో 1990 సంవత్సరంలో ప్రచురింపబడింది. నువ్వు కూడా చాలా గ్రంథాలు రాశావు కదా. నువ్వు సామాన్యుడువి కాదు. నీ గురించి నాకు తెలుసు. అయితే నువ్వే నా శిష్యుడు అని మాత్రం ఇంతవరకూ తెలియదు. నా శిష్యుడు ఇంత గొప్పవాడు అయినందుకు నాకు చాలా గర్వంగా ఉంది నాయనా. చాలా సంతోషం” అంటూ లోపల్నుంచి వచ్చిన మాస్టారు బయట కుర్చీలో కూర్చున్నారు శిష్యుని ఎదురుగా. చాలా పేజీలు తిరగేసి 'దొరికింది' అంటూ ఒకచోట ఆగారు.

సత్యకీర్తి... ' విజ్ఞానసాగరం '... అనే ఈ ఆధ్యా త్మిక గ్రంథములోని ఈ రెండు పేజీల ముఖ్యమైన మేటర్ నీకు ఇస్తాను. అందులో నుంచి నీకు పనికి వచ్చిన వాక్యాలు నువ్వు ఇప్పుడు రాస్తున్న గ్రంథంలో ఎక్కడైనా అన్వయించుకోవడానికి బాగా ఉపయోగపడతాయి. దాంతో నీ గ్రంథానికి బలం వస్తుంది. నా శిష్యుడు అయిన నీకు సహాయపడ్డ తృప్తి నాకు కలుగుతుంది. నువ్వు వచ్చింది దీని కోసమే. నేను చదువుతాను నువ్వు రాసుకో నాయనా.... అంటూ చదవడం ఆరంభించారు మాస్టారు.

“చాలా ఆనందం మాస్టారు. ఈ మీ విజ్ఞాన సాగరం గ్రంథంలో నాకు పనికి వచ్చే ఈ రెండు పేజీలు రోడ్డు అవతలకు వెళ్లి ఫోటోస్టాట్ తీయించుకుని పది నిమిషాలలో మీ గ్రంథం మీకు పట్టుకుని వచ్చి ఇస్తాను. మీకు చదివే శ్రమ ఇవ్వడం నాకు ఇష్టం లేదు. పైగా నాకు కూడా చాలా లేట్ అవుతుంది. ఆ గ్రంథం ఒక సారి ఇవ్వండి మాస్టారు.." అంటూ వినయంగా అడిగాడు సత్యకీర్తి.

“పుస్తకం బయటకు పట్టుకుని వెళ్తానంటే ఎవరికీ ఇవ్వను నాయనా. నీ సెల్ కెమెరాతో కాపీ వస్తుందేమో ప్రయత్నించరాదూ.”

“అలారాదు మాస్టారు. నాది చిన్న సెల్. కెమెరా కి అనువైనదికాదు..”

“ఏమీ అనుకోవద్దు నాయనా. ఇదిగో పేపరు పెన్ను. వ్యాసం చదువుతాను రాసుకో” ... “అంటూ చదవడం ఆరంభించారు, పద్మప్రభాకరం మాస్టారు గారు. సత్యకీర్తి చాలాసేపు పూర్తిగా రాసుకున్నాడు.

"వయసు చూస్తే 90 పైపడినట్టుఉన్నారు. మనిషి మీద నమ్మకం లేని బ్రతుకు ఎందుకు.?" అంటూ మాస్టారుని ఒకపక్క మనసులో చీదరించుకుంటూ మరోపక్క పుస్తకాల పట్ల ఆయన వాత్సల్యానికి పొగడకుండా ఉండలేకపోయాడు సత్యకీర్తి.

అంతా బాగానే ఉంది కానీ, మాస్టారు తన ప్రచురింపబడిన పుస్తకాలను బీరువాల్లో, అలమరాలలో చక్కగా పేర్చలేకపోయారు. కట్టలు కట్టి పోగులుగా పడేశారు. కొన్ని బూజులు పట్టి ఉన్నాయి. మరికొన్ని అట్టలు ఊడిపోయి చిందరవందరగా ఉన్నాయి. కావలసిన పుస్తకం వెంటనే తీసుకునేటట్లు ఇండెక్స్ అమరిక లేదు. ఇన్ని వందలాది మహత్తరమైన గ్రంథాల పట్ల ఎందుకు మాస్టారు సరైన శ్రద్ధ తీసుకోలేకపోయారు..!? వయసు భారమా? అయ్యుండొచ్చు. పోనీ ఆయన కుటుంబ సభ్యులు? ఏమో ? ఎవరి కుటుంబ విధానాలు ఎలాంటివో...!! కిటికీ లోంచి పుస్తకాలు ఉన్న గదులను పరికిస్తూ కించిత్తు బాధ పడ్డాడు సత్యకీర్తి.

"ఈ నా విజ్ఞానసాగరం పుస్తకం ఇప్పుడు ఎక్కడ అమ్మటం లేదు అని తెలిసింది నాయనా. ఏ కారణం చేతనైనా ఈ పుస్తకం పోతే మళ్లీ నేను కొనుక్కుందాం అన్నా దొరకదు కదా. అందుకనే ఎవరికీ ఇవ్వటం లేదు. మిగిలిన అన్ని పుస్తకాలలోకి ఈ పుస్తకం నా ప్రాణం. మరో విషయం. నీకు వినిపించిన ఈ రెండుపేజీల “దిగువనే” ఇదిగో ఈ ఖాళీ లో ఈరోజు జరిగింది సింపుల్ గా రాసి తారీఖు కూడా వేసి సంతకం పెట్టుకుంటాను. ఇది నా అలవాటు అన్నమాట..

ఇంకో మాట! వయసు పైబడిన వాడిని కదా. నీ పుస్తకావిష్కరణకు రాలేను. నువ్వు నీ గ్రంథం ప్రింట్ చేశాక వీలుపడితే ఓ పుస్తకం పోస్టులో పంపు." అంటూ మాస్టారు పద్మప్రభాకరం గారు తన పుస్తకాన్ని లోపలకు తీసుకెళ్ళి పోయి భద్రపరుచుకున్నారు.

సత్య కీర్తి మాస్టారు నుండి సెలవు తీసుకుని ఇంటికి వచ్చాడు ఆయన నుండి తెచ్చిన కొన్ని వాక్యాలను తన గ్రంథంలో కొన్నిచోట్ల అమర్చి గ్రంథం ప్రచురించి పుస్తకావిష్కరణ కూడా కావించి తెలుగు మాస్టారు కోరినట్టు ఆయనకు కూడా ఒక పుస్తకం బుక్ పోస్టులో పంపడం కూడా జరిగిపోయింది.

మూడు నెలలు గడిచి పోయింది.

ఈరోజు.. సత్యకీర్తి మళ్లీ తన తెలుగుమాస్టార్ని కలవడానికి చెల్లూరు బయలుదేరాడు.

తను పోస్టులో పంపిన తన గ్రంథం మీద పద్మ ప్రభాకరం మాస్టారు గారి అభిప్రాయం తెలుసుకోవాలి అన్నది సత్యకీర్తి ప్రయాణ ఉద్దేశం.

చెల్లూరు వచ్చి ఊరు బయట టీ బడ్డీ కొట్టు దగ్గర ఆగాడు సత్యకీర్తి.

" ఓ రెండు మసాలా గారెలు ఇవ్వవోయి." అడిగాడు బడ్డీకొట్టు అతన్ని. వెంటనే బడ్డీవాల తన దగ్గరున్న దళసరి బైండ్ పుస్తకంలోంచి ఓ డబల్ పేపర్ కసక్కన లాగి అందులో రెండు మసాలాగారెలు కొంచెం చెట్నీ వేసి సత్యకీర్తి కి అందించాడు.

ఆకలి మీద ఉన్న సత్యకీర్తి బడ్డీవాల అందించిన మసాలాగారెలు తింటూ ఆ గారెలు పెట్టి బడ్డీవాల ఇచ్చిన పేపర్లోని అక్షరాలు స్పష్టంగా కనబడటంతో చదవనారంభించాడు ఆత్రుతగా.

" అందుచేత. ప్రతిమనిషి జాగ్రత్తగా విని గుండె పుటల్లో చెక్కుకోవలసిన చివరిమాట ఒకటే..!!

మనం ఒక చెట్టు నాటడం ముఖ్యం కాదు!!.

అలాగని దానికి నీళ్లు పోసి పెంచి పోషించడం అది కూడా ముఖ్యం కాదు.!!

మనకు వీలు కానప్పుడు ఆ "చెట్టు పట్ల" మనం నెరవేరుస్తున్న " బాధ్యత " ఆపకుండా దీక్షతో నిర్వహించే వారసుడిని కానీ వారసురాలిని కానీ" నియమించడం" అదే అదే అతి ముఖ్యం..!!!"

" కంటి కన్నా. 'కనురెప్ప' ముఖ్యం. ఆ కను రెప్పకు కంటిని 'రక్షించే బాధ్యత' మనిషి అప్ప చెప్పకపోతే కన్ను చీకటై పోతుంది....!!"

ఆ వాక్యాలు చదివి ఆశ్చర్యం నుంచి తేరుకోలేక పోయాడు సత్యకీర్తి.

చూస్తే బడ్డీవాలా బల్లమీద తెలుగుమాస్టారి "విజ్ఞానసాగరం" గ్రంథం ఉంది....!

ఆ పుస్తకంలో నుంచి చాలా కాగితాలు చింపి అతను మసాలాగారెలు పొట్లాలు కట్టగా కట్టగా ఇంకొన్ని కాగితాలు మాత్రమే మిగిలిఉన్నాయి.

విచిత్రం ఏమిటంటే తను చేతిలో పెట్టుకు తింటున్న" మసాలాగారెలు "పేపర్లో బాగా దిగువన మాస్టారు సంతకం కూడా ఉంది. అది ఇదివరలో తను మాస్టార్ ని కలిసినప్పుడు ఆ రోజు తనతో జరిగిన సంఘటన పేపరు దిగువ ఖాళీలో తారీఖుతో సహా సింపుల్ గా రాసి క్రింద పెట్టిన సంతకమే!!!

ఈ రెండు పేజీలలోని వాక్యాలే సత్యకీర్తి తన గ్రంథంలో పెట్టుకోవడం కూడా జరిగింది. !!!

ఎంత చిత్రం?? మాస్టారి ఇంట్లోని తనకు ఓ ఐదు నిమిషాలు ఇవ్వడానికి నిరాకరించిన ఒరిజినల్ గ్రంథం పేపర్ కటింగ్లోనే తను మసాలాగారెలు తినటమా?

సత్యకీర్తి వెంటనే మసాలాగారెలు కింద పడేసి పరుగులాంటి నడకతో మాస్టారు ఇంటికి సమీపించి ఆ ఇల్లు తాళం వేసి ఉండటంతో ఇరుగు పొరుగు వారిని విచారించాడు.

తెలుగు మాస్టారు పద్మప్రభాకరం గారు నెలక్రితం చనిపోయారట!! అతని కొడుకులు, కోడళ్ళు, కూతుళ్ళు, అల్లుళ్ళు ఇతర దేశాల్లో పెద్ద పెద్ద ఉద్యోగాల్లో వెలిగి పోతున్నారట!!!

మాస్టారు భార్య సామాన్య చదవరి. ఆయన కాలం చేయడంతో కర్మకాండలు అయిన వెంటనే ఆ ఇంటిని అమ్మేసి కొడుకులతో పాటు "ఆమె" అమెరికా వెళ్ళిపోతూ తన లగేజీతో పాటు మాస్టారి పుస్తకాలన్నీ మోయలేక కొడుకులు కూడా ఆ పుస్తకాలను చీదరించుకుని చిరాకు పడటంతో తూకానికి చిత్తుకాగితాల వాడికి ఆవిడ "ఆయన మహోన్నత మహోజ్జ్వల గ్రంథాలన్నీ" అమ్మేసిందట!!!!!

అలా వచ్చిపడిందన్నమాట మసాలాగారెల బడ్డీకొట్టు లోకి మాస్టారి "విజ్ఞానసాగరం" గ్రంథం!

ఈ విషయం గ్రహించిన సత్యకీర్తి మరొక్కక్షణం అక్కడ ఉండలేక వెంటనే తన ఊరు వచ్చి ఇంటికి వెళ్లి గాబరాగా ఆతృతగా తన పిల్లలిద్దర్ని పిలిచాడు. జయేంద్ర, లలితశ్రీ ఇద్దరూ వచ్చి తండ్రి ఎదురుగా నిలబడ్డారు.

"ఇన్నాళ్లు మీరిద్దరూ నా రూములోకి వస్తుంటే...' వద్దు ' అనే వాడిని. నా గ్రంథాలు మీరు చదువుతుంటే 'మీ చదువు ఏదో మీరు చదువుకుంటూ గొప్పవాళ్ళు కండి. నా పుస్తకాల జోలికి రాకండి ' అంటూ కసురుకునే వాడిని. తప్పుచేశాను. నాకిప్పుడు జ్ఞానోదయమయింది. గతం గతః.. ఇప్పుడు మీ ఇద్దరికీ చిన్న పరీక్ష పెడుతున్నానర్ర" అన్నాడు, పిల్లలు ఇద్దరి వైపు చూస్తూ సత్యకీర్తి. పిల్లలిద్దరికీ విషయం అర్థం కాలేదు.

సత్యకీర్తి తను రాసిన గ్రంథాలు ఉన్న చెరో రూమ్ లోకి ఆ ఇద్దరినీ విడివిడిగా పంపిస్తూ ఒకరోజు గడపమన్నాడు. ఆ సమయంలో తను రచించిన 'వంద పేజీల' పుస్తకాలు మాత్రమే చదవడానికి ప్రయత్నించమని అన్నాడు. ఎవరు ఎక్కువ పుస్తకాలు చదువుతారో దాన్నిబట్టి నేను ఒక నిర్ణయానికి కూడా వస్తాను." అంటూ చెప్పాడు.

ఈసారీ సత్యకీర్తి మనసు తేలిక పడింది. ఎక్కువ పుస్తకాలు చదివిన వారికి పుస్తకాలమీద ప్రీతి ఎక్కువగా ఉన్నట్టు నిర్ణయించి వారికి తన కీర్తి ప్రతిష్టలకు సంబంధించిన పుస్తకాల ఆస్తి బాధ్యత అప్పచెప్పాలన్నది అతని ఉద్దేశ్యం.

తను ఇచ్చిన సమయం గడిచాక సత్యకీర్తి వాళ్లు ఉన్న రూముల్లోకి వెళ్ళాడు.

ఇంజనీర్ చదువుతున్న జయేంద్ర వెళ్ళిన రూమ్ లోని పుస్తకాలు ఇదివరకటిలా సక్రమంగా కాకుండా చాలా చిందరవందరగా పడిఉన్నాయి. అతడిని పిలిచి అడగగా 3 పుస్తకాలు చదివేసినట్టు గర్వంగా చెప్పుకున్నాడు. వంద పేజీల పుస్తకాల గురించి వెతకటంతో గత్తర అయిన పుస్తకాల్ని మళ్లీ పేర్చడానికి సమయం సరిపోలేదని చెప్పాడు.. తండ్రితో.

ఇక కూతురు లలితశ్రీ మెడిసిన్.. ఆమె ఒక పుస్తకం మాత్రమే చదివిందట. సత్యకీర్తి కోపంగా ఆమె గడిపిన రూమ్ లోనికి వెళ్లి అంతా పరికించాడు.

అయితే ఆమె చెప్పిన విషయం తెలుసుకొని ఆశ్చర్యపోయాడు.

లలితశ్రీ ముందుగా తనకు తండ్రి ఇచ్చిన రూమ్ లో బీరువాలో, అలమరలో ఉన్న పుస్తకాలు సక్రమమైన పద్ధతిలో పెట్టింది. దులుపు గుడ్డ కర్ర తో దుమ్ములన్నీ దులిపి రూమంతా శుభ్రం చేసింది.

పుస్తకాలు చెదలు పట్టకుండా ఉపయోగించడానికి తండ్రి కిటికీ లో పెట్టిన స్ప్రే కూడా తీసి రూమంతా స్ప్రే చేసింది. అంతేనా కొన్ని పుస్తకాలు చిరుగు పడితే కిటికీలో ఉన్న గమ్ము బాటిల్ తీసి అంటించి ఆరబెట్టింది... ఇవన్నీ చేయడంలో తను కేవలం ఒక పుస్తకం మాత్రమే చదవగలిగాను అని, సమయం చాలలేదని తనను క్షమించమని చేతులు కట్టుకు కోరింది తండ్రిని. దాంతో ఒక నిర్ణయానికి వచ్చిన సత్యకీర్తి, కుమార్తె లలితశ్రీని దగ్గరగా తీసుకొని నుదుటిపై ముద్దాడి "అమ్మా.. లలితశ్రీ మా తెలుగు మాస్టారు చనిపోయి నాకొక 'జీవిత రహస్యం' పాఠంలా నేర్పారు.

తన ఆస్తులనే కాదు తన కీర్తి ప్రతిష్టలను కూడా వెనుక ఉన్నవారు నిలుపగలిగేలా, రక్షించగలిగేలా ఎవరో ఒకరిని తయారు చేసుకోవడం ప్రతి మనిషికి చాలా 'ముఖ్యం' అన్నది. ఆయన నేర్పిన పాఠం తల్లి. ఇది కవులకు, రచయితలకు, చిత్రకారులకు, వ్యాపారస్తులకు ఇంకా చాలా మందికి వర్తిస్తుంది.

ఇకపోతే నేను పెట్టిన పరీక్షలో నా 'కీర్తిప్రతిష్టల వారసత్వం' నిలబెట్టే వారసురాలివి.. "నువ్వే" అని నీలో క్రమశిక్షణను బట్టి నేను నిర్ణయించుకున్నానమ్మ.

నేను కష్టపడి రచించిన నా గ్రంథాలన్నీ నా అనంతరం చెదపట్టకుండా, అగ్నికి ఆహుతి కాకుండా, అనామకుల పరం కాకుండా, తడిచి ముద్దవ్వకుండా, చివరికి చిత్తుకాగితాల వాడి తూకానికి బలి కాకుండా చూడవలసిన రక్షణ బాధ్యత నీకు అప్పచెబుతున్నానమ్మా." అంటూ తన గ్రంథాలున్న రెండు రూమ్ ల తాళాల గుత్తి కూతురు లలితశ్రీ కి అందించాడు ప్రేమతో సత్యకీర్తి. నిజమే....

మనం ఒక చెట్టు నాటడం ముఖ్యం కాదు!!.

అలాగని దానికి నీళ్లు పోసి పెంచి పోషించడం. అది కూడా ముఖ్యం కాదు.!!

మనకు వీలు కానప్పుడు ఆ "చెట్టు పట్ల మనం నెరవేరుస్తున్న బాధ్యత " ఆపకుండా దీక్షతో నిర్వహించే వారసుడిని కానీ వారసురాలిని కానీ.." నియమించడం " అదే అదే అతి ముఖ్యం...!!!

"కంటి కన్నా.. 'కనురెప్ప' ముఖ్యం. ఆ కను రెప్పకు కంటిని 'రక్షించే బాధ్యత' మనిషి అప్ప చెప్పకపోతే కన్ను చీకటై పోతుంది....!!"

తన తెలుగు మాష్టారి మహోన్నత గ్రంథంలోని వాక్యాలు మరొక్కసారి గుర్తు చేసుకున్నాడు ...సత్యకీర్తి!

(మన తెలుగు కథలు డాట్ కాం.. కథల పోటీలలో అత్యుత్తమ కథగా ఎన్నిక..మే నెల 2022 మరియు సహరి వెబ్ మ్యాగజైన్ లో ప్రచురితం.. జూలై..2022)

చింతకాయ పచ్చడి.. చిరాకు దంపతులు

" హలో సుబ్రహ్మణ్యం బాగున్నావా? పాత చింతకాయ పచ్చడి రుచి అదిరిపోద్ది పంపమంటావా?'

" ఎవరు మాట్లాడేది??'

"నేనురా రామచంద్రపురం నుండి శివరామకృష్ణయ్యని మాట్లాడుతున్నాను. మీ ఇంటి దగ్గర పని చేసే ఆ బాగా పొడవాటి కుర్రాడు పొడుగురాజును పంపు. వాడిని అటక ఎక్కించి పచ్చడి జాడి దింపించి పాత చింతకాయ పచ్చడి వాడి చేతికిచ్చి నీకు కూడా పంపుతాను."

" అరెరే.. వాడు నిన్ననే మానేశాడు రా"

" ఏడ్చావు ఆ సంగతి ముందుగానే చెప్పొచ్చు కదా. ఫోన్ పెట్టేయ్.. కాల్ వేస్ట్......"

" మరి పచ్చడి ఎప్పుడు పంపుతావ్ . అసలు నాకు తెలియకుండా మీ ఇంట్లో ఆ పచ్చడి ఎలా ఉంది"

" ఆపు నీ వెధవ అనుమానం. నీకు తెలియకుండా ఉండబట్టే ఇన్నేళ్లు ఉంది. ఇదిగో ఎల్లుండి మా కొడుకులు ,కోడలు ,కూతుళ్లు ,అల్లుళ్లు.. వాళ్ల వాళ్ల పిల్లలు అందరూ వస్తున్నారు. అందరం తిన్నాక మిగిలితే పంపుతాలే వింటున్నావా...'

" మళ్లీ ఏదో అరకాసులో తిరకాసు పెడుతున్నావు. వాళ్లంతా వచ్చి రెండు నెలలే కదా అయింది. మళ్ళీ ఎలా వస్తారు?" అనుమానం తీరక అడిగాడు సుబ్రహ్మణ్యం.

"అదంతే. నాకు చూడాలని ఉంది. పావులు కదుపుతున్నాను కదా! వాళ్ళు వచ్చేస్తారు."

ఫోన్ పెట్టేసాడు శివరామకృష్ణయ్య.

★★★

"‘ వెన్నెల్లో పిండారపోసినట్లు
ఆ పిండితో చేగోడీలు చేసుకుతిన్నట్టు
నీ ముఖం ఎంత కరకరలాడుతుంది.
సారీ, కళకళలాడుతుంది."

బాగుందా నా కవిత్వం లే తెల్లవారబోతోంది.

" కిర్రు కిర్రు కాలి చెప్పుల్లా
కిసుక్కున నవ్వే నీ నవ్వు శబ్దం
టెంక లేని తాటి పండులా
పళ్ళు లేని నీ నోటి అందం"

వహ్వా.. భలే కుదిరిందోయ్ ప్రాస.. కాత్యాయనీ నేను ఎన్ని కవితలు చదివినా నీకు మెలుకువ రాదేమిటి?" భార్యను లేపుతూ అన్నాడు శివరామకృష్ణయ్య.

అతను యవ్వనంలో శ్రీకృష్ణదేవరాయలు అంత దిట్ట. అన్ని పత్రికలు అవి బ్రతికినన్నాళ్లు అతని కవిత్వాన్ని ప్రచురించాయి. తన ఫోటోనే కాకుండా భార్య కాత్యాయని ఫోటోతో సహా. అతని కవిత్వ గంధం లో కాస్తంత సుగంధం ఆమెకు కూడా అంటుకుంది. అలా వాళ్ల కవిత్వాలు ఆ ఇద్దరు ఫోటోలతో సహా మారుమోగిపోయేవి అప్పట్లో.. ఇదంతా మూడు పుష్కరాలు నాటి మాట. ఇప్పుడు అతనికి తొమ్మిదిపదులు ఆమెకు పది తక్కువ.

"లేచావా కూర్చో... మన వాళ్ళందరినీ నీకు మళ్ళీ చూడాలని ఉందా?" ప్రశ్నించాడు.

"మీకు మాత్రం ఉండదా? మీ ఆశ కాకపోతే వాళ్లు మళ్లీ ఇప్పుడు ఎలా వస్తారు?"

"ముందు నువ్వు మంచం దిగు. కొంపతీసి నడుంకాని పట్టేసిందా మళ్లీ?"

"నేను చెప్తే విన్నారూ, ఆ అటక మీద పాతచింతకాయపచ్చడి జాడి గురించి మీరు శ్రమ పడటం కాకుండా నా చేత కూడా ఎక్సర్సైజులు చేయించారాయె. ఆ ముదనష్టపు జాడి మాట ఎలా ఉన్నా నా ఒళ్ళంతా నొప్పులు పట్టేసాయి." అంది కాత్యాయని నెమ్మదిగా క్రిందకు దిగుతూ.

'అది సరే కానీ ఎదురింటి అవతారం వచ్చాడా? ఖాళీ అయినప్పుడు వచ్చి అటక ఎక్కి చింతకాయ పచ్చడి జాడి కిందకు దింపుతానని మాట ఇచ్చాడు కదా."

"అతనికి అటక ఎక్కిన అవతారం అనే బిరుదు కూడా ఇస్తానని నమ్మబలికారు కదా."

"పచ్చడి జాడి కిందకి దింపుతాడని ఆశ పడి మాటిచ్చాను. ఆ ఆశ తీరకుండా నేను చస్తే మళ్లీ నిన్నే దెయ్యం అయిపోయి పీక్కుని తింటాను."

"అమ్మో ఇన్నాళ్లు పీక్కుతిన్నది చాలదూ!!'

"నీకేం తక్కువ చేశానోయ్""

"అంతా తక్కువే. చెప్పమంటారా? పిల్లల్ని ఇంజనీర్లని చేశారు. కోడళ్ళు కూడా ఉద్యోగస్తులే. కూతుళ్ళని బ్యాంకు మేనేజర్లుగా చేశారు. బిజినెస్ మ్యాగ్నెట్లని అల్లుళ్ళగా తెచ్చుకున్నారు. మనవలు కంప్యూటర్ మనుషులు అయిపోయారు. వాళ్ల పెళ్ళాళ్ళు కూడా జాబు హోల్డర్స్. అంతా బాగానే ఉంది నా బ్రతుకు మాత్రం ఇలా అయిపోయింది. చిన్నప్పుడు మా అమ్మగారు పెట్టిన వంటి రాయి పుడకని ముడురాళ్లు పుడకగా మార్చండి బాబోయ్ అంటే.. సుతారామూ వినిపించుకున్నారా?"

"దేనికైనా కాలం అంటూ ఒకటి కలిసి రావాలోయ్."

"మరే నాకు తెలియదు సుమండీ...'

"ఆ వెటకారం ఏంటి"

"మీ ఆశలన్నీ త్వరత్వరగా తీరిపోవాలి. లేకపోతే దయ్యమై పీక్కు తింటానంటున్నారు. నేను కోరుకునే దానికి మాత్రం కాలం అంటూ ఒకటి రావాలి అంటున్నారూ.. బాగుంది సంబడం"

భర్తతో సరదాగా పోట్లాడుతున్నట్టు అంది కాత్యాయని...

శివరామకృష్ణయ్య సంతానం వాళ్ళ వాళ్ల సంతానం అందరూ జంటలయ్యారు. అంతేకాకుండా వాళ్లంతా జంట నగరవాసులు కావడం విశేషం. అందరివి క్షణం తీరికలేని 5 అంకెల జీతాల ఉద్యోగాలే. ఏసీ బ్రతుకులు.. వాళ్ళందరికీ శివరామకృష్ణయ్య దంపతులంటే అభిమానమే.

ఎప్పటినుండో కాత్యాయని..

" పోనీ వాళ్లందరి దగ్గరికి వెళ్లి పోతే సరిపోతుంది కదా " అని భర్తతో అంటూ ఉండేది.

"నువ్వు వంద చెప్పు కాత్యాయని.. మీ అమ్మగారి ఇంటి దగ్గర నుండి తెచ్చుకున్న ఆ నల్లకావడి పెట్టె భూతంలా ఉంది, భయమేస్తోంది, దాన్ని అమ్మేస్తాను అంటే విన్నావా.. అదంటే నీకు అంత ప్రేమ మరి. అలాగే నాకు కూడా ఈ ఊరంటే అంత ప్రేమ. మన బ్రహ్మాండమైన చక్కని అంటే బీసీ బ్రతుకు వదిలి వాళ్ల ఏ. సీ. బ్రతుకులో ఇమడలేనోయ్." అంటూ ఆ ఆలోచన విరమింప చేసేవాడు.

ఇలా ఆ చిన్ని టౌన్ లో శివరామకృష్ణయ్య దంపతులు పాత జ్ఞాపకాల భవంతిలో ముసలి జంట గువ్వల్లా కాలం గడిపేస్తున్నారు. అదే వారికి ఇష్టంగా ఉంది. ఎవరు రమ్మన్నా వెళ్లరు. వెళ్లినా ఉండలేరు.

" ముక్కుపుడక చేయించమన్నావుగా చేయిస్తాను. సరే ఆ టీపాయ్ మీద టాబ్లెట్లు ఉన్నాయి కాస్తంత తెచ్చి ఇస్తావా?"

" మీ ముక్కుపుడకకు ఒక దండం. నేను బలంగా ఉన్నాననుకుంటున్నారా? నా టాబ్లెట్లు బాక్స్ ముందు మీరు తెచ్చి ఇస్తే రెండు బిళ్ళలు మింగి మీ టాబ్లెట్లు తెచ్చి ఇవ్వగలను?"

" మా అమ్మ పెళ్లిరోజు నాడే అన్నది. ఒరేయ్ బడుద్దాయి.. ఈ పిల్ల వాలకం చూస్తుంటే నీ వార్ధక్యంలో నిన్ను సుఖపెట్టేలా లేదురా అని. అన్నంత పని అయ్యింది. పోనీ ఆ మూలనున్న చేతి కర్ర తెచ్చి ఇస్తావు సహాయానికి."

"సింహద్వారం పక్కన నా చేతికర్ర ఉంది. అది కాస్త మీరు తెచ్చిస్తే.. ఆ మూడు కాళ్లతో వెళ్లి మీ మూడో కాలు తెచ్చి ఇవ్వగలను. సరే సరే ఎలాగోలా లేచి టీ కాచి ఇస్తాను. కాస్తంత గుటకేసి మీ పనులు మీరు చూసుకోండి బాబు." అంది చిరు చిరాగ్గా కాత్యాయని.

" నీకేం తెలుసు జీవితం అంటే దానిని కాచి వడబోసిన వాడిని."

" రోజూ టీ కాఫీలు కాచి వడబోస్తూనే ఉన్నాను మీ కన్నా నేను ఏం తక్కువ కాదు."

" నీ సతాయింపు ఆపి కావలసిన కార్యక్రమం గురించి ఆలోచించరాదూ."

" మీరనేది అటక మీద పాతచింతకాయ పచ్చడిజాడి విషయమే కదా. అసలు ఆ జాడీకి మన వాళ్ళందరూ ఇక్కడకు రావడానికి దగ్గర సంబంధం ఏమిటి అంట." చిత్రంగా ముఖం పెట్టి ప్రశ్నించింది.

'కథ... క్లైమాక్స్ లో అర్థమవుతుందిలే. మరీ అంత తెలివి తక్కువ వాడిని అనుకోకు."

★★★

అటక మీద ఉన్న పాత చింతకాయ పచ్చడి జాడి క్రిందకు దింపడం కోసం వారం రోజులుగా ప్రయత్నిస్తున్నారు. ఆ వృద్ధ దంపతులు. పాత చింతకాయ పచ్చడి పెడితే తాను కూడా రుచి చూడొచ్చు అన్న ఆశతో పాలుపోసే పోతురాజు నిచ్చెన ఎక్కబోయి నిచ్చెన కాలే కాదు తన కాలు కూడా ఇరగొట్టుకున్నాడు. బట్టలు ఉతికే అప్పిగాడు అతి కష్టం మీద అటక ఎక్కేసి.. తేలు కుట్టింది బాబోయ్.. అని క్రింద పడ్డాడు. అతని నడుమూ విరిగింది. ఆ నడుము కింద పడ్డ ఆ తేలు నడుమూ విరిగింది.

ఫోన్ రింగ్ అయ్యింది శివరామకృష్ణయ్య రిసీవర్ అందుకున్నాడు.

"హలో శివరామకృష్ణయ్య నేను రా.. సుబ్రహ్మణ్యాన్ని . నేను ఎంత ఆలోచించినా అటక మీద ఆ చింతకాయ పచ్చడి జాడీకీ మీ పటాలమంతా జంట నగరాల నుండి దిగిరావడానికి లింకు కనిపించడం లేదు ఏమిటి కథ ఎందుకు ఈ సస్పెన్స్." అడిగాడు సుబ్రహ్మణ్యం.

" ఎవరు మాట్లాడేది. సారీ.. ఇది శివరామకృష్ణయ్యగారి ఇల్లు కాదు రాంగ్ నెంబర్." రిసీవర్ కింద పెట్టేశాడు శివరామకృష్ణయ్య."

" పాయింట్ లీకు చేద్దామని ప్రయత్నిస్తున్నాడు. నేను లీక్ అవనిస్తానా?"

" ఇంతకీ ఎవరిది ఆ ఫోను."

" ఎవడో ఏబ్రాసి సుబ్రహ్మణ్యం అంట."

" అయ్యో అయ్యో వరుసకు మా అన్నయ్య కదా అతను...మన సుబ్రహ్మణ్యమే"

" ఎవడో ఒకడు. అనవసరమైన కూపీ లాగాలని ప్రయత్నిస్తే రాంగ్ నెంబరే."

" సర్లేండి నాకెందుకు. ఇంతకీ ఆ జాడీలో చింతకాయ పచ్చడి ఎన్ని సంవత్సరాల క్రితానిదట. ఎప్పుడు దాచారు. నాకు అసలు గుర్తులేదు".

"నీకు పెళ్లి అవ్వని క్రితం మా తాతల కాలం నాటిది. నీకు ఇష్టం లేకపోతే తినడం మానేయి".

" నాకు ఖాళీ జాడి ఇచ్చేసారనుకోండి.. అందులో ఉప్పు వేసుకుందామని."

' అది సరే కానీ కాత్యాయని. మనిద్దరం మోడ్రన్ డ్రెస్సులో ఫోటో దిగడం గురించి ఏం ఆలోచించావు."

" ముందు పాతచింతకాయ పచ్చడి జాడి అన్నారు..

ఇప్పుడేమో మోడ్రన్ డ్రెస్సు అంటున్నారు. చిన్నపిల్ల వాడిలా ఏమిటి ఆ కోరికలు. ఫోటోకు నేను రెడీ అనుకోండి.. మీరైతే పౌడర్ పూసుకుంటారు, కట్టుడు పళ్ళు తగిలించు కుంటారు, జోళ్ళు తుడుచుకుంటారు, తెల్ల వెంట్రుకలకు నల్ల రంగు రుద్దుతారు.. నాదేం పోతుంది గనుక. ఫోటో లో నేను ముసలిదానిగా కనపడి మీరు పడుచు కుర్రాడిలా కనపడితే చూసిన వాళ్లు నవ్విపోరూ."

" దాందేముంది.. నిన్ను పనిమనిషి తల్లివి..అని చెప్తాలే.'... శివరామకృష్ణయ్య అలా అనడంతో కాత్యాయని మూతి ముడుచుకుంది.

శివరామకృష్ణయ్య అదే అటక మీద పాత ట్రంకు పెట్టిలో దాచిన పాత మోడల్ బట్టలతో సరదాగా ఫోటో తీయించుకోవాలని అతని ఉద్దేశ్యం. ఎవరైనా పచ్చడి జాడి కోసం అటక ఎక్కితే దానితోపాటు ఈ ట్రంకు పెట్టిని కూడా క్రిందకు దింపించుకోవచ్చు అన్నది అతని అభిప్రాయం.

ఇది దృష్టిలో పెట్టుకునే తన ఫ్రెండ్ అబ్బిరాజు స్టూడియోలో పురమాయించాడు.. చాకులా బాగా పొడుగ్గా ఉండి.. ఫోటోలు బాగా తీసే వాడిని పంపమని.

ఆ అబ్బాయి వచ్చే టైం అయింది. అతను వచ్చాక ఎలాగోలాగా ఒప్పించి ముందు అటక ఎక్కించి ఈశాన్యం మూలన దాచిన పొడుగు ఫ్యాంటు, కురుస కాలరు షర్టు తనేసుకుని.. తనకు పెళ్లి అయిన కొత్తలో కాత్యాయని వేసుకుని వదిలేసిన లంగా ఓణి బుట్ట చేతుల జాకెట్టు ఆమెచే ధరింపజేసి సరదాగా ఫోటో తీయించుకుని రోజూ దాన్ని చూసుకుంటూ పాత జ్ఞాపకాల ఆనందాన్ని అనుభవించాలని... అదో చిలిపి కోరిక శివరామకృష్ణయ్యది. ఆ తీసిన ఫోటో సీక్రెట్ గా ఉంచుతాను అని భర్త మాట ఇవ్వడంతో తను కూడా రెడీ అంది కాత్యాయని ఫోటోకి.

శివరామకృష్ణయ్య స్నానం చేసి వచ్చేసరికి అబ్బిరాజు పంపిన ఫోటో అబ్బాయి వీధిలో రెడీగా ఉన్నాడు.

"నిన్నేనా మా అబ్బిరాజు గాడు పంపింది..నీ పేరేంటి?"

"సత్తిపండు."

"ఏడ్చినట్టు ఉంది. మామిడిపండు.. వెలగపండు.. అరటిపండు.. మరి ఈ సత్తిపండు ఏ చెట్టుకి పండుతుంది అబ్బాయ్. కొందరు పెద్దవాళ్ళకి బుద్ధులు ఉండవు అనడానికి ఇదే సాక్ష్యం. ఆలోచించి పెట్టాలి పేరు. ఆనందం అనో..సంతోషం అనో పెట్టొచ్చు కదా. సరే మా అబ్బిరాజు గాడు.. ఆ వెధవ.. అదేనయ్యా ఏమవుతాడేంటి నీకు?.."

"మీ వెధవాండి.. నాకు గురువవుతాడండి."

"అయ్యో అయ్యో నువ్వు కూడా వెధవా అని అంటావేంటి గౌరవం లేకుండా."

"అలాగంటేనే మీకు అర్థమవుతుందేమోనని....."

'సరే ఆ అప్రాచ్యుడు ఏం చెప్పాడేంటి నీకు??"

"మీరు చెప్పినట్టే నన్ను చేయమన్నారండి'

"అద్గది. నేను చెప్పానులే వాడికి. నువ్వు వెళ్లేటప్పుడు నీ చేతికి పాతచింతకాయ పచ్చడి ఇచ్చి పంపుతానని. ఆ వెధవ చింతకాయ పచ్చడి పెడతాను.. అంటే పెళ్ళాన్ని కూడా అమ్మేస్తాడు. అంత ఇష్టం వాడికి... ముందు ఆ ఎత్తు పీట మీద ఈ ముక్కాలు పీట వేసుకుని అటక ఎక్కుతావా?". అంతే ఆ అబ్బాయి ఎత్తు పీట మీద చిన్న పీట వేసుకుని జంపు చేసి అటక ఎక్కేశాడు. బ్యాటరీ లైట్ సహాయంతో జాడీ వెతికాడు అదెక్కడ కనిపించలేదు.

"సత్తిపండు మా ఎదురింటి అవతారానికి అదృష్టం లేదు అతనికిద్దామనుకున్నాను అటకెక్కిన అవతారం అనే బిరుదు. ఇప్పుడు నీకు ఇస్తున్నాను అటక ఎక్కిన సత్తిపండు బిరుదు..

ఇదిగో అందుకో. పచ్చడి సువాసన మధురంగా ఉందా.. తొందరపడి నోట్లో వేసుకోకే క్రిందకు దించాక నీకు కొంచెం పెడతానని మాట ఇచ్చేగా"

అంటూ శివరామకృష్ణయ్య క్రింద నుండి డైరెక్షన్ ఇస్తున్నా. జాడి జాడ తెలుసుకోలేకపోయాడు సత్తిపండు.

"సరే... పచ్చడి అంతా ఎలుకలు తినేసి ఉంటాయేమో". శివరామకృష్ణయ్య తనే సర్ది చెప్పాడు.

"అవును కానీ జాడీ కనపడడం లేదంటున్నాడు. జాడీని కూడా ఎలుకలు తినేసి ఉంటాయంటారా?" లోపల నుండి వస్తూ అంది కాత్యాయని.

హైటెక్ యుగం. ఎలుకలు తినేసినా తినేసి ఉండొచ్చు. సత్తిపండు.. జాడి తీరిగ్గా వెతికించి మీకు అందరికీ పచ్చడి పంపుతాను కానీ.. ఎలాగూ ఎక్కావు కనుక ఓ చిన్న పని చేసి పెడుదువూ. అదిగో ఆ తూర్పు వైపు ఈశాన్యం మూలన.. కొంచెం దూరంగా చూడు ఆ చీకట్లో దెయ్యంలా నల్ల ట్రంకు పెట్టె కనిపించడం లేదూ... దాన్ని పట్టుకుని వచ్చేయ్'"

అంతే అతి కష్టం మీద సత్తిపండు ఆ పెట్టితో సహా అటక దిగాడు. "పాత చింతకాయ పచ్చడి, అటక అంటూ ఎక్కించారు. చివరికి పాత ట్రంకు పెట్టితో దింపించారు." చిరాకు పడ్డాడు సత్తిపండు.

"ఇదిగో అబ్బాయి మాలాంటి పెద్ద వాళ్ళందరినీ నీలాంటి కుర్రకుంకలు ఇలాగే అపార్థం చేసుకుంటారు ముందు... అర్థం అయ్యాక సాష్టాంగ దండ ప్రణామాలు చేస్తారు. గోచి పెట్టుకోవడం తెలియని కూర్మాపురం కుర్రోడు లాంటోడివి నీకు ఇది అర్థం కాదులే."

చివరికి శివరామకృష్ణయ్య దంపతులు ఆ పాత బట్టలు వేసుకొని రెడీ అయ్యారు. సత్తిపండుకి చాలా కోపం వచ్చింది వాళ్ళ డ్రస్ చూసి. తన గురువు అలాంటి ఫోటో తీస్తే కోప్పడతాడేమోనని అనుమానించాడు. శివరామకృష్ణయ్యకు అతని పరిస్థితి అర్థమైంది.

"చూడు సత్తిపండు ఈ ఫోటో చాలా సీక్రెట్. నీకు నాకు మా ఆవిడకు తప్పించి ఏడో కంటికి తెలియకూడదు. ఇంకో మాట జాగ్రత్తగా విను.. మీ పక్క వీధిలో ఉన్న శ్రీ కౌముది పేపర్ ఎడిటర్. అతను నాకు మీ గురువుకి ప్రాణ స్నేహితుడు. రాష్ట్రమంతా పెద్ద సర్క్యులేషన్ ఉన్న పత్రిక అది. ఆ పత్రిక ఎడిటర్ కి మాత్రం నువ్వు ఈ ఫోటోని చచ్చినా కనపడనివ్వకు." చెప్తున్నాడు శివరామకృష్ణయ్య.

"మళ్లీ ఇంకో మలుపు తిప్పారు. బుర్ర పగిలిపోతుంది సారూ..'అన్నాడు సత్తిపండు.

'వస్తున్నా వస్తున్నా పాయింటు కరెక్ట్ గానే ఉంది. నేను ఊసుపోని కాకమ్మ కథ చెప్పడం లేదు. నీకే అర్థమయ్యే ఏడుస్తుందిలే చివర్లో. సరే..అసలు విషయం ఏమిటంటే ఆ ఎడిటర్ ఇలాంటి గమ్మత్తైన ఫోటోలు అన్నీ సేకరించి తన పేపర్లో తీపి గుర్తు శీర్షికలో వేస్తుంటాడు. ఇలాంటి ఫోటోలు ఇచ్చిన వాళ్లకే వెయ్యి రూపాయలు. వినబడుతోందా. అక్షరాల వెయ్యి రూపాయలు బహుమతి ఇస్తుంటాడు.

ఆ ఫోటో అతని పేపర్లో పడితే సర్క్యులేషన్ పెరిగిపోతుందన్నమాట. వింటున్నావా గొప్ప బిజినెస్ టెక్నిక్. నీకు తెలియదులే.. నిడదవోలు గేదెల పాలు పితికే కుర్రాడు వయసు నీది." సత్తిపండు వైపు వారగా చూస్తూ అన్నాడు శివరామకృష్ణయ్య.

" అమ్మో ఫోటో ఇస్తే వెయ్యి రూపాయలు ఇస్తాడా! " ఆశ్చర్య పడ్డాడు తనలోనే సత్తిపండు.

" ఇదిగో ఆ వెయ్యి రూపాయలు కొట్టేయాలనుకుంటున్నావా.. నీ ముఖం వాలకం చూస్తుంటే అలాగే చేస్తావనిపిస్తోంది... ఏది అలాంటి ఉద్దేశ్యం నీకు లేదని నా కళ్ళలోకి చూసి చెప్పు."

" అబ్బే.. నేనెందుకు చేస్తానండి. చచ్చినా అలాంటి పని చేయను." ముఖం అడ్డంగా తిప్పుతూ అన్నాడు సత్తిపండు.

" చచ్చాక నువ్వేం చేస్తావు. ఏదైనా చేస్తే బ్రతికుండగానే చేయాలి. సత్తిపండు.. పోనీ నువ్వు ఫోటో ఆ ఎడిటర్ గారికి ఇచ్చినా పర్వాలేదు. ఈ ఫోటో చిరాకు దంపతులది అని మాత్రం చెప్పకు."

" చిరాకు దంపతులు అంటే.." అమాయకంగా అడిగాడు సత్తిపండు.

"అదో పెద్ద ఫ్లాష్ బ్యాక్.. నా పేరు షార్టు కట్టులో.... శి..రా..కృ.. నా కవిత ఖండికలలో ఈ షార్ట్ కట్టు పేరుని శ్రీ కౌముది పేపర్ అతను తరచూ వేసేవాడు. రాను రాను నీలాంటి నోరు తిరగని కాకి ముక్కు రకం వెధవల వల్ల ఆ అందమైన పేరు కాస్త..'చిరాకు... చిరాకు దంపతులు'..గా రూపం మారిపోయి పెద్ద ప్రాచుర్యం పొందింది. ఇదంతా ఆ ఎడిటర్ కి గుర్తు చేసి మా ఫోటో అతనికిచ్చేసి అతనిచ్చే వెయ్యి రూపాయలు కొట్టేద్దామని కచ్చితంగా నీ మనసులో తీర్మానం చేసు కున్నట్టు కనిపిస్తున్నావు. బాబ్బాబు అలా చేయకే" శివరామకృష్ణయ్య బ్రతిమలాడాడు.

" అంత గొప్పవారు '.. మీ పరువు నేనెందుకు తీస్తాను సార్. ఈ ఫోటో మీ తీపి వగరు కారం చేదు పులుపు.. వగైరా గుర్తు అని నాకు తెలుసు కదా."

'హమ్మయ్య...సత్తిపండు అసలు ఆ ఎడిటర్ నీకు తెలుసా"..

" తెలుసండీ.. సత్యనారాయణగారు.. వాడ్రేవు వారి వీధి. మా వీధి చివర.. ప్రతిరోజు తెల్లవారకుండా కబుర్లాడుకుంటూ చెరో చెంబుడు నీళ్లతో ఊరవతల ద్రాక్షారామం మైలురాయి దగ్గరకి కలిసే వెళ్తాం మేమిద్దరం." చెప్పాడు సత్తిపండు.

" అతను ఫోటో ఎవరికి ఇవ్వనంటున్నాడు కదా. పాపం టైం వేస్ట్.. ఎందుకు అబ్బాయిని అలా సతాయిస్తారు. ఇదిగో నేను లంగావోణి బుట్టచేతులు జాకెట్టు వేసుకున్నాను. మీరు పొడుగు గొట్టం ప్యాంటు షర్టు వేసుకున్నరాయే. పాత జ్ఞాపకాలు ముసిరేస్తున్నాయి. మీరిలా వచ్చి నిలబడండి. ఫోటో అబ్బాయి త్వరగా స్విచ్ నొక్కు నాయనా." కంగారు పెట్టింది కాత్యాయని.

దాంతో సత్తిపండు చాలా కష్టపడి చిరాకు చెత్త ఫోజులుతో ఒక ఫోటో తీసి వెళ్లబోయి వెనక్కి వచ్చాడు.

"చిరాకు గారూ... మరచిపోయాను ఆ ఎడిటర్ గారికి మీ ఫోటో ఇస్తే డబ్బులు వెయ్యి కన్నా ఎక్కువ ఇవ్వడా.."" అంటూ ఆత్రుతగా అడిగాడు.

"ఫోటో అతనికి నచ్చింది అనుకో... డిమాండ్ చేస్తే రెండు వేలు ఇవ్వవచ్చు. అతనికి లాభం ఏమిటి అంటే సర్క్యులేషన్ పెరగడమే కాదు ఫోటో అవార్డులకు పంపి బోలెడు డబ్బు సంపాదిస్తాడు. ఇంతకీ నువ్వు ఇదే ప్లాన్ లో ఉన్నావా?" అనుమానంగా అడిగాడు శివరామకృష్ణయ్య.

" అబ్బబ్బ.. మీరు నిశ్చింతగా ఉండండి చిరాకు గారు.. నేను పెద్దాపురం పర్ ఫెక్ట్ పడుచు కుర్రాడు లాంటి వాడిని. ఇప్పుడు మీరు నాకు చెప్పినదంతా మరిచిపోండి. మీరు నాకేం చెప్పలేదు. ఆ ఎడిటర్ ..ఆ రెండు వేలు అంతా మాయ. జగమే మాయ.. ఒక కల." అనుకుంటూ వెళ్లిపోయాడు సత్తి పండు.

★★★

ఆ మర్నాడు .. ఫోన్ మోగింది రిసీవర్ అందుకున్నాడు శివరామకృష్ణయ్య. " రిసీవర్ పట్టుకున్నది చిరాకుగాడేనా.." ఫోన్ చేసిన వ్యక్తి ప్రశ్నించాడు.

"అవునురా శివరామకృష్ణయ్యనే. మాట్లాడేది సుబ్రహ్మణ్యం అని గుర్తుపట్టాను కూడా... ఏంటి విషయం ఇంత పొద్దుటే ఫోన్ చేశావు?""

" ఏరా నీకు మతి పోతోందా... నువ్వు వెధవ వేషాలు వేసేది కాకుండా మా చెల్లెమ్మ చేత కూడా పిచ్చి వేషాలు వేయిస్తున్నావన్నమాట. ఇప్పుడే పేపర్ చూశాను. ఛీ, ఛీ ఆ పిచ్చి ఫోటోలు ఏమిటి..ఉండు వస్తున్నాను వచ్చి డైరెక్ట్ గా తిడతాను." అంటూ సుబ్రహ్మణ్యం రిసీవర్ పెట్టేసాడు.

సాయంత్రం ఎప్పుడు అవుతుందా అని నిమిషం నిమిషం కష్టంగా గడుపుతున్నారు .. ఆ వృద్ధ దంపతులు ఇద్దరూ. సాయంత్రం ఏమవుతుందో వాళ్లకు తెలుసు.. ఆ సమయం కోసం ఆతృతగా ఎదురు చూస్తున్నారు.

సాయంత్రం అయ్యింది. నాలుగు మారుతి కార్లు స్పీడుగా వచ్చి శివరామకృష్ణయ్య ఇంటి ముందు ఆగాయి. ఆ కార్లలోంచి తమ తమ సంతానం, ఆ సంతానం యొక్క సంతానం అందరూ శ్రీ కౌముది న్యూస్ పేపర్లు చేతితో పట్టుకొని కోపంగా దిగడం శివరామకృష్ణయ్య గమనించి సీన్ అర్థం అయిపోయి వీధిలో మెట్ల మీదే కూర్చుని చూస్తున్నాడు ఆనందంగా. కాత్యాయని గుమ్మం పట్టుకొని నవ్వుతూ నిలబడుతూ ఉంది. అందరూ కలిసి ఇంటి లోపలికి వచ్చారు.

"ఇలాంటి తలతిక్క ఫోటోలు న్యూస్ పేపర్ లో పడటం వల్ల తమ పరువు పోతుందని ఇంకెప్పుడూ ఇలాంటి పని చేయవద్దని" చీవాట్లు వార్నింగులు లాంటివి గంటసేపు కడుపునిండా పెట్టారు ఆ దంపతులు ఇద్దరికీ వచ్చిన వాళ్ళు అందరూ. వాటితోపాటు వాళ్లు తెచ్చిన స్వీట్లు హాట్లు

పళ్ళు పూర్తిగా లాగించేసారు ఆ దంపతులు.. అంతేకాకుండా వాళ్ళందరినీ పూర్తిగా తనివి తీరా చూసుకుంటూ పెద్దల్ని దీవిస్తూ పిల్లల్ని ముద్దాడుకుంటూ గడిపేశారు మహాఆనందంగా. ఆ రాత్రంతా వచ్చిన వాళ్ళందరితో చాలాసేపు తనివి తీరా మాట్లాడుకున్నారు ఆ దంపతులు. తెల్లవారుతుండగా వాళ్ళిద్దరి దగ్గర సెలవు తీసుకుని వచ్చిన మారుతీ కారులన్నీ కదలి వెళ్ళిపోయాయి జంట నగరాల వైపు.

"మనం తిరగలేమని, తిరిగినా వీళ్లంతా ఒకచోట కనిపించరని, వీళ్ళందర్నీ ఇక్కడకు రప్పించడం కోసం ప్లాను వేసి మీ కోరిక తీర్చుకున్నారు తనివి తీరా చూసుకొని తాదాత్మ్యం పొందారు. రెండు నెలల క్రితం వీళ్లందరినీ చూడాలని ఆశపడి నాకు అప్పుడు ఒంట్లో బాగుండలేదని నాటకం ఆడింపచేసి వీళ్ళందర్నీ ఇలాగే రప్పించారు. ఇక ఇప్పుడు ఈ ఫోటో ప్లాన్ కూడా బాగానే వేశారు." వాళ్లంతా వెళ్ళిపోయాక భర్తను పొగిడింది కాత్యాయని.

"నువ్వు మాత్రం ఆ చిన్న పిల్లలతో ఆడుతూ ఆ పెద్దవాళ్లతో తిరుగుతూ ఎంత ఆనందించావో నేను గమనించాను. గుండె నిండా ఎంతో సంబరాన్ని నింపుకొని చిన్నపిల్లవై పోయావు. ఇలాంటి ఆనందకరమైన సందర్భాలు చాలు మనం ఇంకో ఆరు నెలలు ఆనందంగా గడిపేయడానికి. కాటికి కాలు చాపిన మనకు వీళ్ళందరి రాకతో మళ్ళీ యవ్వనం వచ్చేసినట్టు ఉంది కదూ." అన్నాడు మహదానందభరితంగా శివరామకృష్ణయ్య .

"ఇంతకీ అటక మీద ఆ పాతచింతకాయపచ్చడి విషయం ఏమిటండీ." అనుమానం తీరక అడిగింది కాత్యాయని.

" అదా.. పాత బట్టలు అటక మీద ఉన్నాయి.. అటక ఎక్కి ఆ ట్రంకు పెట్టి క్రిందకు దింపండి.. అని ఎవరితో చెప్పినా మన మాట వినరు. అందుకనే ఇలా పచ్చడి వంక పెట్టాను. పాత చింతకాయ పచ్చడి ఆశ పెడితేనే కదా మా అబ్బిరాజు గాడు ఫోటో సత్తిపండు ని పంపించింది. వాడొస్తేనే కదా అటక మీద ట్రంకు పెట్టి కాస్తా క్రిందకు దిగింది. అందులోని పాత బట్టలు వేసుకుంటేనే కదా మన వాళ్లకు తిక్కరేగే ఫోటో తీసుకోగలిగింది. ఆ ఫోటో వస్తేనే కదా న్యూస్ పేపర్లో తీపి గుర్తు శీర్షికలో పడింది. అలా పడితేనే కదా.. అది చూచి కోపమొచ్చి మన వాళ్ళందరూ చీమలదండులా వచ్చింది. వాళ్లు సరదా పడే మంచి ఫోటో అయితే ఇలా వస్తారా? చాలా కోపం వస్తేనే కదా మనల్ని తిట్టడానికైనా వాళ్లంతా వచ్చి తీర్తారు. ఎంతసేపు ఉన్నా పర్వాలేదు.. ఎలాగోలా వాళ్ళంతా రావడమే నాకు కావలసింది. వాళ్లందరినీ కళ్ళ నిండా మరోమారు చూసుకోవాలన్న నా ఆశ తీరింది." యుద్ధంలో విజయం సాధించిన వీరుడిలా మాట్లాడాడు శివరామకృష్ణయ్య.

" అందరూ ఒకే చోట ఉంటే ఎంత ఆనందం. కానీ ఎలా కుదురుతుంది. ఈ కంప్యూటర్ యుగంలో బంధాలు, అనుబంధాలు కాలగమనంలో అటకెక్కకుండా కుదురుతుందా?"... భర్త వైపు నవ్వుతూ చూస్తూ అంది కాత్యాయని.

" అందుకనే మన అటక ఎక్కిన ఆనందాన్ని ఓ రెండు నెలల్లో మరోమారు క్రిందకు దింపే ప్లాన్ సిద్ధం చేస్తున్నాను."... అన్నాడు శివరామకృష్ణయ్య భార్య వైపు చిలిపిగా చూస్తూ.

"ఈసారి డైరెక్షన్ నాది."... అంది కాత్యాయని.

వృద్ధ దంపతులు ఇద్దరు నవ్వుకున్నారు మనసారా.

(పల్లకి వార పత్రిక కథల పోటీలలో బహుమతి కథ 1988... డిసెంబర్ మరియు హాసం పక్ష పత్రికలో ప్రచురితం 2002 డిసెంబర్)

అమ్మతో అతి భయంకర యుద్ధం

పట్టాభిరామచంద్రం, రక్తసంబంధీకుల వల్లే ఆస్తి పంపకాల విషయంలో చాలా అవమానాలు పడ్డాడు. తన అన్న గోపాలరావు తన వీధిలో వీధి జనం అందరూ చూస్తుండగా తనను కర్రలతో కొట్టించాడు. అంతేనా పెద్ద మనుషులను నియమించి వాళ్లకు లంచం ఎర చూపి తనను నానా దుర్భాషలాడించాడు. ఇదంతా జరిగి 20 సంవత్సరాలు గడిచింది!!.

★★★

రోజూ...ఊరి మధ్య రావిచెట్టు కింద పెద్దల బండపై కూర్చొని తన పట్ల తన అన్నగారు దుర్మార్గపు నడవడికకు సంబంధించిన విషయాలు గుర్తుకు తెచ్చుకొని తన కొలీగ్ కనక లింగానికి ఇంకా మిగిలిన వాళ్ళందరికీ కథలుకథలుగా చెప్పుకుంటూ తెగ బాధపడుతూ ఉండేవాడు పట్టాభిరామచంద్రం .

ఇప్పుడు పట్టాభిరామచంద్రం వయస్సు ఎనిమిది పదులు. వృద్ధాప్యమైనా చిన్ని చిన్న రుగ్మతలు తప్ప బలంగానే ఉన్నాడు. తన అన్నకు మరో రెండేళ్లు ఎక్కువ. తప్పని పరిస్థితుల్లో అతని దగ్గరే ఉండవలసి వచ్చిన తన తల్లికి నూరేళ్లు దగ్గరపడుతున్న వయసు!!

" ఒరేయ్ కనకలింగం! నాకు వయసు ఎనభై దగ్గర పడుతుంది. కానీ నన్ను ఓ. ' ధర్మ సందేహం ' పీక్కుని తింటుందని... నీకు తెలుసు కదా. దానికి నువ్వు ఏమీ సమాధానం చెప్పలేక పోతున్నావు. ఇది ఇంతేనా !!??. సృష్టిలో ధర్మం లేదా?? " నిలదీస్తున్నట్టు అడిగాడు కొలీగ్ కనకలింగాన్ని పట్టాభిరామచంద్రం .

"ఇదిగో... రామచంద్రం.. రోజూ ఇలా అడిగితే చెప్పడానికి నేను ఏమైనా మహాపండితుడినా?! మన పక్క ఊర్లో పురాణ పురుషోత్తమ రావుగారు ఉన్నారుగా! శాస్త్రాల్లో ఘనాపాటి. మనల్ని 'ఒరేయ్ ..ఒరేయ్'......అంటాడు కదా.. పసలపూడి నుండి వస్తుంటాడు. ఆయన నీకు బాగా తెలుసు. ఈ మధ్య మనఊరిలో శివాలయంలో ప్రతిరోజు పురాణం చెప్తున్నాడు. రోజుకు ఒక ఘట్టం!! జనం తండోపతండాలుగా వస్తున్నారు. ఆయన దగ్గరికి వెళ్లిపోదాం. నీ ధర్మ సందేహానికి సమాధానం ఆయనే చెప్పగలరు.

ఈరోజు వినాయకునికి 'గణనాథుడు' అనే పేరు ఎలా వచ్చింది అన్న విషయం మీద పురాణం. రారా! కాసేపు అక్కడ కూర్చుని ఆయన చెప్పింది విని పురాణం అయ్యాక పురాణ పురుషోత్తమరావుగారినే నీ ధర్మ సందేహానికి వివరణ ఇవ్వమని అడుగుదాం" అంటూ రావి చెట్టు కింద పెద్దలబండ మీద కూర్చున్న మిత్రుడు పట్టాభిరామచంద్రాన్ని బలవంతంగా శివాలయానికి లాక్కెళ్లాడు కనకలింగం.

"ఒరేయ్ రామచంద్రం! మీ అమ్మ పరిస్థితి అసలు బాగుండలేదట. చివరి రోజుల్లో ఉందట. మొన్న మార్కెట్ లో మీ అన్న గారు కనపడి చెప్పాడు. పోనీ నువ్వొక్కడివి వెళ్లడానికి

నమస్కరించక పోతే నేను తీసుకెళ్తాను. నా కూడా వచ్చి ఒకసారి మీ అమ్మను చూసి పలకరించి ప్రేమగా మాట్లాడతావా?" గుడిలో అడిగాడు కనకలింగం పట్టాభిరామచంద్రాన్ని. పట్టాభిరామచంద్రం కసురుకొన్నాడు కనకలింగం మీద. గుడిలో అనవసరపు ప్రసంగం చేయవద్దని చిరాకుపడ్డాడు.

★★★

"అందుచేత ఈ పురాణపురుషోత్తమరావు చెప్పేది ఏమిటంటే వినాయకునిలా తల్లిదండ్రులచుట్టూ భక్తితో ముమ్మారు ప్రదక్షిణ చేస్తే, ముమ్మారు విశ్వప్రదక్షిణ చేసిన ఫలితం దక్కుతుంది. అది "సృష్టిరహస్యం"!! కుమారస్వామి ఈ రహస్యం తెలుసుకోకుండా తన వాహనం మీద కష్టపడి కష్టపడి ముమ్మారు విశ్వ ప్రదర్శన చేసి వచ్చి ఫలితం దక్కక అమాయకుడిలా, వెర్రివాడిలా నోరెళ్లబెట్టాడు.. పాపం....!!

ప్రజలారా దీన్నిబట్టి అందరం అర్థం చేసుకోవలసింది ఏమిటంటే................." పురాణ పురుషోత్తమరావుగారు ఇంకా ఏదో చెబుతూనే ఉన్నారు. ఇంతలో కరెంటు పోయింది!!!!

పురాణం ముగింపు సందర్భం కావడంతో జనం అంతా వెళ్ళిపోతున్నారు.

దూరంగా నిలబడి ఉన్నారు, పట్టాభిరామచంద్రం, కనక లింగం. వాళ్లని చూశాడు పురాణ పురుషోత్తమరావు.

" రండ్రా... ఇప్పుడే వచ్చినట్టున్నారు. మీరు రోజూ వస్తుండండి. వయసు పైబడిన వాళ్లు కదా మంచిముక్కలు వినటం ఆరోగ్యానికి మంచిది".

పురాణ పురుషోత్తమరావు పలకరింపుతో ఇద్దరూ దగ్గరగా వచ్చి కూర్చున్నారు.

"మాదొక 'ధర్మసందేహం' గురువుగారు".

"అడగండ్రా.. తీర్చడానికే కదా నేను ఉన్నది."

" పాపాత్ములు ఏ రోగాలు లేకుండా హాయిగా మంచి ఆరోగ్యంతో పిల్లాపాపలతో అష్టైశ్వర్యాలతో ఉంటున్నారు. ఇదెలా??? పురాణంలో కథలు ఉదాహరణలుగా చెప్పొద్దు పురుషోత్తమరావుగారు. అలాగే పూర్వజన్మ సుకృతం అని కూడా అనొద్దు. మాకు తృప్తిగా ఉండేలా వివరణ ఇవ్వండి " అడిగాడు పట్టాభిరామచంద్రం.

" భలేగుందిరా... రెండు కాళ్లకు రెండు బంధాలు వేసి పరుగుపందెంలో పాల్గొన మన్నాడట!! వెనకటికి నీలాంటోడే. అయినా నువ్వు ఈ ధర్మసందేహం ఎందుకు అడిగావో నాకు అర్థమయ్యిందిలే. నీ కుటుంబ సమస్యలు అన్నీ నాకు పూర్తిగా తెలుసుగా. నా దగ్గరకి కూడా మీ అన్న దమ్ముల తగువు వచ్చింది. అయినా ఈ వయసులో హాయిగా ఉండకుండా, నూరేళ్ళు నిండిన దేవత నీ కన్నతల్లిని ప్రేమగాచూసుకుంటూ సుఖంగా ఉండకుండా, ఎందుకురా నీకీ సందేహాలు, చచ్చు బండలు!!" పురాణ పురు షోత్తమరావు గారు మందలిస్తున్నట్టు అన్నాడు.

"నా కన్నతల్లి మాట పక్కన పెట్టండి. మా అన్న నా పట్ల చేసిన మహాభయంకరమైన చర్యలకు నేను హాయిగా ఉండలేకపోతున్నాను గురువుగారు. మా అన్న గురించి కాదు కానీ ఈ

విధంగా చాలా చోట్ల జరుగుతోంది. నేను చాలా సంఘటనలు గమనించాను. జీవితం చివరి వరకూ ఏ కర్మ అనుభవించకుండా పాపాత్ములు కూడా ఎలా హాయిగా ఉంటున్నారో నాకు అర్థం కావడం లేదు. ఇది ధర్మ విరుద్ధం, సృష్టి విరుద్ధం. చెప్పాలంటే దైవ తప్పిదంలా నాకనిపిస్తుంది గురువుగారు. ఇది ఎట్లా ???"

"నాకు తెలుసురా నీ అన్న నీ పట్లే కాదు సమాజం పట్ల కూడా చాలా తప్పులు చేశాడు. ఇది జగమెరిగిన సత్యం. అయినా రాజభోగం అనుభవిస్తున్నాడు. నువ్వు దైవభక్తుడువి. నాకు తెలుసుంటుండగా పూజలకు, పునస్కారాలకు లక్షలు ఖర్చు పెట్టావు. అయినా నీ పని ఎక్కడ వేసిన గొంగలి అక్కడే అన్నట్టు ఉంది. నీ ప్రశ్నకు అర్థం, నాకు నీ భావం అర్థమైంది కానీ ఇది ఎట్లా అంటే??? ఇది ఎట్లా అంటే???.అంటే? .."పురాణ పురుషోత్తమరావు ఆలోచించి ఏదో చెప్పాలని ప్రయత్నం చేస్తున్నట్టు గ్రహించాడు పట్టాభిరామచంద్రం.

" వద్దు గురువుగారు. చెప్పొద్దు. మే వెళ్తాం. మరోసారి కలుస్తాం. ." సమాధానం వినకుండానే తన కొలీగ్ కనకలింగంతో అక్కడి నుంచి వెళ్లిపోయాడు పట్టాభిరామచంద్రం. పురాణ పురుషోత్తమరావు వేదాంత ధోరణిలో నవ్వుకున్నాడు.

★★★

" హలో, కనకలింగం అన్నయ్యగారు! నేనండీ సావిత్రిని. మీ బావగారు కళ్ళుతిరిగి పడిపోయారు."

పట్టాభిరామచంద్రం భార్య ఫోన్ కాల్ తో అంతే పరుగున వచ్చాడు కనకలింగం. వెంటనే ఇద్దరూ కలిసి దగ్గర్లోని పెద్దాస్పటల్ కి తీసుకెళ్లారు. డాక్టర్స్ అబ్జర్వేషన్లో ఉంచి అవసరమైన హెల్త్ చెక్అప్ లు చేశారు. సాయంత్రానికి రిపోర్ట్స్ వచ్చాయి.

'వ్యాధి ఏదైనా ఎట్టి పరిస్థితిలోనూ మూడు నెలలు మించి బ్రతకడం కష్టం' అదీ సారాంశం. తను విషయం తెలుసుకుని నీరసపడ్డాడు, పట్టాభిరామచంద్రం. మందులు తీసుకున్నారు.

" ఏం చేస్తాం? ఇన్నాళ్ళు బ్రతికాను. చాలు. ఎటొచ్చి మీ చెల్లెలికి ఒక ఇల్లు కూడా కట్టించ లేకపోయాను. అది ఒకటే బాధరా కనకలింగం! పంపకాల్లో వచ్చిన ఇంటి భాగం కూడా నిలబెట్టలేకపోయాను. సరే వెళ్లి పోదాం నడవండి" పైకి లేచాడు హాస్పిటల్ బెడ్ మీద నుండి పట్టాభిరామచంద్రం.

"ఆటో మీద వెళ్దాం"

"వద్దు బాగానేఉంది నడవగలను."

"పోనీ... స్ట్రెచర్ మీద గేటు వరకు దిగబెట్టమని అడగనా ?"

"వద్దురా నెమ్మదిగా వెళ్దాం."

పట్టాభిరామచంద్రం కనకలింగం సహాయంతో నెమ్మదిగా హాస్పిటల్ మెట్లు దిగుతున్నాడు

ఓ పక్క, మరోపక్క ఒక వృద్ధురాలిని పట్టుకొని నెమ్మదిగా నడిపించుకుంటూ ఇద్దరు మనుషులు హాస్పిటల్ లోకి వస్తున్నారు.

"రామచంద్రం.. అదిగో రా మీ అమ్మ." చూపించాడు కనకలింగం.

"అమ్మ నాకు అన్యాయం చేసింది కదా. ఒక పక్షాన చేరి నాతో యుద్ధం చేసింది. ఎవరో ఒకరి పక్షాన చేరితే చివరి జీవితం అంతా బాగుంటుందని పెద్ద కొడుకు బెదిరింపులతో వాడి పక్షాన చేరి, వాడు చెప్పినట్టు తందాన తాన అంటూ నాపై పోలీసు కేసుకు కూడా సై సై అంది. అబద్ధపు సాక్ష్యం చెప్పింది. ప్రపంచంలో అసలు చెడ్డ తల్లి ఉండదంటారు. ఈమాట నిజంగా అబద్ధం రా. పెద్ద కొడుకు చెప్పినట్టు కోర్టులో కూడా జడ్జిగారి ముందు ఆయన మనసు కరిగేలా అబద్ధపు నటన చేసింది. కన్నతల్లి ఇలా చేయొచ్చా????"

"ఇప్పుడు అవన్నీ ఎందుకురా. ఏ తల్లి అయినా పరిస్థితుల ప్రభావంతో ఒక్కోసారి అలా మారవచ్చు. అది తాత్కాలికం. ఎంతైనా తల్లి తల్లే . నీ పరిస్థితి అసలు బాగుండలేదు. ఆ విషయాలు, ఆలోచనలు పక్కన పెట్టు. ఓసారి 'అమ్మా ' అని పలకరించి చూడు. ఆవిడ ఆనంద పడిపోతుంది."

"వద్దురా పలకరిస్తే మళ్లీ కొట్టడానికి వచ్చానని ఇదివరకటిలా దొంగకేసు పెట్టి దొంగ సాక్ష్యం ఇస్తే."

"గతం ఎందుకులే.. తల్లి కదా."

"ఆ... నువ్వు ఎన్ని అయినా చెప్తావు. కొడుకు కదా అన్న బుద్ధి ఆవిడకు ఉండాలి. తల్లికి ఆస్తి ఉంటే బాగుంటుందని పంపకాల్లో ఆవిడకు ఆస్తి దక్కేలా నేను చేస్తే ఆమెకు వచ్చిన భాగం అమ్మేసి డబ్బు కాజేశాడు ఆ పెద్దకొడుకు వెధవ! అయినా ఈవిడకు బుద్ధి రాలేదు. ఏమైందిప్పుడు. కనీసం హాస్పిటల్ కి కూడా తీసుకొచ్చి చూపించడం లేదు. అదిగో పనోళ్ళు చేత నా తల్లిని పంపించాడు. ఎంత పాపం చేస్తున్నాడో చూడరా ఆ పాపాత్ముడు. అయినా దేవుడు వాడినే రక్షిస్తున్నాడు. అసలు ఇట్లా ఎట్లా జరుగుతుంది? అన్న దాని రీజన్ తెలియకుండానే నేను చచ్చిపోతానా? అది నా బాధ. నువ్వేమో తల్లి కదా వెళ్లి పలకరించి ముద్దు పెట్టేసుకో అంటున్నావు. నా బాధను నువ్వు అనుభవిస్తే తెలుస్తుంది రా" అంటూ పట్టాభిరామచంద్రం తల్లిని దూరం నుండే చూస్తూ గమనిస్తున్నాడు. ఆమె కొన్నిమెట్లు ఎక్కాక నీరసపడితే కూడావచ్చిన వాళ్ళు ఆమెను పైకెత్తి లోపలకు మోసుకు వస్తు న్నారు. ఆమె ముఖం మాత్రం చాలా ధైర్యంగా ఉంది.

'నీ కర్మ అనుభవించు' అంటూ కదిలాడు పట్టాభిరామచంద్రం తల్లిని పలకరించడానికి ఏమాత్రం మనసొప్పక.

★★★

నెల గడిచింది.

ఆరోగ్యం పరిస్థితి లోపల విషమిస్తున్నా.. కాస్త స్థిమితంగానే ఉన్నాడు పట్టాభిరామచంద్రం. ప్రతిరోజు కనకలింగం వచ్చి తోడుగా ఉంటున్నాడు. ఒక్కగానొక్క కొడుకు ఎక్కడో దూర ప్రాంతం లో ఉంటున్నాడు.

"ఒరేయ్ కనకలింగం ఒకసారి రాజమండ్రి వెళ్దాంరా".

"ఇప్పుడా... ఎందుకు.... రాగలవా?"

"చివరిరోజులు కదా ఒకసారి అలా తిరుగుదామని ఉంది. నువ్వు వెంట ఉంటే పర్వాలేదు. ఎలాగోలా నెమ్మదిగా రాగలను".

రాజమండ్రి వెళ్లారు.. ఇద్దరు.

"గోదావరి.....' వేదంలా ఘోషించే గోదావరి' అన్నాడు ఒక మహానుభావుడు. ఎంత అందంగా ఉందోచూడు. చాలురా..... నాకు చాలా ఆనందంగా ఉంది. ఇప్పుడు ఒకసారి వెంకట సచ్చిదానంద స్వామి వారిని కలిసి సాయంత్రానికి ఇంటికి వెళ్ళిపోదాం."

"ఇప్పుడా... గోపాలమఠం వెళ్లాలా.... అయినా ఆయనతో పని ఏమిటి?"

"చచ్చిపోయే ముందు ఒక 'ధర్మసందేహం' తీర్చుకోవాలిరా".

"అర్థమైంది. నువ్వు వచ్చిన సంగతి అదన్న మాట. ఇంకా ఎందుకురా ఆ 'తలంపు' వదిలేయవచ్చుగా. నీఆరోగ్యం చూసుకుంటూ నీ తల్లిని ప్రేమగా చూసుకుంటూ కాలం గడిపేయాలి"

"నువ్వు నోరుముయ్యి అస్తమానం తల్లి తల్లి అనకు. నేను చిన్నపిల్లాడినా తల్లిని చూసు కోవాలోలేదో నాకు తెలియదా వెళ్దాం పద. ఆయన ఏం చెబుతారో విందాం." చిరాకు పడ్డట్టు అన్నాడు రామచంద్రం.

ఇద్దరూ వెళ్లారు. వెంకట సచ్చిదానందస్వామి వారు చాలా ప్రశాంతంగా కూర్చుని ఉన్నారు. పళ్ళు పూలు పాదాల దగ్గర పెట్టి నమస్కరించాడు పట్టాభిరామచంద్రం.

"స్వామి ఒక ధర్మసందేహం తీర్చుకుందా మని వచ్చాము".

నవ్వారు.. వెంకటసచ్చిదానందస్వామి వారు.

"పాపాత్ములు సమస్యలు లేకుండా చిరకాలం ఆనందంగానే ఉంటున్నారు. రోజు రోజు అభివృద్ధి చెందుతున్నారు. చేసిన పాప ఫలితం అనుభవించడం లేదు. వచ్చే జన్మలో అనుభవిస్తే ఏముంది స్వామి .ఈ జన్మలో వాళ్లు చేసిన పాపం ఈజన్మలోనే అనుభవించాలి కదా.అలాగైతే కదా అతని వల్ల దగా పడ్డ వాళ్ళు, కష్ట పడ్డ వాళ్ళు, నష్టపడ్డ వాళ్లు అది చూచి వాళ్లు కూడా జాగ్రత్తగా ఉంటారు.

అలా కాకుండా సృష్టికి విరుద్ధంగా జరుగుతోంది ఏమిటి స్వామి. ఇదే జీవితంలో చిట్ట చివరగా నాకు మిగిలిన ధర్మసందేహం." తను వచ్చిన విషయం చెప్పాడు పట్టాభిరామచంద్రం అతి వినయంగా.

" నాయనా.... నాకు పూలు పండ్లు తెచ్చావు. నా అనుచరులు తీసుకుని లోపల పెట్టారు. వాళ్లు నీకు మంచి తీర్థం అందించారు. బయట ఎండ తీవ్రత చాలా ఎక్కువగా ఉంది. దాన్ని నువ్వు కనీసం ముట్టలేదు ఎందుచేత?".

"అదేమిటి స్వామి దానికి దీనికి సంబంధం ఏమిటి?"

" ఉంటుంది నాయన నువ్వు అడిగింది అతి సూక్ష్మధర్మసందేహం. దానికి సమాధానం నేను చెప్పినా నీకు అర్థం కావాలంటే ముందు నీ మనసు చాలా ప్రశాంతంగా ఉండాలి. మనసులో మలినం అసలు ఉండకూడదు."

" అదేమిటి స్వామి మంచినీళ్ళు తాగక పోతే నాలో మలినం ఉన్నట్టా?"

" నీ ఆలోచన పవిత్రంగా ఉంటే వెంటనే దాహం తీర్చు కొంటావు. అది వక్రంగా ఉంటే.. ఏ పని నీకు మనసారా చేయాలనిపించదు. ఏం చెప్పినా .. అర్థమూ కాదు".

" వేదాంతమా స్వామి... సరే స్వామి నేను మళ్ళీ వస్తాను."

" నీ ప్రశ్నకు సమాధానం నా దగ్గర ఉంది."

" లేదులే స్వామి! ఈసారి వస్తాగా."

పట్టాభి రామచంద్రం, కనుకలింగానికి సైగ చేశాడు. ఇద్దరూ బయటకు వచ్చేసారు.

★★★

మరో రెండు నెలలూ గడిచిపోయాయి. ఒక రోజు ఇంటి దగ్గర కుర్చీలో కూర్చుని టీవీ లో ప్రశ్నలు సమాధానాలు కార్యక్రమం చూస్తున్నాడు పట్టాభిరామచంద్రం.

అందరిలా అతనికి ఒక ప్రశ్న వేయాలనిపించి నెంబర్ నోట్ చేసుకుని సెల్ ఆన్ చేశాడు.

"హలో... మాది 'సందేహనివృత్తి ' కార్యక్రమం. చెప్పండి మీ పేరు.. ఊరు చెప్పండి?"

" నమస్తే. నా పేరు పట్టాభిరామచంద్రం. నేను రామచంద్రపురం నుంచి మాట్లాడుతున్నాను. మేడమ్! నేను చాలాసేపటినుండి ట్రై చేస్తున్నాను. ఫోన్ కలవడం లేదు. బాబాజీ గారితో మాట్లాడాలి."

"ముందు మీరు మీ టీవీ వాల్యూమ్ తగ్గించుకోండి రామచంద్రంగారు! బాబాజీ గారు లైన్ లోనే ఉన్నారుమీ ప్రశ్న అడగండి బాబాజి గారిని".

"హలో ..బాబాజీగారు.. ముందుగా మీకు మనస్ఫూర్తిగా నమస్కరిస్తున్నాను సార్."

" సంతోషంగా ఉండండి రామచంద్రం గారు. నేను బాబాజీ గారిని మాట్లాడుతున్నాను. మీ ప్రశ్న అడగండి."

" బాబాజీగారు ..బాబాజీగారు..."

" వినబడుతోంది రామచంద్రంగారు. మీరు బాబాజీ గారితో మాట్లాడండి. మీరు మీ టీవీ వాల్యూమ్ ఇంకా తగ్గించి బాబాజీ గారిని ప్రశ్న అడగండి."

హలో.. హలో.."

"వినిపిస్తోంది సార్. బాబాజీగారు వింటున్నారు. ప్రశ్న అడగండి."

"హలో... బాబాజీగారు.. నాది ఒక చిన్న 'ధర్మసందేహం' సార్" హలో ..హలో.. హలో.."

" మాట్లాడండి రామచంద్రంగారు.. బాబాజీ గార్ని అడగండి.. బాబాజీ గారు మీ ప్రశ్నకు సమాధానం ఇవ్వడానికి సిద్ధంగా ఉన్నారు.. అడగండి..హలో ..హలో ..హలో.. లైన్ కట్ అయింది"

చిరాగ్గా టీవీ ఆఫ్ చేశాడు పట్టాభిరామచంద్రం.

కానీ అప్పటికే తను కుర్చీలో ఒక పక్కకు ఒరిగి పోయిన విషయం తెలుసుకోలేక పోతున్నాడు .

పట్టాభిరామచంద్రం భార్య సావిత్రి ఫోన్ కాల్ తో కనకలింగం వచ్చేసాడు. అంబులెన్స్ తెప్పించి అతని భార్య సహాయంతో వెంటనే హాస్పిటల్ లో చేర్పించాడు.

డాక్టర్స్ ఎమర్జెన్సీ వార్డులో పరీక్షించారు. పెద్ద డాక్టరుగారు పాత కేస్ షీట్ చూసి పెదవి విరిచారు.

" చెప్పాను కదా! గతంలో నేను చెప్పిన గడువు అయిపోయింది. మనిషికి స్పృహ వచ్చింది. స్పృహలోనే ఉంటాడు. కానీ ఇక 48గంటలు మించి బ్రతకడు. కావలసిన వాళ్లను రప్పించండి.జాగ్రత్తగా ఇంటికి తీసుకెళ్లిపొండి." పట్టాభిరామచంద్రానికి షేక్ హ్యాండ్ ఇచ్చి భుజంతట్టి వెళ్లిపోయారు పెద్దడాక్టరుగారు.

“అంతా విన్నానురా కనకలింగం . ఇక నా చరిత్ర అయిపోయింది అన్నమాట. ఇంటికి వెళ్ళిపోదాంరా కనకలింగం. ఆ స్ట్రెచర్లు, అంబులెన్సు వద్దు. నాకు అదోలా ఉంటుంది. పర్లేదు. నడవగలను. మీరిద్దరూ చెరోపక్క పట్టుకుంటే చాలు రోడ్డువరకు. నెమ్మదిగా వెళ్లి ఆటోఎక్కి ఇంటికి వెళ్ళిపోదాం." అన్నాడు పట్టాభి రామచంద్రం నీరసంగా కనకలింగంతో.

పట్టాభిరామచంద్రం ఆయాసపడుతూ భార్య, కనకలింగం సహాయంతో నెమ్మదిగా హాస్పిటల్ మెట్లు దిగుతున్నాడు.

మళ్లీ అతని "తల్లిని" ఎవరో మోసుకొస్తూ హాస్పిటల్ లోనికి ప్రవేశిస్తూ మెట్లు ఎక్కిస్తున్న సన్నివేశం అతని కంట పడింది.

కూడా పెద్దకొడుకు ఉన్నాడేమోనని పరికించాడు పట్టాభిరామచంద్రం. అబ్బే లేదు. ఛీ ఛీ పాపాత్ముడు. నీచుడు. చండాలుడు. తల్లిని గాలికి వదిలేశాడు. ఆలోచనలతో ఆయాసం వచ్చి ఆవేశంగా గట్టిగా దగ్గు కొన్నాడు. పట్టాభి రామచంద్రం బయటకు వెళుతూ.

ఎవరో మోసుకు వస్తుంటే లోపలకొస్తూ అతని తల్లి ఆ శబ్దానికి ఇటువైపు ముఖం తిప్పి చూసింది.

"తననే చూసిందా????!!!" ఉలిక్కి పడ్డాడు పట్టాభి రామచంద్రం.

"ఆమెకు నేను కనిపిస్తున్నానో లేదో గానీ ప్రస్ఫుటంగానే చూస్తూ ఉంది!!

ఆమె నవ్వుతుంది కూడా. అది నవ్వా లేక పళ్ళు ఊడిపోవడం వలన దవడలు లోపలకు పోయిన బాపతు సందర్భమో తెలియదు గానీ మొత్తానికి నన్ను చూసి" నేను బాగున్నాను.. నువ్వు బాగున్నావురా చిన్నోడా.."అంటూ ప్రేమగా కాదు కాదు ఎగతాళిగా పలకరిస్తున్నట్టుగానే ఉంది ఆ మోము!!.. '"

అన్నట్టు అనిపించింది పట్టాభిరామచంద్రానికి.

ఒక్క క్షణం శరీరం జలదరించింది పట్టాభి రామచంద్రానికి...!

'సృష్టి'.... స్తంభించినట్టు అయిపోయింది.!!

ఆ స్తంభనలోంచి ఒకకాంతిపుంజం ఆమె నవ్వును తాకి ఆ నవ్వు తన 'ధర్మసందేహానికి' సమాధానంగా తన ముందుకు దూసుకువస్తున్నట్టు అనిపించింది పట్టాభిరామచంద్రానికి!!!!.

3 నెలల క్రితం, పురాణ పురుషోత్తమరావు ప్రవచనంలో చెప్పింది గుర్తొచ్చింది. పట్టాభిరామచంద్రానికి .

' వినాయకుడు తన తల్లిదండ్రుల చుట్టూ ప్రదక్షిణ చేస్తే విశ్వ ప్రదక్షణ చేసిన ఫలితం దక్కేస్తుందని అప్పుడు ఆయన చెప్పగానే ఎగతాళిగా విన్నాను. పురాణ సంఘటనలు మానవ జీవితాలకు వరాలుగా మార్చుకొని అన్వయించుకోవాలి అన్న భావం అర్థం చేసుకోలేకపోయాను 'చెంపలు వాయించు కొన్నాడు!!

2 నెలల క్రితం, వెంకట సచ్చిదానందస్వామి అలా అలా మదిలో మెదిలాడు. ' మానసిక ప్రశాంతత అన్ని సమస్యలకు పరిష్కారం చూపిస్తుంది' అన్న భావం వచ్చేలా ఆయన చెప్పింది వృద్ధుడనై ఉండి కూడా పెడచెవిని పెట్టాను.' తల బాదుకున్నాడు పట్టాభి రామచంద్రం!!!

"నా అన్న పాపాలుచేశాడు కానీ మంచిగానో, చెడుగానో మొత్తానికి “తల్లిరుణం” తీర్చుకుంటున్నాడు. అందుకనే అతను బాగున్నాడు.. హాయిగా ఉన్నాడు. అతను పాపాత్ముడే !! పాపాత్ముడే!!!

కానీ ..కానీ....

9 నెలలు గర్భాశయంలో నన్ను మోసి జన్మనిచ్చిన నా "తల్లిరుణం" తీర్చుకోని నేను, నేనెవర్ని? అతను పాపాత్ముడు అయితే....." నేనెవర్ని??? నేనెవర్ని????"!!!

"నీ కన్న తల్లి చావు బతుకుల్లో ఉంది, పట్టుదల వదిలేసి కాస్త తల్లిని చివరిరోజుల్లోనైనా ప్రేమించడం నేర్చుకోరా..." అని నా మిత్రుడు కనకలింగం ఎన్నిసార్లు గోలపెట్టి చెప్పినా కనీసం ఒక్కసారి ఆలోచన చేసి తల్లిని ప్రేమగా చూసుకోవడం కూడా తెలియని వృద్ధుడైన మూర్ఖుడుని నేను.."

తన శరీరం 'చితాభస్మం' కావడానికి కొద్దిగంటల ముందు పట్టాభిరామచంద్రం ప్రశ్నించుకుంటున్నాడు. అప్పుడే అతనికి కన్నతల్లి మీద అపారమైన ప్రేమ పెరగడం మొదలెట్టింది.మొట్టమొదటగా!!!!

" ప్రగతి ' మాసపత్రిక కథల పోటీలలో ప్రథమ బహుమతి కథ 2003 ఫిబ్రవరి మరియు మన తెలుగు కథలు డాట్ కామ్ పబ్లిష్ 2022 ఆగస్టు.

ఈ మనిషి రిపేరు చేయబడ్డాడు!

ఆనందరావు తన కొడుకును చదువు నిమిత్తం చెన్నై హాస్టల్ లో ఉంచడానికి వచ్చి తగిన ఏర్పాట్లు చేసి, తను తిరిగి తన ఊరు కాకినాడ వెళ్ళిపోతూ కొడుకుకు చాలా విషయాలు చెప్పడం ఆరంభించాడు, ఆ ప్లాట్ ఫారం మీద.

ఇది రమారమి మూడు సంవత్సరాల క్రితం సంఘటన.

★★★

జనవరి, 2020 "కోవిడ్.. ప్రజా జీవనాన్ని అల్లకల్లోలం చేస్తున్న సమయమది.

"ఒరేయ్ రవీ! నిన్ను ఈ చెన్నైలో ఉంచటం నాకసలు ఇష్టం లేదురా. ఏదో నీ ఫ్రెండ్స్ ఇక్కడే చదువుతున్నారన్నావని 'సరే' అన్నాను.

నాకసలు ఏ మాత్రం ఇష్టంలేని వ్యక్తి, అదేరా! మీ బాబాయ్ వెధవ. ఇక్కడే ఉంటున్న విషయం నీకూ తెలుసుగా! ఇక్కడకు దగ్గరే అదే ....అది ...అది..." చెట్టియార్ స్ట్రీట్ ఏదో అను కుంటాను. అక్కడ ఏడుస్తున్నాడట .

వాడు నాకు పరమ శత్రువు . ఇరవై ఏళ్ల క్రితం మాట. నీకు అప్పుడు ఐదేళ్లు ఉండొచ్చు. విషయాలు నీకు గుర్తుండి వుండవులే .

ఆస్తిపంపకాల్లో అప్పట్లో మాకు మాకు చాలా చాలా పెద్ద పెద్ద గొడవలు వచ్చి విడిపోయాం. ఆ వెధవ పోలీస్ స్టేషన్, కోర్టుల వరకు నన్ను తిప్పాడు. తిట్టాలని కాదుగాని వాడు దుర్మార్గుడు, నీచుడు, పాపాత్ముడు.

సమయం వచ్చినప్పుడు వాడు రాక్షసుడిలా ఎలా ప్రవర్తించాడో నీకు చెప్తాను. వాడి మీద కసి,పగ నేను కాకపోయినా నువ్వైనా తీర్చుకొని మగాడినని పించుకోవాలిరా! నీ మీద ఆ నమ్మకం నాకుంది. నా దృష్టిలో వాడు ఆ రోజే చచ్చిపోయినట్టురా. వాడి అవసరం మనకు లేదు. రాదు. ఉండదు. మన అవసరం కూడా వాడికి లేదులే.

ఇంతకీ ఇదంతా ఇప్పుడు ఈ రైల్వే ప్లాట్ ఫామ్ మీద నీకెందుకు చెప్తున్నానంటే నువ్వు ఈ చెన్నైలో ఉండి చదువుకున్నన్నాళ్ళు ఎట్టి పరిస్థితుల్లోనూ నువ్వు ..ఆ... స్ట్రీట్ ..ఏది ఆ చెట్టియార్ స్ట్రీట్ కు వెళ్ళడానికి వీలులేదు.

వాడికో కొడుకున్నాడు.. వాడు కూడా మా తమ్ముడు వెధవ లాగే పెద్ద వెధవన్నర వెధవ అయ్యుంటాడు. ఆ వెధవలు ఇద్దరి దృష్టిలోనూ నువ్వు పడటం నాకసలు సుతారము ఇష్టంలేదు. రక్త సంబంధీకులమైనప్పటికీ మన సాంప్రదాయం వేరే....వాళ్ల సాంప్రదాయం వేరే.

ఒకవేళ తేడా వచ్చింది అనుకో! నీ చదువు మానిపించేస్తాను. బాగా అర్థమైందా. ఈ ట్రైను వస్తున్నట్టుంది నే వెళ్తాను. జాగ్రత్తగా అందరితో పాటు హాస్టల్లోనే ఉండు" అంటూ కొడుకు

రవికి ఇంకా మిగిలిన విషయాలు కూడా చెప్పి వచ్చి ఆగిన తను ఎక్కవలసిన ట్రైన్ గబగబా ఎక్కి తన రిజర్వేషన్ లో కూర్చొని కొడుకుని హాస్టల్ కు వెళ్లి పొమ్మని చెప్పి పంపించేశాడు ఆనందరావు.

ట్రైన్ చాలా స్పీడ్ గా దూసుకుపోతోంది, కాకినాడ వైపు.

ఆనందరావు బుర్రలో అంతకన్నా స్పీడుగా గతం తిరిగేస్తోంది.

పాత జ్ఞాపకాలు అలా అలా గుర్తుకు వచ్చేస్తున్నాయి.

అతని కొడుకు రవికి అప్పుడు ఐదేళ్లు.అంటే 20 సంవత్సరాల క్రితం విషయం గుర్తు చేసుకుని పళ్ళు కొరుకుతున్నాడు కసితో ఆనందరావు. తన కొడుకు రవిని తప్పని పరిస్థితులలో తన శత్రువైన తమ్ముడు ఉండే చెన్నైలోనే చదివించాల్సి రావడంతో ఈ సమస్య ఏర్పడింది అతనికి.

★★★★

రెండు దశాబ్దాల క్రితం...

తన తమ్ముడు, మూర్ఖుడు, పద్మాకర్ తో గొడవలు, తగువులు, కొట్లాటలు, పెద్ద మనుషులు, పోలీసులు, లాయర్లు. అలా అలా బుర్రలో గిర్రున జోరీగలా తిరిగేస్తున్నాయి. అంతేనా విజృంభిస్తున్నాయి. భోగి లో కూర్చొని కళ్ళు మూసుకున్న ఆనందరావుకి ఈ 20 ఏళ్లలో పద్మాకర్ చాలా చోట్ల ఫంక్షన్లలో కూడా కనపడ్డాడు ఆనందరావుకు. మాట్లాడ ప్రయత్నించ నమస్కరించలేదు అతనికి. పద్మాకర్ కాస్త తెగువ చూపించినా ఆనందరావు చీదరించుకునే వాడు. మరి తన మనసుకు మానకుండా తగిలిన "గాయం " అలాంటిది.

పెద్దమనుషులకు లంచాలు ఎర చూపి ఆస్తిలో ఎక్కువ భాగం వచ్చేలా కూడా సెట్ చేయించుకుని తనను బెదిరించి, భయపెట్టి ఎలాగోలా ఆస్తి పంపకాలు చేయించేశాడు, పద్మాకర్.

నరకయాతన అనుభవించలేక చిరాకు వచ్చి చివరికి తమ్ముడికి కొంత భాగం ఆస్తి ఎక్కువైతే అయ్యిందని ఆనందరావు సర్దుబాటు చేసుకున్నాడు, అతి కష్టం మీద.

అప్పట్లో, ఆ గొడవలలో తనపై పద్మాకర్ గునపంతో హత్యా ప్రయత్నం చేయటం. ఇంకా మర్చిపోలేకపోతున్నాడు ఆనందరావు. అదంతా తమ్ముడు దుర్మార్గత్వం, దుష్టత్వం. అందుకని వాడిని ఒక వెధవగా జమ చేసి తన కుటుంబంలోంచే వెలివేసినట్టు నిర్ణయంచేసుకున్నాడు అప్పుడే ఆనందరావు!

అప్పట్లోనే తమ్ముడు పద్మాకర్ అతని ఆస్తి మొత్తం అమ్మేసుకుని, భార్య బిడ్డలతో చెన్నై పోయి బిజినెస్ లో బాగా సంపాదించినట్లు తన బంధువులు చెప్తుంటే వినేవాడు ఆనందరావు.

అలా కొంత కాలం గడిచి పోయాక .....

★★★

ఈమధ్యనాలుగేళ్ల క్రితం.....

తమ్ముడు పద్మాకర్ కొడుకు రాజారామ్ తను బాల్యంలో గడిపిన కాకినాడ వీధులు చూడాలని , అతను పెరిగిన ఆనాటి తన తాతగారి ఆ పాత ఇల్లు చూడాలని కాకినాడ వచ్చాడు. తన

పెదనాన్నకు తన రాక ఇష్టం ఉండకపోవచ్చు కనుక కనీసం దూరంనుండి అయినా చూడాలనే ఉద్దేశ్యంతోపండగ సెలవులకు సరదాగా వచ్చాడు.

ఆనందరావు తన వీధి అరుగుమీద అప్పటికే కూర్చుని ఉన్నాడు. దూరంనుండి అతనే తన పెదనాన్న అని ఎవరి ద్వారానో తెలుసుకున్న రాజారామ్ దూరం నుండే తనను చూసి ప్రేమగా నవ్వడం గమనించాడు ఆనందరావు. కానీ ఆ కుర్రోడు పద్మాకర్ కొడుకని గ్రహించ లేకపోయాడు.

అదే వీధిలోంచి తనను దాటుకుంటూ వెళ్తున్న తన బంధువు

" ఇదిగో ఆనందరావూ! దూరంగా జీన్స్ ప్యాంట్ వేసుకొని ఒక కుర్రోడు కనిపిస్తున్నాడు చూడు. అదే ఆ కిళ్ళీ కొట్టు పక్కన. వాడు మీ తమ్ముడు కొడుకట! పండగ సెలవులు కదా! ఇక్కడ మనందరినీ చూద్దామని వచ్చాడట. నీతో మాట్లాడటానికి భయపడతున్నాడు . పాపం పిలవ మంటావా ఏంటి? " అని అడిగాడు.

ఉలిక్కిపడి పైకి లేచాడు ఆనందరావు.

" ఇదిగో! వాడు వస్తానని అన్నా సరే నా దగ్గరకు తీసుకురాకు. మా ఇంటికి పంపించకు. వాళ్లంతా ఎప్పుడో చచ్చిపోయారు కదా! నీకు తెలుసు కదా. మేమంతా కూడా చచ్చిపోయాము అని చెప్పు. వచ్చిన దారినే వెళ్ళమని చెప్పు. మళ్లీ ఎప్పుడైనా కాకినాడ రావద్దని చెప్పు. వచ్చినా ఈ రామారావుపేట రావద్దని చెప్పు" అంటూ పెద్ద అడుగులతో ఇంటి లోపలకు వెళ్ళిపోయి చెక్కలు విరిగిపోయేలా తలుపు వేసుకున్నాడు ఆనందరావు.

★★★

ట్రైన్ జర్క్ ఇచ్చిన కుదుపు తో 20సంవత్సరాల క్రిందటి గత జ్ఞాపకాలన్నీ చెల్లాచెదురై పోయి, పరాయి లోకం నుండి ఈ లోకానికి వచ్చిన అనుభూతి పొందాడు, ఆనందరావు.

మొత్తానికి ఆ మర్నాడు మధ్యాహ్నం 12 గంటలకు కాకినాడ తన ఇంటికి చేరాడు ఆనందరావు.

★★★

ఆనందరావు కొడుకు రవిని చెన్నై హాస్టల్ లో ఉంచి అప్పుడప్పుడు చూసి వస్తుండేవాడు తన భార్యతో. అలా అలా కోవిడ్ మహమ్మారి విజృంభిస్తున్న సమయంలో కూడా రవి చదువు ఒక సంవత్సరం పూర్తి అయిపోయింది.

రెండో సంవత్సరం....

చెన్నై హాస్టల్, మే.. మొదటి వారం ..2021,

" కోవిడ్ రెండవ దశ" విజృంభణ. విలయతాండవం చేస్తోంది. ఆక్సిజన్ దొరక్క ప్రజలు అల్లాడి పోతున్న సమయమది. నిండు ప్రాణాలు పిట్టల్లా గాల్లో కలిసిపోతున్నాయి. ఓ పక్క కోవిడ్ నిర్ధారణ పరీక్షలు లక్షల్లో జరుగుతున్నాయి.. ప్రతిరాష్ట్రం వేల సంఖ్యలో పాజిటివ్ కేసులు వస్తున్నాయి. దేశం మొత్తం మీద 24 గంటల్లో నాలుగు లక్షల పాజిటివ్ కేసులు. ప్రపంచ దేశాల దృష్టంతా భారత్ మీదే ఉంది.

మరోపక్క వ్యాక్సినేషన్.

మొదటి దశ ...రెండవ దశ...

ఇంకా కొత్త కొత్త మందులు వస్తున్నాయి. అకాల మరణాలు.

తండ్రి చస్తే కొడుకు రాడు. కూతురు చస్తే తల్లి రాదు. ప్రజా జీవన విధానం దుర్భరం, మహాదుర్భరం!!!

ఇక్కడ...కాకినాడ రామారావు పేట నుండి తండ్రి ఆనందరావు ఫోన్ లో తన కొడుకు రవి తో ఇలా మాట్లాడడం మొదలు పెట్టాడు.

" ఒరేయ్ రవి! ఫోన్లో సరిగా వినబడుతోందా!. పదిహేనురోజుల నుండి నేను రోజూ ఫోన్ చేస్తుంటే చెన్నై హాస్టల్లోనే జాగ్రత్తగా ఉన్నానని అబద్ధం మాటలు చెప్తున్నావ్ ఏంటి?"

కోపంగా అరిచాడు ఆనందరావు.

" అంటే... నాన్న..." రవి తడబడుతూ ఏదో చెప్పబోయాడు తన తండ్రికి.

" నోర్ముయ్.. మీ కొలీగ్ వాళ్లనాన్న మార్కెట్లో ఇప్పుడే కనబడి చెప్పాడు. మీ హాస్టల్ లో ముగ్గురు కుర్రాళ్ళకి "కరోనాపాజిటివ్" వస్తే క్వారంటైన్లో పెట్టారటగా. భయపడిన మిగిలిన అందరూ తలో చోటికి వెళ్లిపోయారటగా. హాస్టల్ ని పదిహేను రోజుల క్రితమే లాక్ చేసేసారట కదా! నాకెందుకు ఇన్నాళ్లు అబద్దం చెప్పావు. అసలు ఇప్పుడు ఎక్కడ ఉన్నావు." గర్జిస్తూ అడిగాడు కొడుకు రవి ని ఆనందరావు.

కొడుకు భయపడి తన తండ్రికి ఇలా వివరణ ఇవ్వడానికి ప్రయత్నించాడు

" నాన్నా... నిజమే... పదిహేను రోజుల క్రితం భయంతో చెట్టుకొకరు పుట్టకొకరుగా హాస్టల్ నుండి బయటకు వచ్చేసాము. బస్సులు, ట్రైన్ లు లేవు. కొందరు కుర్రాళ్ళు బంధువులు, స్నేహితుల ఇళ్లకు వెళ్లి పోయారు. నాకేం చెయ్యాలో తోచలేదు.

ఆ రాత్రి నేను ఓ మూల సందులో అరుగు మీద ఎలాగోలా రాత్రంతా గడపాలని ఎవరికీ కనబడకుండా బిక్కుబిక్కు మంటూ పడుకొని ఉంటే ఎవరో ఒకాయన వీధివీధి తిరుగుతూ అన్నం పొట్లాలు పంచుతూ నా దగ్గరకు వచ్చి నాకు ఇచ్చి నేనెవరో, ఎక్కడ నుండి వచ్చానో, నా వాళ్ళు ఎవరో చాలా వివరంగా అడిగి తెలుసుకుని వెంటనే తను వచ్చిన ఆటోలోనే తన ఇంటికి తీసుకెళ్ళిపోయాడు. ఇదంతా జరిగింది పదిహేను రోజుల క్రితం నాన్న అంటూ ఇంకా ఏదో చెప్పబోతున్నాడు తండ్రికి.

ఆనందరావు కు తన కొడుకు విషయం అంతా దాచి పెట్టినందుకు కోపం నషాళానికి అంటింది.

వెంటనే ఇలా అరిచాడు....

" చాలా తతంగం నడిపావు. రోజూ ఫోన్ చేస్తున్నా ఇదంతా నాకెందుకు తెలియనివ్వలేదు. ఏమిట్రా.. నీ డ్రామా. తండ్రంటే అసలు లెక్కలేదా నీకు. ఇలాంటి ప్రమాదకర పరిస్థితుల్లోనా నీ నాటకాలు. ఇప్పుడే ఇన్ని వేషాలు వేస్తే ఇకముందు ఎన్ని వేషాలు అయినా

వేస్తావు. అసలు ఎవడువాడు? తీసుకెళ్లి పోయి నిన్ను ఓ గదిలో పెట్టి ఈ పదిహేను రోజులు కుక్కని చూసినట్టు చూశాడు కదూ..తర్వాత ఏం జరిగిందో త్వరగా చెప్పు" మళ్లీ గర్జించినట్లే అడిగాడు ఆనందరావు.

"లేదు నాన్నా నాకు పరీక్ష చేయించి కోవిడ్ పాజిటివ్ లేదని నిర్ధారించుకుని తనింట్లోనే వాళ్ళతో సమానంగానే చూశాడు."అన్నాడు రవి ప్రశాంతంగా.

"ఇంకేం జరిగింది? ఇంకా ఏదైనా అడిగాడా?"

అదే కోపంలో అడిగాడు ఆనందరావు

"నా గురించి తరచూ ఇంకేమీ అడగలేదు. ఎందుకో వాళ్ల పేర్లు కూడా నాకు తెలియ నివ్వలేదు. నాన్న! చూడ్డానికి వాళ్లంతా చాలా మంచి మనుషులుగా కనిపించారు. నిజం డాడీ." సరదాగా చెప్పినట్టు చెప్పాడు రవి.

ఆనందరావుకి ఇంకా తన శరీరం మీద తేళ్ళు, జెర్రులు పాకుతున్నట్టు గా నే ఉంది.

"నోటితో కాకుండా ముక్కుతో ఏడ్చినట్టు ఉంది నీ వ్యవహారం. అసలు పేర్లు కూడా తెలుసుకోకుండా పదిహేను రోజులు ఒకరి ఇంట్లో ఎలా గడిపావు రా. వాళ్లు తెలుగు వాళ్లేనా?" అరిచాడు ఫోన్ బద్దలు అయ్యేట్టు ఆనందరావు.

దానికి కొడుకు రవి ఇలా చెప్పాడు

" ఆ! ఆయన, ఇంకా మరో ఇద్దరు కోవిడ్ పాజిటివ్ కాని కుర్రాళ్ళని తీసుకువచ్చి నాకన్నా ముందే తన ఇంట్లో పెట్టుకున్నాడు. అతని బంధువుల పిల్లలట. మేమంతా కలసి వాళ్ళ అబ్బాయి తో సహా మొత్తం నలుగురం. ప్రపంచ మంతా కోవిడ్ తో భయపడుతున్నా మేం మాత్రం భలే హ్యాపీ గా ఎంజాయ్ చేసాం. అందరూ కలసి వాళ్ళ కిచెన్ లో భోజనాలు చేసే వాళ్ళం . దూరం దూరంగా కూర్చొని ఒకే గదిలో దూరం దూరంగా పడుకునేవాళ్ళం."

" ఏడ్చావు. బోడి హ్యాపీ , బోడి ఎంజాయ్. వాడు మన శత్రువు ఏమోనని నాకు అనుమానంగా ఉంది. కాదు గదా.! అయినా.. గతం అంతా మరచిపోయి వాడు నిన్ను ఎందుకు అలా నెత్తి మీద పెట్టుకుంటాడు? వాడు ఏమైనా దేవుడా? మా తమ్ముడు వెధవకి మరీ ఇంత గొప్ప మనసు లేదులే! అవును.. వాళ్ళ ఇంట్లో ఉన్నప్పుడు వాళ్ల ఆల్బంబుక్స్ ఏమైనా చూసావా? అందులో నీకు తెలిసిన వాళ్ళ బొమ్మలు ఏమైనా కనిపించాయా?" లాజిక్కుగా అడిగాడు కొడుకుని ఆనందరావు, సెల్ ఫోన్ లో.

“చూడలేదు నాన్న. వాళ్లు కూడా చూపించ లేదు."

“అది సరే. నిన్ను తీసుకెళ్లినాయన పెళ్ళాం నీతో ఏమైనా మాట్లాడుతూ ఉండేదా?"

ఈసారి మరింత లాజిక్కు గా అడిగాడు ఆనందరావు

"లేదు నాన్న. నావైపు చూస్తూ ఆనందంగా నవ్వుతూ ఉండేది. అంతే.. నేను భోజనం చేస్తున్నప్పుడు మాత్రం అమ్మ లాగే కొసరి వడ్డించుతూ ఉండేది"

"ఏరా... వాళ్ళు చాలా బాగా నీకు నచ్చినట్టు ఉన్నారు. గొప్ప ఏం కాదు గాని , ఎవరైనా అలాగే వడ్డిస్తారు. అవును, వాళ్లకు ఓ అబ్బాయి ఉన్నాడని అన్నావుగా! రేయ్.. నిన్నే.. ఫోన్ లో వినపడుతుందా సరిగా. అదే వాళ్ళ అబ్బాయిని 'రాజారాం' అంటూ పిలిచే వారా వాళ్లు?" ఈసారి అనుమానం బలపడి అడిగాడు కొడుకుని .

" వినబడుతోంది నాన్న. వాళ్ళ అబ్బాయిని 'బాబు' అనే పిలిచేవారు......! నాన్న.. ఒక విషయం చెప్పమంటావా ఆయన ఒకసారి ఫోన్ లో ఎవరితోనో చాలా బాగా మాట్లాడారు నాన్న. అది గుర్తుండిపోయింది. అది ఏంటంటే

' తప్పులు అందరం చేస్తాం సార్. నేను కూడా చాలా తప్పులు చేశాను. అయితే ఆ తప్పులు దిద్దుకునే అవకాశం కలిగినప్పుడు దిద్దు కోవాలి అన్న స్పృహ కలిగించుకొని ముందుకు సాగాలి. గతంగతః అన్నట్టు అందరూ బ్రతికితే బాగుంటుంది సార్.' అన్నారు నాన్న. అదేంటో ఆ డైలాగులు నాకు చాలా బాగా నచ్చాయి. చిత్రంగానూ, చాలా గొప్ప గాను కూడా అనిపించాయి."

ఫోన్ లో రవి చాలా ఆర్తిగా చెప్పుకుపోతున్నాడు.

అవతల వాళ్ల గురించి కొడుకు చెప్పే విధానం ఆనందరావు కు నచ్చక అతడి శరీరం మీద ఎవరో మరిగే నీళ్ళు పోసినట్లు ఉంది.

"సర్లే ఆపు. ఈ విషయాలన్నీ నాకు ఫోన్ లో చెప్పాలని నీకు ఎప్పుడూ అసలు అనిపించ లేదా?" నిష్టూరంగా అడిగినట్టు అడిగాడు ఆనందరావు.

" సారీ నాన్న... నేను చాలా సార్లు ప్రయత్నించా. కానీ ఆయన ఎవరిని ఫోన్ చెయ్యనివ్వలేదు.

ఈ విషయం తెలిస్తే దూరంగా ఉన్న మీ వాళ్ళందరూ కంగారు పడతారు. అయినా ఇక్కడకు రాలేరు. పెద్ద వాళ్లను బాధ పెట్టడం వద్దు. ఇప్పటి కోవిడ్ భయానక పరిస్థితుల్లో మీరు చేస్తున్నది ఎంతమాత్రం తప్పు కాదు. నా మాట వినండి. ఇక్కడి పరిస్థితులు కొంచెం చక్కబడ్డాక నేనే మిమ్మల్ని హాస్టల్లో దిగపెడతాను. ఆ తర్వాత వీలు చూసుకుని నెమ్మదిగా చెప్పండి.' అంటూ మమ్మల్ని ఆపేవారు. మీ పెద్దలు హడావడిగా మీ గురించి ఆలోచిస్తూ ఉన్నా ఆరోగ్యం పాడు చేసుకుంటారని కూడా చెబుతుండే వారు.

అమ్మను దృష్టిలో పెట్టుకొని అమ్మ కంగారు పడిపోతుందని నాక్కూడా అదే మంచిదనిపించింది నాన్నా. సారీ.. తప్పయితే క్షమించు నాన్నా."

చాలా ప్రాధేయ పూర్వకంగా చెప్పాడు కొడుకు రవి, తన తండ్రికి సెల్ ఫోన్ లో

" అది సరే! ఇంతకీ ఎవడ్రా అతను?".

" ఎప్పుడన్నా ఎక్కడన్నా కనిపిస్తే "విష్" చేయి చాలు అంటూ ఈ పదిహేను రోజుల తర్వాత నన్ను ఇదిగో! ఇప్పుడే జాగ్రత్తగా హాస్టల్ లో దిగవిడిచి అదిగో వెళ్ళిపోతున్నారు."

"నువ్వు చెప్పింది అంతా వింటుంటే ఆ వెధవ మా తమ్ముడు అని అనిపిస్తుంది రా. అసలు నీకు వాళ్ళు ఎవరూ గుర్తు రాలేదా? చిన్నప్పుడు చూసావు కదా.." ప్రశ్నించాడు ఆనంద రావు.

" అదేమిటి నాన్న. నాకు నాలుగు..అయిదు ఏళ్ల వయసున్నప్పుడు ఎప్పుడో 20 ఏళ్ల క్రితం వాళ్లను చూశాను. ఎలా పోల్చుకోగలను నువ్వే చెప్పు" అంటూ వివరణ ఇచ్చాడు రవి.

" ఆయన అసలు ఎలా ఉంటాడు? సెల్ లో ఫోటో తీసి నాకు పంపించలేకపోయావా?"

" లేదు నాన్న. ఇటువంటి పరిస్థితిలో పద్ధతిగా ఉండదని ఫోటోలు తీసుకోలేదు. ఆ... అదేమిటో కానీ నాన్న.. ఆయన కొంచెం అటు ఇటు గా 'నీలాగే' ఉంటారు . వాళ్ళ అబ్బాయి కూడా అదేమిటో కొంచెం అటు ఇటు గా 'నాలాగే' ఉంటాడు నాన్న. నిజం" ఈసారి మహదానందంగా చెప్పాడు రవి.

"ఆ, చాల్లే సంబడం. మనిషిని పోలిన మనుషులు ఉండరా ఏంటి? నీదో పెద్ద బడాయి. అన్నట్టు ఈ పదిహేను రోజులు ఏ స్ట్రీట్ లో ఉన్నావు అదయినా తెలిసి ఏడిచిందా నీకు"

" ఆ తెలుసు నాన్న. ఈ రోజే ఆయన ఇప్పుడే మా హాస్టల్ లో దిగ విడిచారు కదా! ఆయన ఇంటి దగ్గర నుంచి హాస్టల్ కి వస్తూ చూశాను. ఆ స్ట్రీట్ .. పేరు.. ఆ ...అది.. అది.. చిట్టి.. కాదు కాదు చెట్టి......చెట్టి......"

" ఏడ్చావు. కొంప తీసి "చెట్టియార్ స్ట్రీటా????"

" ఆ... అ.. ఖచ్చితంగా అదే నాన్న."

అంతే ఆనందరావు చేతిలో సెల్ కిందపడి

ముక్కలు కాలేదు . ఎవరో అతని గుండెల మీదకు పెద్ద కొబ్బరిబొండాం విసిరితే అది తన గుండెల మీదే పగిలిపోయి పదహారు ముక్క లుగా చితికిపోయిన భావన కలిగింది.

★★★★

కాకినాడ, రామారావు పేట, ఆనందరావు తన ఇంట్లోనే ఉన్నాడు. అతను కొడుకు తో మాట్లాడి నెల రోజులు అవుతుంది.

ఆగస్టు మొదటి వారం...2021సంవత్సరం. పూర్తి లాక్ డౌన్..... మినీ లాక్ డౌన్...

ప్రపంచాన్ని అతలాకుతలం చేస్తున్న కోవిడ్ పరిస్థితులు కొంచెం చక్కబడి చక్కబడనట్లు ఉన్నాయి. సర్దుకున్నట్టు కనిపించి విజృంభిస్తున్నాయి. అయినా ప్రజా అవసరం, అభివృద్ధి కుంటుపడ కుండా ఉండడం రీత్యా ముఖ్యమైన కొన్ని బస్సులు, ట్రైన్ లు తిరుగుతాయని ఆన్ లైన్ బుకింగ్ మళ్లీ మొదలవుతుందని టీవీన్యూస్ విన్నాడు ఆనంద రావు.

కొడుకు నుండి యధార్థ విషయం తెలుసుకొని నెల రోజులు గడిచింది. ఈ నెల రోజులు దీక్షగా, తదేకంగా ఆలోచించిన ఆనందరావు ఒక నిర్ణయానికి వచ్చాడు అనే కన్నా "వచ్చేసాడు".. అనొచ్చు!!

""నా దృష్టిలో నా తమ్ముడు "వెధవ".!!

నా తమ్ముడు దృష్టిలో..నేను.."పెద్దవెధవనేమో"!!!.

ఏ సమస్యనైనా ఎదుటివారి కోణంనుంచి ఆలోచించాలి అన్నారు పెద్దలు. నిజమే. ఖచ్చితంగా నిజం!"

ఇదీ ప్రస్తుతం ఆనందరావు ఆలోచనా ధోరణి.

'"అవును తప్పులు అందరం చేస్తాం.అయితే ఆ తప్పులు దిద్దుకునే అవకాశం కలిగినప్పుడు"దిద్దుకోవాలి"'.....అన్న స్పృహ కలిగించుకొని ముందుకుసాగాలి.

గతం గతః ... అన్నట్టు అందరూ బ్రతికితే బాగుంటుంది!!

రెండు దశాబ్దాలు.. 20 సంవత్సరాలు. చాలా సుదీర్ఘం!

ఇరవై సంక్రాంతులు..ఇరవై ఉగాదులు.. ఇరవై దీపావళిలు! ఎలా నిస్సత్తువుగా గడిచిపోయాయి.

గభాలున కుర్చీలోంచి లేచి.. 'సిస్టం' దగ్గర కూర్చున్నాడు ఆనందరావు.

రెండు టికెట్లు తనకు , తన భార్యకు. ఆన్ లైన్ బుకింగ్ చేసుకున్నాడు, చెన్నై వెళ్లడానికి.

చెన్నైలో తన కొడుకును చూడాలి. అంతేనా, అందరూ కలసి సర్ ప్రైజ్ చేసేలా " చెట్టియార్ స్ట్రీట్ "

సడన్ గా వెళ్లి వారంరోజులు ఆనందంగా గడపాలి. ఆ ఇంట్లో.. తమ్ముడు ఇంట్లో!!!!!!

తిరుగులేని తన నిర్ణయంతో... మహమ్మారి కోవిడ్ ఈ భూప్రపంచం వదిలి పారిపోయినంత గా... ఇప్పుడు.. ఆనందరావు.... పరమానందభరితుడైపోతున్నాడు.!!!

(ఖుషి మాస పత్రిక 2004 కథల పోటీలలో ద్వితీయ బహుమతి పొందిన కథ... మన తెలుగు కథలు డాట్ కాం 2022 పబ్లిష్ కథ)

మరో బృందావనం

బుజ్జిబాబుకు పెళ్లి కాలేదు. సంబంధాలు వస్తున్నాయి. అందుకు ఏమీ లోటు లేదు. బుజ్జిబాబు అనాకారి కాదు. పెద్ద అందగాడు కాకపోయినా ఓ పిసరంత అందగాడే !

అయితే అతను ఏ అమ్మాయి నైనా హ్యాపీగా పెళ్లి చేసుకోవడం విషయంలో అతనికి ఓ పెద్ద సమస్య వచ్చిపడింది. అది సమస్యకాదు ధర్మసందేహం. ధర్మసందేహమూ కాదు. అనుమానం. అనుమానము కూడా కాదు. ఆవకాయ జాడీలో అరటిపండు లాంటి అదోరకమైన సమస్య.

సరే, ఆ సమస్యను పరిష్కరించుకోవడం కోసం ఆ రోజు ఉదయం బుజ్జిబాబు ఆయాసపడుతూ తన గురువు త్రిలోకచంద్రంగారి ఇంటికి వచ్చాడు. విషయం అంతా ఆయనకు చెప్పి అక్కడున్న గ్లాసుడు నీళ్ళు గబగబా తాగేశాడు. శిష్యుడి సమస్యకు సంబంధించిన విషయం అంతా విన్న గురువుగారు పకపకా నవ్వేశారు.

"ఒరేయ్ బుజ్జిబాబు! ప్రపంచంలో అందరూ నీలాగే ఆలోచిస్తే ఈ సృష్టి చక్రం తిరగదురా. నీది అనవసరపు భయం. పనికిరాని ఆందోళన. ఏదైనా సమస్య గురించి ఎక్కువగా ఆలోచిస్తే ఇట్లాగే ఉంటుంది. మరీ ఇంత పిరికితనం పనికిరాదు సుమీ! సరే, వచ్చి 'గురువుగారు ఈ విషయంలో మీ సలహా ఇవ్వండి, నాకు ధైర్యం చెప్పండి ' అని అడిగావు కనుక నాకు తోచిన సలహా ఇవ్వాలి. కానీ నీ మనసును బట్టి నీకు సలహా ఇవ్వకూడదు. ప్రాక్టికల్ గా చూపించాలి. అప్పుడే నీకు ధైర్యం వస్తుంది. సరే బయలుదేరు. మనం ఇద్దరం నా మోపెడ్ మీద నాలుగు చోట్లకి వెళ్ళాలి." అంటూ శిష్యుడు బుజ్జిబాబుని వెనుక సీటు మీద కూర్చోబెట్టుకుని తనే డ్రైవ్ చేస్తూ బయలుదేరారు, గురువు త్రిలోకచంద్రంగారు.

శిష్యుడిని ముందుగా తన అన్నగారు కొడుకు చక్రి ఇంటికి తీసుకెళ్లారు. చక్రి ఇద్దర్నీ లోపలకు ఆహ్వానించి కూర్చోమని మంచి నీళ్ళు తెచ్చి ఇచ్చాడు. వెంటనే తన భార్య మండోదరిని బయటకు పిలిచి 'వచ్చిన వాళ్లను పలకరించడం నీకు చేత కాదా ? బుద్ధి జ్ఞానం లేదా? గడ్డి తింటున్నావా? మంచి నీళ్లు ఇవ్వడం తెలియదా?' అంటూ గట్టిగా అరిచాడు. ఆమె భయపడి ప్రశాంతంగా తలకిందకు దించి మౌనంగా ఉండిపోయింది. చక్రి మళ్లీ ఆమెను తిట్టడం మొదలెట్టాడు.

"ఆ మౌనం ఏమిటి. కాపురం చేయడం రాకపోతే ఎందులో అయినా దూకి చావు. ఛీ ఎదవ పెళ్ళాం. ఎదవ పెళ్లి చేసుకున్నాను." అంటూ చెడామడా నోటికి వచ్చినట్టు అలా తిడుతూనే ఉన్నాడు. ఊరంతా వినబడేలా పొలికేకలు పెట్టాడు.ఆమె ఏడుస్తూ భర్త కొడతాడేమో అని భయపడి వంటింట్లోకి వెళ్లి తలుపు గడియపెట్టేసుకుంది. చక్రి పరుగున వెళ్ళి తన బూటుకాలితో ఆ

తలుపుని గట్టిగా తన్నాడు. నిమిషంలో ఆ ఇల్లంతా భయంకర యుద్ధభూమిలా మారిపోయింది. బుజ్జిబాబు అంతా గమనిస్తూ బెంబేలెత్తి పోయాడు.

బుజ్జిబాబు భయపడిపోయి లేచి మంచినీళ్లు కూడా తాగకుండా బయటకు వెళ్ళిపోయాడు. త్రిలోకచంద్రంగారు తన అన్నగారు కొడుకు చక్రి ని సముదాయించి వేరే పనిమీద ఇటు వెళ్తున్నామని మళ్ళీ వచ్చేటప్పుడు ఆగుతామని చెప్పి తనుకూడా బయటకు వచ్చేశారు.

బుజ్జిబాబు గురువుగారిని చూసి, లోపల జరిగిన సంఘటనకు గుండెలు బాదుకుంటుడగా "ఆగరా! ఆగాగు. కంగారుపడిపోకు. ప్రాక్టికల్ అని చెప్పాను కదా సీన్లు ఇలాగే ఉంటాయి" అని చెప్పి అతడిని పక్క వీధిలో ఉన్న తన తమ్ముడు గారి అబ్బాయి చలం ఇంటికి తీసుకుని వెళ్లారు.

చలం ఇద్దరినీ ఆహ్వానించి లోపలకు తీసుకెళ్ళి సోఫా మీద కూర్చోబెట్టాడు. అంతే లోపల నుండి అతని భార్య కైకమ్మ బయటకు వచ్చింది. వస్తూనే "మీరు అసలు మనిషి జన్మ ఎత్తలేదు. సోఫాలు నిన్ననే క్లీనింగ్ చేయించాము కదా! వాటి మీద ఎందుకు కూర్చొబెట్టారు. అవిపోతే మా అమ్మగారు అస్తమానమూ పంపించ లేరు కదా! కొంచెం జ్ఞానం తెలుసుకుని బ్రతకండి. వెధవ బ్రతుకు. బ్రతికినా ఒకటే, చచ్చినా ఒకటే. ఛీ, ఛీ" అంటూ వచ్చిన వాళ్ళను కూడా పలకరించకుండా విసురుగా లోపలికి వెళ్ళిపోయింది, అక్కడున్న కుర్చీని తన్నుకుంటూ. దాంతో చలం చాలా చిన్నబుచ్చుకుని కళ్ళ వెంట నీళ్ళు పెట్టుకున్నాడు, తన పెదనాన్నని చూసి.

త్రిలోకచంద్రం, చలానికి నాలుగు మంచి మాటలు చెప్పి " కంగారుపడకు. అంతా బాగుంటుందిలే. పక్కనే ఉన్న మునిసిపల్ ఆఫీస్‌కు వచ్చాముురా. ఆ పని చూసుకొని అలా వెళ్లిపోతాము" అంటూ బయటపడ్డారు, శిష్యునితో సహా.

" చూసావురా బుజ్జిబాబు! ఇంతకుముందు మనం చూసిన కేసు కి ఈ కేసు రివర్స్!!!" అంటూ బుజ్జిబాబు వైపు చూశారు. బుజ్జిబాబు తల పట్టుకుని ఓ చెట్టు మొదల నీరసంగా కూర్చుండిపోయాడు.

" ఛీ,ఛీ! అలా పిరికిపడకురా. ఇక్కడితో ఇంటర్మీషన్ అయ్యింది. ఇంకా సగం స్టోరీ నీకు చూపించాలిరా" అంటూ అతడిని మోపెడ్ వెనుక కూర్చుండ బెట్టుకొని రెండు కిలోమీటర్ల దూరంలో ఉన్న శ్రీహరికాలనీకి తీసుకువెళ్ళారు. అది తన కొలీగ్ సూర్యారావుగారి అమ్మాయి శకుంతల ఇల్లు.

"బుజ్జిబాబు ఇది మూడవ జంట ఇల్లురా. ఇంత వరకు నువ్వు ఒక గుండెతోనే ఉన్నావు. కానీ ఇప్పుడు రెండు గుండెలు నీకు ఉండాలి. అర్థంకాలే? కాసేపు ఆగు. రీలు తిరగడం మొదలవుతుంది." అంటూ భయపడుతున్న శిష్యుడిని బలవంతంగా లోపలకి లాగారు.

లోపల శకుంతల, ఆమె భర్త దుష్యంత్ ఉన్నారు అనేకన్నా ఇద్దరు భయంకర రాక్షసులు ఉన్నారు అనడం సబబు.

వాళ్ళిద్దరూ తమ గదిలో అటూ ఇటు నిలబడి స్వచ్ఛమైన బూతులు తిట్టుకుంటూ ఇంట్లో ఉన్న సామాన్లన్నీ ఒకరిమీద ఒకరు గిరాటేసికుంటున్నారు. తగ్గేదేలే అన్నట్టు రెండు శివంగాల్లా భీకర యుద్ధం చేసుకుంటున్నారు. ఈ భూ ప్రపంచంతో వాళ్లిద్దరకు సంబంధం పూర్తిగా తెగిపోయింది. ఎవరు గెలుస్తారు అన్న ఆతృత మాత్రమే అక్కడ రాజ్యమేలుతోంది.

బుజ్జిబాబు అంతా చూసి పిచ్చి ఎక్కిన వాడిలా అరవాలి అనుకున్నాడు. పక్కనే ఉన్న గురువుగారు అతని నోరు మూసి రెక్క పట్టుకుని బయటకు లాక్కుని వచ్చేశారు.

"గురువుగారు! బాబోయ్ ఇది ఇల్లా, కురుక్షేత్రమా? ఈ భార్యాభర్తలు మనుషులు కాదండి. ఆ ఇద్దరు పిశాచుల్లా కనిపిస్తున్నారు నాకు. ఈ సీన్ చూశాక నాకు నిజంగా ఉరి పోసుకుని చచ్చిపోవాలని ఉంది. మానవుల్లో ఇలాంటి వాళ్లు కూడా ఉంటారా? భర్తకు బుద్ధి లేదు, భార్యకు బుద్ధి లేదు. ఈ జంటను చూస్తే ఎవరికీ పెళ్లి చేసుకోవాలి అనిపించదు. కాబోయే భర్త అంటే భార్యకి, కాబోయే భార్య అంటే భర్త కి ముందుగానే అసహ్యం ఏర్పడిపోతుంది. గురువుగారు మీ ప్రాక్టికల్ ప్రయోగం చాలుగానీ మనం ఇంటికి వెళ్ళిపోదాం వచ్చేయండి" అన్నాడు తల పట్టుకొని బుజ్జిబాబు.

"క్లైమాక్సు చూడందే సినిమా పూర్తయినట్టు ఎలా అవుతుంది రా? అదిగో ఆ వాటర్ ట్యాంక్ పక్కన కనిపిస్తుందే అదే, నా మేనకోడలు సీత ఇల్లు . ఆమె భర్త రాము" అంటూ అక్కడకు తీసుకుని వెళ్లారు తన శిష్యుడిని, గురువు త్రిలోకచంద్రంగారు, అతి బలవంతంగా.

తన సొంత మేనమామ వస్తున్నట్టు సీత చూసిన వెంటనే పరుగున లోపలికి వెళ్లి భర్తతో సహా చెంబుడు నీళ్ళతో తిరిగొచ్చింది. ఇద్దరూ కలిసి ఆయన కాళ్లు కడిగారు. ప్రేమగా లోపలకి తీసుకు వెళ్లి బొంతలాంటి పరుపు మీద కూర్చోబెట్టి పరుగు పరుగున మళ్లీ లోపలికెళ్ళి ఫలహారాలు తెచ్చి ఆయన ముందు ఒక ప్లేటు పెట్టారు.. కొంచెం దూరంలో కూర్చున్న బుజ్జిబాబు కి మరో ప్లేటు అందించారు. సీత మేనమామకు కాళ్ళు నొక్కడం మొదలుపెట్టింది. రాము విసనకర్ర తో విసరడం మొదలు పెట్టాడు.

ఇదంతా చూస్తున్న బుజ్జిబాబు స్వర్గలోకంలో ఉన్నామా అన్న అనుభూతితో కనురెప్ప వేయటం మర్చిపోయాడు. 'ఈ భార్యాభభర్తలు ఇద్దరూ చాలా అమాయకులులా ఉన్నారు ఏంటి చెప్మా' అంటూ గుటక కూడా వేయటం మర్చిపోయాడు.

త్రిలోకచంద్రం గారు, ఆ భార్యాభర్తలు ఇద్దరనీ దగ్గ రకు తీసుకుని" మీరిద్దరూ కొంచెం గడుసుగా మారాలర్ర లేకుంటే ఈ మాయల మరాఠీ ప్రపంచంలో బ్రతకలేరు. మీ మంచితనం లోకువగా తీసుకునే వాళ్లే ఎక్కువ. సరే మిమ్మల్నిద్దరినీ ఆ భగవంతుడే కాపాడతాడులే" అంటూ వాళ్ళిద్దరికీ చెరో వంద రూపాయలు దాంతో పాటు తను కూడా తీసుకువచ్చిన స్వీటు ప్యాకెట్ కూడా ఇచ్చి దీవించారు. ఆ తర్వాత ఆయన బుజ్జిబాబుని వాళ్ళిద్దరికీ చూపిస్తూ "అన్నట్టు చెప్పడం మరిచాను. ఈ అబ్బాయి నా శిష్యుడు బుజ్జిబాబు. ఈ మధ్యనే పెళ్లి కుదిరింది. వీడి సమస్య ఏమిటి

అంటే వచ్చే భార్య ఏ మనస్తత్వం కలిగినది వస్తుందో అని భయపడి పోతున్నాడు. అది అనుమానమో, భయంకర పెనుభూతమో తెలియని అవస్థలో ఉన్నాడు.

చెప్పాలంటే అతను అలా అనుమానపడటం సహజమే. ఎందుకు అంటే నేటి కాపురాలు చాలా మటుకు మూన్నాళ్ళ ముచ్చటగానే ఉన్నాయి కదా! మాట్లాడితే విడాకులు. మగవాడికి భయంలేదు. ఆడదానికి అంతకన్నా భయంలేదు. ఈ కారణం చేతనే ఇతనికి పెళ్లి మీద చిరాకు, అసహ్యం కలగడానికి కారణం అయ్యింది. ఆ విషయమే నాకు చెప్పాడు ఈరోజు ఉదయం వచ్చి.

"సరే నేను వీడికి ప్రాక్టికల్ పద్ధతిలో ధైర్యం చెప్పడంకోసం మూడు కుటుంబాల తీరుతెన్నులు చూపించి చివరగా మీ ఇంటికి తీసుకు వచ్చాను. మీ ఇద్దరి ప్రవర్తన కూడా వీడికి ఓ లెసన్ లా ఉపయోగిస్తుంది"

చెప్పటం ఆపి ఆ భార్యభర్తల వైపు చూశారు త్రిలోకచంద్రం గారు. వాళ్ళిద్దరూ అమాయకుల్లా ఏమీ అర్ధంకానట్టు చూస్తుండిపోయారు. ఈసారి త్రిలోకచంద్రం, శిష్యుడు బుజ్జిబాబు వైపు చూసి ఇలా అన్నారు.

"బుజ్జిబాబు! ఇదిరా వీళ్ళ వరస. మగవాడు ఇంత అమాయకంగా ఉన్నా కాపురానికి అదీ కష్టమే. రాముని చూడు ఎర్రివాడిలా ఎలా దిక్కులు చూస్తున్నాడో. ఇలాంటివాడు రేపొద్దున ఏదైనా సమస్య వస్తే పెళ్లాన్ని కూడా రక్షించుకోలేడు. ప్రపంచజ్ఞానం తెలియకుండా ఎలాగో బ్రతికేస్తున్నారు. ఇదొక విచిత్రమైన సంసారం. 'వెళ్లొస్తాను' అని చెప్పినా వీళ్లకు అర్థం కాదు. అంత అమాయకులు అన్నమాట వీళ్ళు. భర్త, భార్య దొందూ దొందే. ఇక మన పని పూర్తయింది నడు" అంటూ ఆ భార్యాభర్తలిద్దరికీ వెళ్తున్నట్టు చెప్పి బయటకు వచ్చారు గురుశిష్యులు.

"ఇప్పుడు చెప్పరా బుజ్జిబాబు, ఈ నాలుగు జంటలను బట్టి నీకు ఏమి అర్థమైంది?"

కొంచెం దూరంగా ఉన్న పార్కులో సిమెంట్ బల్ల మీద శిష్యుడిని కూర్చోబెట్టి, తను పక్కగా కూర్చుని ప్రశాంతంగా అడిగారు.

" ఏమీ అర్థం కాలేదు గురువుగారు. ఇంకా భయం పెరిగింది. పెళ్లి గిల్లీ వద్దు. క్యాన్సిల్ చేసేస్తాను."

" కంగారు పడకురా! ఒక ఆడది పరాయి మగవాడిని నమ్ముకొని పరాయి ఇంటికి కాపురానికి ఎందుకు వస్తుంది. అతను ప్రేమ పంచుతాడని. తన కోరికలు, ఆశలు తీరుస్తాడని. కానీ మగవాడు అనబడే భర్త దేశ కాలమాన పరిస్థితులను బట్టి భార్య పట్ల తన ధర్మం పరిపూర్ణంగా నిర్వర్తించలేకపోతున్నాడు. నూటికి 90 భార్య భర్తల సమస్యలకు ఇదే కారణం. ఆశలు తీర్చకపోయినా కనీసం ప్రేమ అయినా పంచాలి కదా. అందులో కూడా ఫెయిల్ అవుతున్నాడు.

కాబట్టి నేను చెప్పేది ఏమిటంటే నీ భార్య ఏ రకపు వ్యక్తిత్వం కలది వచ్చినా ఆమెను చాలా ప్రేమగా చూసుకో. అలాగైతే ఏ సమస్య ఉండదు. సరేనా"ముగించాడు, గురువు త్రిలోకచంద్రం గారు.

"సరే గురువుగారు. ఈమాట చెప్పడానికి ఇన్ని భయంకర సన్నివేశాలు ఎందుకు చూపించారు. ఒక చోట భర్త దుర్మార్గుడు, మరొక చోట భార్య దుర్మార్గపుది, వేరొకచోట భార్యా భర్తలిద్దరూ రాక్షసులు. చిట్టచివరి భార్యాభర్తలిద్దరూ అమాయకపు అప్పడం ముక్కలు. ఏతావాతా ఈ ప్రాక్టికల్ సంఘటనలను బట్టి నాకు పెసర బద్దంత ఉపయోగం కలగలేదు.

మీ ఇంటికాడే ఉదయమే 'భార్యను ప్రేమగా చూసుకోరా చాలు' అని చెప్తే సరిపోతుంది కదా" కాస్త చిరాగ్గానే అన్నాడు బుజ్జిబాబు.

"ఒరేయ్ బుజ్జిబాబు! ఇక్కడే పప్పు దాకలో కాలువేస్తున్నావు. జాగ్రత్తగా నీ ఇంద్రియాలన్నీ నీ అదుపులో పెట్టుకుని విను.

మొదటి జంటను బట్టి భర్త ప్రశాంతంగా ఉండాలని అర్థం చేసుకోవాలి. అర్థమైంది కదా ఈ పాయింట్ అంటూ నొక్కి చెప్పారు.

ఇక రెండవ జంటను బట్టి అక్కడ కూడా భర్త ప్రశాంతంగానే ఉండాలి అని తెలుసుకోవాలి. ఈ పాయింట్ కూడా అర్థమైంది కదా అంటూ మళ్లీ మళ్లీ నొక్కి చెప్పారు.

తర్వాత మూడవ జంట ను బట్టి కూడా భర్త మాత్రమే ప్రశాంతంగా ఉండాలి అలా ఉండి భార్య ప్రవర్తన మీద విజయం సాధించవచ్చని కచ్చితంగా అర్థం చేసుకొని అవగాహన చేసుకోవాలి. చేసుకున్నావు కదా. ఇక చివరగా నాలుగవజంట ను బట్టి భర్త తెలివితేటలు పెంచుకుంటూ ఇక్కడ కూడా భర్త అనబడే శాల్తీ చాలా ప్రశాంతంగానే ఉండవలసిన అవసరం ఉంది రా.ఉంది.'' అంటూ మరింత గట్టిగా నొక్కి చెప్పారు.

తలపోటు వస్తోంది కదూ. ఇప్పటికైనా గీతాసారం లాంటి ఈ "కాపుర సారం" మొత్తం మగవాళ్ల బుర్రలకు అర్థమైతే ముఖ్యంగా నీ బుర్రకు అర్థం అయితే భార్యాభర్తల మధ్య గొడవలు ఉండవురా. కాపురాలు హాయిగా సాగిపోతాయి. కోర్టులకు సగం బాధ తగ్గిపోతుంది. అప్పుడు ఈ జగమంతా 'మరో బృందావనం' అయిపోతుందిరా"

చెప్పడం ఆపి సిమెంట్ బల్ల మీద నుండి పైకి లేచారు, గురువు త్రిలోకచంద్రంగారు.

బుజ్జిబాబు తన బుర్ర విదిలించాడు. గురువు గారు నొక్కి నొక్కి నొక్కి చెప్పిన చివరి మాటలను బట్టి ఏదో విద్యుత్ ప్రవాహం అతని బుర్రలో ప్రవేశించినట్టు అయ్యింది. అతని బుర్రలో మట్టి అంతా దూరంగా గిరాటు వేసినట్టు హాయిగా ఉంది ఇప్పుడతనికి. పెళ్లి మీద భయం పోయి ధైర్యం కొండంతగా పెరిగింది.

"బాగా అర్థమయింది గురువుగారు. మీకు పాదాభివందనం. కుటుంబానికి కెప్టెన్ భర్త కనుక ఏ సమస్య వచ్చినా దానికి కారణం భర్త మాత్రమే! బాగా అర్థమయ్యేలా లెసన్ చెప్పారు. అందుకనే కదా గురువుగారు, మిమ్మల్ని పది సంవత్సరాల నుండి వదలడం లేదు . ఇప్పుడు నాకు భయం పూర్తిగా పోయింది గురువుగారు. మీరు నా మీద ఉపయోగించిన ఈ ప్రాక్టికల్ విధానం నా బుర్రకు బాగా పనిచేసింది. ఇక ఇప్పుడు నేను భయం వీడి పెళ్లి చేసేసుకుంటాను గురువుగారు. భయం పూర్తిగా పోయింది." అంటూ బుజ్జిబాబు హుషారుగా మోపెడ్ తనే స్టార్ట్ చేశాడు. ఈసారి

శిష్యుని వెనుకగ కూర్చొనిగురువు త్రిలోకచంద్రంగారు గుండె నిండా హాయిగా ఊపిరి తీసి వదిలారు. మోపెడ్ వేగంగా ముందుకు దూసుకుపోతోంది.

(శ్రీనది మాసపత్రిక ద్వితీయ బహుమతి కథ..2011 మరియు తెలుగు సొగసు మ్యాగజైన్ పబ్లిష్ డిసెంబర్ 2021)

పెద్దవాళ్లు తస్మాత్ జాగ్రత్త..!

బుజ్జిబాబు సెల్ ఆన్ చేసాడు. ఆతృతగా తన పెదనాన్న చెన్నకేశవులు కి ఫోన్ చేశాడు. "పెదనాన్నా. నేను బుజ్జిబాబు ని."

"ఏరా బుజ్జి?"

" పెదనాన్నా! నాన్నకి ఒంట్లో బాగోలేదు. నాకు భయం వేస్తుంది. హాస్పిటల్ కి తీసుకువెళదాం పెదనాన్న. నువ్వు, రాము అన్నయ్య ఇద్దరూ త్వరగా రండి పెదనాన్నా!"

"ఏరా ఏమైంది? మొన్నే కదా హాస్పిటల్ నుండి వచ్చాము."

"ఆయాసం అంటున్నారు. ఊపిరి అందడం లేదు అంటున్నారు. త్వరగా రండి పెదనాన్న."

"ఇది నాలుగోసారి. ఇక జాగ్రత్తగా నువ్వే చూసుకోవాలిరా అన్ని విషయాలు. ఎందుకంటే నాకు ఏవేవో పనులు ఉంటాయి. మీ అన్నయ్య రాముకి ఇలా అస్తమానం తిరుగుతూ ఉంటే చదువు పాడవుతుంది. నువ్వు పెద్దవాడివి అయ్యావు కదా! కాస్త నువ్వే ఈ విషయాలన్నీ జాగ్రత్తగా చూసుకోవాలి."

"అది కాదు పెదనాన్నా! నాకు భయం వేస్తోంది."

"ఇందులో భయపడేది ఏముందిరా బుజ్జి బాబు. ఇప్పుడు మేం రావడం గురించి నువ్వే ఆలోచించు. ఈ సంవత్సరంలో మీ నాన్న గురించి నాలుగు సార్లు హాస్పిటల్ చుట్టూ తిరిగాను. నువ్వే అర్థం చేసుకోరా! నాకు మీ నాన్న సొంత తమ్ముడు. అందుకనే హైదరాబాద్ వెళ్ళాం అందరం. అక్కడ పెద్ద డాక్టర్‌కు చూపించి నెల రోజులు హాస్పిటల్లో ఉన్నాము. తిరిగి వచ్చాక మళ్లీ అదే పొజిషన్.

హెల్త్ కుదుటపడలేదు. మళ్లీ వైజాగ్ వెళ్ళామా లేదా? నువ్వే ఆలోచించరా. డబ్బు నువ్వే పెట్టుకున్నావ్ అనుకో. కొంచెం నేను ఖర్చుపెట్టాను. అది కాదు అసలు విషయం. ఎన్నిసార్లు మేము రాగలం చెప్పు? "

"ఆ తర్వాత మన ఊర్లో వెంకట సిద్ధార్థ హాస్పిటల్ లో 15 రోజులు ఉన్నాం. ఇంటికి వచ్చిన మర్నాడే గాంధీ హాస్పిటల్ కి వెళ్లి అక్కడ పది రోజులు ఉన్నాం."

"పోనీ రాము అన్నయ్యని పంపించు పెదనాన్నా." బుజ్జిబాబు బ్రతిమాలాడుతూ అడిగాడు.

"ఇద్దరం వస్తున్నాం. తప్పుతుందా? ఇదిగో మీ అన్న రాము ఇక్కడే ఉన్నాడు. అంతా వింటున్నాడు. వాడితో మాట్లాడి కాసేపట్లో ఇద్దరం వస్తాం."

సెల్ ఆఫ్ చేశాడు బుజ్జిబాబు పెదనాన్న చెన్నకేశవులు.

★★★

అందరూ కలిసి బుజ్జిబాబు తండ్రి సత్య కేశవులు ని ఊర్లోని హాస్పటల్ కి తీసుకువెళ్లి జాయిన్ చేయించారు.

సత్యకేశవులు కి హాస్పిటల్ లోపల హెల్త్ చెకప్ లు అన్నీ పూర్తయ్యాక, కూడా వచ్చిన అందరూ హాస్ప టల్ బయట బల్లమీద కూర్చున్నారు.

" రారా, బుజ్జి బాబు! ఇలా నా దగ్గరగా కూర్చోరా. డాక్టర్ గారు 20 రోజులు హాస్పిటల్లో ఉండాలి అంటున్నారు కదా! ఒరేయ్ రాము, నువ్వు కూడా ఈ పక్కన కూర్చోరా." అంటూ తన కొడుకు రాము ను కూడా మరొక పక్కన కూర్చోబెట్టుకొని చెన్నకేశవులు మాట్లాడడం మొదలుపెట్టాడు.

"బుజ్జిబాబు! మీ నాన్నకి గుండెకు సంబంధించి ఎవరికీ అర్థంకాని జబ్బు వచ్చిపడింది. ఆయనతో పాటు మనందరం నలిగిపోతున్నాము. చూస్తున్నావు కదా! నువ్వు పిలిచావు కదా రాకపోతే ఏమైనా అనుకుంటావు అని వచ్చాము రా. నాకు ఆ ధాన్యం బస్తాలు తూకం దగ్గర ఈ రోజంతా పని సరిపోతుంది. ఇదుగో మీ అన్న రాము గాడికి ఏవో ప్రైవేటు క్లాసులు ఉన్నాయట. అయినా వచ్చాము. తప్పదు కదరా. నాకు తమ్ముడు.

కానీ బుజ్జి బాబు, నేను అంటున్నాను అని కాదు కానీ, నువ్వు కొంచెం ఆలోచించాలి కదా! ఈసారి జబ్బు తగ్గితే పర్వాలేదు. లేకుంటే నేను చెప్పినట్టు చేయరా"

ఏదో చెప్పబోయాడు చెన్నకేశవులు.

చెన్నకేశవులు కొడుకు రాము, సత్య కేశవులు కొడుకు బుజ్జిబాబు ఇద్దరూ చెన్నకేశవులు ముఖం వైపు శ్రద్ధగా వింటున్నట్టు చూస్తూ ఉండిపోయారు, ఆ బల్లమీద కూర్చుని.

" మీ నాన్న తెగులు గురించి ఇప్పటివరకు అవి ఇవి అమ్ముకొని రెండు మూడు లక్షల వరకు ఖర్చు పెట్టావు. నువ్వు మాత్రం ఇంకా ఎంత ఖర్చు పెట్టగలవు? మీ అమ్మకు నీకు కొంచెం మిగలాలి కదా! లేకపోతే ఎలా బ్రతికేది. అందుకని ఈసారి ఏం చేస్తావంటే ఇంటి దగ్గరే ఉంచి మన రాజన్న ఉన్నాడు కదా! అదేరా ఆర్ఎంపీ డాక్టర్. వాడిని రోజూ వచ్చి చూడమను.

మనం అనుకుంటాం కానీ ఎవరు ఇచ్చినా ఒకే రకం టాబ్లెట్లు రా. నెమ్మదిగా కోలుకుంటాడు. బాగా సీరియస్ అయితే అప్పుడు హాస్పిటల్ కి తీసుకొద్దాం. ఎలాగూ తప్పదు కదా. అలా చేయరా" అన్నాడు చెన్నకేశవులు తన తమ్ముడు కొడుకు బుజ్జిబాబుకి, తన కొడుకు రాముకి బాగా వినబ డేటట్లు.

" అదేమిటి పెదనాన్నా! మన ఇరుగు పొరుగు బంధువులు ఎవరైనా చూసినా బాగుండదు కదా. తండ్రిని హాస్పటల్లో చూపించటం లేదని నానా మాటలు అంటారు కదా."

" ప్రజలు రకరకాలుగా కూతలు కూస్తారు రా. అన్నీ పట్టించుకుంటే బ్రతకలేము. ఎవరైనా అడిగితే 'ఇంటి దగ్గరే మంచి డాక్టర్ ను పెట్టి వైద్యం చేయిస్తున్నాం' అని చెప్పు" అంటూ బాగా హితబోధ చేశాడు చెన్నకేశ వులు.

"కాస్త నేర్పుగా ఆలోచించే బుద్ధి, ఇంకాస్త ప్రపంచ జ్ఞానం, మరి కాస్త సమయ సందర్భ ఆలోచన ఇవన్నీ నేర్చుకోవాలి రా. లేదంటే ఈ ప్రపంచంలో బ్రతకడం చాలా కష్టం!"

పెదనాన్న హితబోధ శ్రద్ధగా విన్నాడు బుజ్జిబాబు. అతనితో పాటు అతని పక్కనే కూర్చున్న చెన్నకేశవులు కొడుకు రాము కూడా అంతే శ్రద్ధగా విన్నాడు.

20 రోజులు పోయాక కొంచెం కుదుట పడడంతో సత్యకేశవులు ని ఇంటికి తీసుకు వచ్చేశారు.

★★★

సత్యకేశవులు ఇంటికి వచ్చాక కొంచెం కొంచెం రికవరీ అయ్యాడు. బుజ్జిబాబు కొంచెం ప్రశాంతపడి తన పనులు చూసుకునే ప్రయత్నంలో పడ్డాడు. సత్య కేశవులు నెమ్మదిగా తన ఫ్యాన్సీ షాపు తెరుచుకోవడం మొదలు పెట్టాడు.

ఆరోజు ఆదివారం. అమావాస్య. చెన్నకేశవులు తన ఇంటి దగ్గర కళ్ళు తిరిగి గడప మీద పడిపోయాడు. అతని కొడుకు రాము భయపడి తన చిన్నాన్న సత్యకేశవులు కి విషయం చెప్పి త్వరగా రమ్మని ఫోన్ చేశాడు.అంతే హుటాహుటిన సత్యకేశవులు, బుజ్జిబాబు మోపెడ్ మీద స్పీడ్ గా వెళ్లి చెన్నకేశవులుని సిటీ లోనే పెద్ద ప్రైవేటు హాస్పటల్ కి తీసుకువెళ్లి జాయిన్ చేశారు. డాక్టర్ గారు మొత్తం పరీక్షలన్నీ చేసి కాలేయానికి సంబంధించి ఏదో వ్యాధి వచ్చిందని చెప్పి, పది రోజులు హాస్పిటల్లో ఉంచారు. కొంచెం రికవరీ అయ్యింది. ఇకమీదట వాడవలసిన పూర్తి మందుల కోర్సు రాసి ఇచ్చి ఈ సారి ఇలా జరిగితే ఏ మాత్రం ఆలస్యం చేయకుండా వెంటనే రావలసిందిగా మరీ మరీ చెప్పి హాస్పటల్ నుండి పంపించేశారు.

అంతా బాగానే ఉంది. చెన్నకేశవులు ఇంటి దగ్గర నెమ్మదిగా కుదుటపడుతున్నాడు. నెల గడిచింది.

ఒకరోజు మధ్యాహ్నం మామూలుగా భోజనం చేసి కూర్చున్నాడు చెన్నకేశవులు. కాసేపటికి కళ్ళు తిరిగినట్లు అనిపించి కిందకు పడిపోయాడు.

అతని కొడుకు రాము తండ్రి దగ్గరికి వచ్చి చూసి జాగ్రత్తగా లోపలకు తీసుకెళ్ళి పడుకోబెట్టాడు.

వెంటనే ఊర్లోనే ఉన్న ఆర్ఎంపీ డాక్టర్ రాజన్నకు ఫోన్ చేశాడు కంగారుగా, అతను వచ్చాడు అర్ధగంటలో. కండిషన్ చూసి, గతంలో హాస్పటల్లో చూపించుకున్నప్పుడు రాసిన మందులు కాకుండా తను ఏవో నాలుగు రకాల మందులు రాసి ఇచ్చి అవి ఇవి వాడమని చెప్పి వెళ్ళిపోయాడు. అతను వెళుతున్నప్పుడు ప్రతిరోజు వచ్చి చూడవలసిందిగా చెప్పాడు రాము.

"సరే" అంటూ వెళ్లిపోయాడు ఆర్.ఎం.పి డాక్టర్ రాజన్న.

చెన్నకేశవులు కి కొంచెం తెలివి వచ్చింది. కొడుకుని దగ్గరకు పిలిచాడు.

"ఏరా, ఏం చేస్తున్నావు. నావిషయం ఏం ఆలో చించావు?."అంటూ అడిగాడు.

"నాన్నా! నువ్వు ప్రశాంతంగా పడుకో. వైద్యం చేయిస్తున్నాను కదా. ఇదిగో నాలుగు రకాల మందులు రాజన్నగారు రాసిచ్చారు. తెచ్చాను. ఇవి శ్రద్ధగా వేసుకో. ఒక వారం పోయిన తర్వాత ఆలోచిద్దాం లే" అంటూ బయటకు వెళ్ళిపోయాడు.

మళ్లీ సాయంత్రం ఇంటికి తిరిగి వచ్చాడు రాము.

చెన్నకేశవులు కొడుకుని దగ్గరకు పిలిచాడు.

"ఏంట్రా, నాకు ఇలా జరిగితే వెంటనే హాస్పిటల్ కి తీసుకురమ్మన్నారు కదా డాక్టర్ గారు. నువ్వు ఏమీ మాట్లాడకుండా ఊరుకున్నావేమిటి?"... కొడుకుని ప్రశ్నించినట్టు అడిగాడు చెన్నకేశవులు.

" మన ఆర్ఎంపి డాక్టర్ గారు ఇంటికొచ్చి చూస్తున్నారు కదా! ఎందుకు కంగారు?" అంటూ తండ్రి చెప్పేది వినకుండా బయటకు వెళ్ళిపోయాడు రాము.

నాలుగు రోజులు గడిచింది. తన ఆరోగ్యంలో పెద్దగా మార్పు రాలేదని గ్రహించాడు చెన్నకేశవులు. ఇప్పుడు ఏం చేయాలి? బాగా ఆలోచించాడు చెన్నకేశవులు. తను ఒక్కడే హాస్పటల్ కు వెళ్ళే స్థితిలో లేడు. తన తమ్ముడు సత్యకేశవులికి విషయం చెప్పి ఉండడు రాము. ఈ విషయం తెలిస్తే ఈపాటికే తన తమ్ముడు సత్య కేశవులు, అతని కొడుకు బుజ్జిబాబు పరుగు పెట్టుకొని వచ్చి ఉండేవారు. ఇదివరకటిలా తన తమ్ముడికి ఆరోగ్యం బాగోలేనప్పుడు తను వెళ్లి చూసే వాడు కదా! మరి తన ఆరోగ్యం బాగా లేనప్పుడు తన తమ్ముడు ఎందుకు రాడు. వస్తాడు.

ఎటొచ్చీ ఈ విషయం తెలిసిఉండక పోవచ్చు.

ఇప్పుడు ఏం చేసేది? ఫోన్ చేద్దామంటే తన ఫోన్ వర్కింగ్ లో లేదు.

బాగా ఆలోచించాడు. చెన్నకేశవులు తన ఇంటి పక్కనే ఉన్న స్నేహితుడు మూర్తిగారిని పిలిపించాడు తన భార్య సహాయంతో.

మూర్తిగారు వచ్చారు. బయట కూర్చున్న రాముతో చాలాసేపు మాట్లాడారు మూర్తిగారు.

" నాన్నగారికి ఒంట్లో బాగాలేదు అంట కదా! నన్ను కబురు పెట్టారు. ఏం జరిగింది అసలు? అంటూ ప్రశ్నించారు మూర్తిగారు రాముని.

" ఆయనది అంతా కంగారు మూర్తిగారు." చెప్పాడు రాము.

" మరిప్పుడు ఏం చేద్దాం? హాస్పిటల్ కి తీసుకు వెళ్దామా? ఊర్లోనే ఉన్న మీ చిన్నాన్నకు కబురు పెట్టావా?" ప్రశ్నించారు మూర్తి గారు.

ఇద్దరూ కలిసి నడుస్తూ పక్క గదిలో మంచం మీద పడుకున్న చెన్నకేశవులు దగ్గరికి వెళ్లారు.

" అక్కర్లేదు మూర్తిగారు. వాళ్ళు అనవసరంగా కంగారు పడతారు. నేను ఇంటి దగ్గరే మంచి డాక్టర్ ను పెట్టి వైద్యం చేయిస్తున్నాను కదా. అలా బాధ్యత లేకుండా వదిలేస్తానా? అంతగా అవసరమైతే అప్పుడు చూద్దాం!"

చెవులారా విన్నాడు తన కొడుకు అన్న ఆ మాటలు చెన్నకేశవులు..!!

అతనికి ఎక్కడో కాలినట్టు అనిపించింది.!

ఎవరో తన గూబ మీద గట్టిగా చరిచినట్లు అనిపించింది.!

ఇంకెవరో తన వీపు మీద కొరడాతో కసక్ కసక్ అని కొట్టినట్లు అయింది!

చెన్నకేశవులు మత్తుగా మగతగా ఒక పక్కకు ఒరిగి పోయాడు.!

కొంచెం తెలివి వచ్చి చూసుకునే సరికి, తను పెద్ద హాస్పటల్ లో బెడ్ మీద ఉన్నట్టు గ్రహించాడు.!

ఇద్దరు నర్సులు సెలైన్ ఎక్కించే ప్రయత్నంలో ఉన్నారు.!

ఓ స్పెషల్ డాక్టర్ తన కేసుషీటు ని పరిశీలిస్తున్నాడు.

మరో డాక్టర్ తన బీపీ, షుగర్ చెక్ చేస్తున్నాడు.

కొంచెం దూరంలో తన స్నేహితుడు మూర్తి గారు. 'పర్వాలేదు' అన్నట్టు ధైర్యం చెబుతున్నారు!

ఇటుపక్క తన తమ్ముడు సత్యకేశ వులు, అతని కొడుకు బుజ్జిబాబు, తన భార్య 'భయం లేదు' అన్నట్టు చేతులు ఊపుతున్నారు.

మరో వ్యక్తి గురించి పరిశీలనగా చుట్టూ పరికించాడు చెన్నకేశవులు.

తన రక్తపు వాసన పీల్చుదామంటే ఎక్కడా లేదేమిటి?

తన రూపపు ప్రతిబింబం చూద్దామంటే ఎక్కడా కనపడదే?

చాలాదూరంలో, చాలా చాలా దూరంలో ఎవరి గొడవ పట్టనట్టు ఒంటరిగా బల్లమీద కూర్చున్న ఆ వ్యక్తి మసకగా కనిపిస్తున్న ఆ అస్పష్టపు వ్యక్తి తను అనుకున్నవాడేనా? ఏమో?కావచ్చు, కాకపో వచ్చు?

(మన తెలుగు కథలు డాట్ కామ్ కథల పోటీలలో అత్యుత్తమ కథ..2022 అక్టోబర్.)

శ్రీ రామామృతం

సుబ్బారాయుడు 92 సంవత్సరాల వృద్ధుడు. అతని భార్య కాత్యాయనికి 90 ఏళ్లు. అయినా ఇప్పుడు వాళ్ళిద్దరూ వృద్ధులు కాదు. 35 ఏళ్ళ యువతీయువకుల్లా స్వర్గ సుఖాలు అనుభవిస్తున్నారు. అందుకు కారణం వాళ్ల ఆఖరి కొడుకు చంద్రం.

చంద్రానికి ఊహ తెలిసినప్పటి నుండి దేవుడంటే తెలియదు. తల్లిదండ్రులే దైవమని బ్రతుకుతున్నాడు. పండుగలు, పూజలు అతనికి అవసరం లేదు. నియమం తప్పకుండా తల్లిదండ్రులకు పూజ చేయటం, సేవలు చేయటం. అలా ప్రతిరోజు పండుగ అనుభూతిని ఆనందిస్తున్నాడు చంద్రం. అందుకు కారణం, తన కన్నా 20 ఏళ్లు ముందుగా పుట్టిన తన ఇద్దరు అన్నలే. వాళ్ల ప్రవర్తన వల్లే చంద్రంలో మానసిక మార్పు వచ్చింది. పెళ్లిళ్లు అయిన వెంటనే తల్లిదండ్రులతో తీవ్రంగా విరోధించి వాళ్లను కష్టాల పాలు చేసి చివరికి ఆస్తులు పంచుకుని కన్న తల్లిదండ్రులను వదిలి దూరంగా ఆ పెద్ద అన్నలు ఇద్దరూ వెళ్లిపోవడమే చంద్రం జీవితాన్నే మార్చేసింది. ఆ సంఘటన జరిగినప్పుడు చంద్రానికి ఐదు సంవత్సరాలే! ఊరిలోవారు, బంధువులు, చుట్టుపక్కల వారు "బాబు, చిట్టి తండ్రి, చంద్రం ఇక మీదట జీవితాంతం నీ తల్లిదండ్రులకు నువ్వే దిక్కురా! నువ్వు కూడా చూడకపోతే వాళ్ళు చచ్చిపోతారు " అని సమయం చిక్కినప్పుడు ఆ చిన్న వయసులో చిన్నిచంద్రానికి అర్థమయ్యేలా చెప్పారు. బాల భక్తుల పురాణ కథలు కూడా చెప్పి తల్లిదండ్రుల తర్వాతే దైవం అంటూ చంద్రం రెండు చెవుల్లోనూ నూరిపోశారు.

అదిగో అప్పటి నుండే దైవం ఫోటోలు కూడా చూడడం మానేసాడు చంద్రం. అతని రెండు కళ్ళు తెరిస్తే అమ్మా నాన్నలే కనబడడంగా అలవాటు చేసుకున్నాడు. ధనం సంపాదించుకోవడం, ఆరోగ్యం పెంపొందించుకోవడం, చివరికి భార్యాబిడ్డలుతో జీవితం గడపటం వీటి మీద బొత్తిగా ఆశ లేదు చంద్రానికి. జన్మనిచ్చిన తల్లిదండ్రులు ముందు అవన్నీ దండగ అనే అభిప్రాయంలో అతను ఉన్నాడు.

అలా అప్పటి బాల్యం నుండి ఇప్పటివరకు 25 సంవత్సరాల పాటు చంద్రం తల్లిదండ్రుల సేవలో పునీతుడు అయిపోతూనే ఉన్నాడు. ఇప్పుడు అతని వయసు 30 ఏళ్ళు.

అయితే సంవత్సర కాలం నుండి చంద్రం ఆరోగ్య పరిస్థితి విషమిస్తూ వస్తోంది. అయినా అతను పట్టించుకోలేదు. ఆ విషయం తల్లిదండ్రులకు తెలిస్తే తన గురించి ఆలోచిస్తూ వాళ్లు అనారోగ్యం పాలు అవ్వచ్చు అని తన వ్యాధులన్నీ రహస్యంగా దాచుకుంటూ వస్తున్నాడు.

★★★

గతం గతః. ప్రస్తుతం చంద్రం ఉదయం నుండి పూర్తి శక్తి కోల్పోయినట్లు అయిపోయాడు. మగతగా అలా పడి ఉండి పైకి లేవలేకపోతున్నాడు. గ్రహించిన చంద్రం తల్లిదండ్రులకు అసలు ఇప్పుడు ఏం చేయాలో అర్థం కాలేదు.

తండ్రి సుబ్బారాయుడు ఊరిలోనే ఉన్న తన తోడల్లుడు ,తన కష్టసుఖాలను బాగా పంచుకునే శేషగిరి కి కబురు పెట్టాడు. ఆలస్యం చేయకుండా శేషగిరి వెంటనే వచ్చాడు.

" తమ్ముడూ శేషగిరీ! మా అబ్బాయి చంద్రం విషయం ఏం చేద్దాంరా? ఉదయం నుండి నా ముద్దుల మూడవ కొడుకు ఏ మాత్రం స్పృహలో లేడు. గత సంవత్సరం నుండి ఆరోగ్యం విషయంలో వాడిలో చిన్న చిన్న మార్పులు కనిపిస్తున్నా తెలుసుకోలేకపోయాను. ప్రస్తుతం వాడి పరిస్థితి విషమించినట్లు కనిపిస్తోంది. వాడు నీతో చనువుగా ఉంటాడు కదా అని నీకు కబురు పెట్టాను. ఏదో ఆలోచన చెప్పరా నాకు కాళ్ళు కదలడం లేదు". అంటూ రోదిస్తూ అడిగాడు సుబ్బారాయుడు, తన తమ్ముడు వరస అయిన శేషగిరిని. లోపల నుండి చంద్రం తల్లి కాత్యాయని కూడా వచ్చి మరింత గగ్గోలుగా కొడుకు గురించి ఏడవడం మొదలుపెట్టింది.

శేషగిరి తను కూడా బాధను నొక్కి పెట్టుకుంటూ" అన్నయ్యా, నిజమే! సంవత్సరం నుండి విపరీతమైన మార్పులకు లోనవుతున్న మన చంద్రం ని సిటీ లో పెద్ద డాక్టర్ కి చూపించడం తప్పించి ఏం చేయగలం.? అసలు ఇటువంటి వింత నేను ఎక్కడా చూడలేదు.

ఈ 90 ఏళ్ల పై బడ్డ వయసులో మీ భార్యాభర్తలిద్దరికీ 32పళ్ళు బాగానే ఉన్నాయి. అందుకోసం మీ అబ్బాయి చంద్రం ప్రత్యేకమైన శ్రద్ధ తీసుకుని సంవత్సరాల తరబడి చేసిన కృషి అమోఘం. కానీ మీ అబ్బాయి చంద్రంకి ఆ 32 పళ్ళు ఊడిపోయాయిరా.

ఎన్నో ఆయుర్వేద మందులు వాడి మీ ఇద్దరి తలల్లో ఒక తెల్ల వెంట్రుకలు లేకుండా చేశాడు మీ అబ్బాయి. అదే సమయంలో వాడి తలలో ఒక్క నల్ల వెంట్రుక ఉంటే ఒట్టు. తలంతా ముగ్గు బుట్టలా మారిపోయి కేవలం 30 సంవత్సరాల వయసులో 150 సంవత్సరాల వృద్ధుడుగా తయారై పోయాడు.

ఒరేయ్ అన్నయ్య, సుబ్బారాయుడు! ఇక మీ భార్యభర్తలు కళ్ళు విషయం, ఈ వయసులో కళ్ళజోడు లేకుండా ఇప్పటికీ మీరిద్దరూ చదవగలుగుతున్నారంటే అది నీ కొడుకు చంద్రం వల్ల కాదని చెప్పగలవా? డబ్బుకు, ఖర్చుకు వెనుకాడకుండా తనకు వచ్చిన వాట ఆస్తినంతా తెగ నమ్మి దూర ప్రాంతాలకు సైతం తీసుకుని వెళ్లి ప్రత్యేకమైన ఆపరేషన్ల ద్వారా మీ ఇద్దరి కంటిచూపు ఏ మాత్రం తగ్గకుండా చేయగలిగాడు, మీ బిడ్డ చంద్ర. అంతేకాదు భవిష్యత్తులో మీకు ఏ ఒక్క చిన్న వ్యాధి రాకుండా ఉండటం కోసం ఒక పైసా మిగుల్చుకోకుండా డబ్బంతా మీకోసం ఖర్చు పెట్టేసాడు. జ్ఞాపకం తెచ్చుకుని చెప్పడానికే ఏడుపొస్తోందిరా. ఇక ఇప్పుడు, వాడి కళ్ళు రెండూ పూర్తిగా కనపడటం లేదు. ఆ విషయం మీకు తెలుసా? కనిపిస్తున్నట్టు మీ ఇద్దరి దగ్గర నటిస్తున్నాడురా. మీ మూడో కొడుకు పిచ్చి సన్నాసి, చంద్రంగాడు.

25 ఏళ్ల క్రితమే నీ మిగిలిన కొడుకులిద్దరూ పెళ్ళాలతో ముంబై వెళ్లిపోయి పెద్ద వ్యాపారాలు చేసి బోల్డంత ఆస్తిపాస్తులు సంపాదించారు. హాయిగా ఆరోగ్యంతో హోదాగా ఉన్నారు. తల్లి తండ్రి చచ్చిపోయారు అనుకొని బతుకుతున్న వాళ్ళు మహారాజ వైభోగం అనుభవిస్తున్నారు, పాతిక సంవత్స రాలుగా.

మరి వీడు తను స్నానం చేస్తే 30 నిమిషాలు మీ సేవకు దూరం అయిపోతానని ఆలోచిస్తూ పాతిక సంవత్సరాలుగా మీ సేవలో తరించి తరించి పుణ్యాత్ముడు అయిపోతున్నాడు మీ మూడవ కొడుకు ఈ దరిద్రపు గొట్టు చంద్రంగాడు. దమ్మిడీ కి మారని ముష్టి ముదనష్టపు జీవితం గడుపుతున్న వీడు అసలు మనిషేనంటావా? వీడి విధానం చూస్తుంటే గుండె పగిలి పోతుందిరా. మెదడు వెయ్యి ముక్కలయి పోతోంది. ఒకసారి, 'అమ్మానాన్నల గురించి నీ జీవితం హరింప చేసుకుంటావా ఏమిటిరా? 'అని అడిగితే 'ఆ విషయం తప్పించి ఏదైనా అడుగు బాబాయ్' అన్నాడు. ఆ దెబ్బతో నేను నోరు మూసుకోవాల్సి వచ్చింది.

ఈ ఎదవన్నర ఎదవని దేవుడు ఎందుకు పుట్టించాడో నాకు అర్థం కావడం లేదు.

'ఇదేదో బాగుందే ఈ కాలంలో ఇలాంటి కొడుకు భూమిలో ఉన్నాడా? ఈ చిత్రం ఏదో చూద్దాం...' అనుకుంటూ దేవుడు కూడా ఖర్మ అంతా ఈ ఏబ్రాసిగాడు తలకే చుట్టపెట్టాడు కానీ మిగిలిన ఆ పెద్ద అన్నలు ఇద్దరి వైపు కనీసం కన్నెత్తి చూడలేకపోతున్నాడు. దేవుడు ఎంత స్వార్థపరుడో చూడరా.

మీ ఇద్దరికీ బీపీ, షుగర్ అంటే ఏమిటో తెలుసునా. నిరంతరం మీ ఆహార నియమాలలో చంద్రం శ్రద్ధ తీసుకుంటూ మీకు బీపీ షుగర్ రాకుండా చేసేడు.

మరి ఈ పింజారి వెధవ కి డాక్టర్ల భయపడేంత బీపీ, షుగర్ ఉందిరా. మీరు కంగారు పడిపోతారని దానితో హార్ట్ఎటాక్ వస్తుందని ఏ ఒక్క విషయము మీకు చెప్పవద్దని నాచేత ఒట్టు వేయించుకున్న విషయం మీకు తెలుసా? ఒట్టు తీసి గట్టున పెట్టి ఇప్పుడు నేను ధైర్యం చేసి మీకు ఎందుకు పూర్తి విషయాలన్నీ చెప్పవలసి వచ్చిందో అదయినా మీకు తెలుసా? మీ ఇద్దరికీ తెలియకుండా నేను 2 రోజుల క్రితం, మన ఊరిలో ఉన్న వెంకటయ్య డాక్టర్ గారికి చూపించాను వీడిని.

మీ బడుద్దాయి 'నన్ను హాస్పిటల్ కి తీసుకెళ్ల వద్దు బాబాయ్, అమ్మానాన్న క్షేమంగా ఉంటే చాలు. నేను ఏమైపోయినా పర్వాలేదు. వాళ్లు నాకు ప్రాణం పోసినందుకు వాళ్ళిద్దరి కోసం నా ప్రాణం ఇవ్వడానికి సిద్ధంగా ఉన్నాను" అంటూ రానన్నాడు. ఇటువంటి వింత ప్రపంచంలో ఎక్కడైనా చూసామా?

నేను ఎలాగో బ్రతిమిలాడి తీసుకువెడితే ఆ డాక్టర్ ఏమన్నాడో చెప్పమంటారా? మన చంద్రం పరిస్థితి ఇక రోజులు మీద ఉన్నది అని చెప్పారురా."

శేషగిరి అలా గుక్క తిప్పుకోకుండా వాళ్ళిద్దరికీ చెబుతూ భరించలేని బాధను వెళ్లగక్కుతూ అక్కడే ఉన్న కుర్చీ మీద కూలబడి పోయాడు.

శేషగిరి చెప్పేదంతా వింటూ రోదిస్తూ కుమిలిపోతూ దీనంగా నిలబడి సుబ్బారాయుడు అతని భార్య కాత్యాయని బావురుమని ఏడుస్తూ రెండు చేతులతో మొఖం మూసుకొని పెద్ద తప్పు చేసిన నేరస్తుల్లా ప్రాణంలేని మనుషుల్లా ఊపిరి తీసుకోవడం మరిచిపోయినట్టయిపోయారు.

శేషగిరి ఇంకా చెబుతూ తెల్లారేసరికి బిందెడు పాలు, బుట్టెడు పువ్వులు కొనితెచ్చి అమ్మానాన్నల కాళ్లకు పాలతో అభిషేకం చేసి పూలతో పూజ చెయ్యటం అసలు ఏ యుగంలోనైనా విన్నామురా ఈ వింత!! ఈ యుగంలో నీ కొడుకు చంద్రం ఒక్కడేరా ఈ ఘనత సాధించింది.

రాత్రి సమయాల్లో మీ ఇద్దరి మధ్య పడుకుని మీకు తెల్లారే వరకూ తెలివి రాకుండా హాయిగా నిద్ర పట్టేలా రెండు పక్కల విసనకర్రలతో విసురుతూ వీడేమో నెలల తరబడి నిద్ర లేకుండా చేసుకుని ఆరోగ్యం కావాలని క్షీణింప చేసుకున్నాడురా. ఇలాంటి కొడుకులు ఏం చరిత్రలోనైనా ఎప్పుడైనా ఉన్నట్టు చదివావా ?

మీకు సేవ చేయాలనే ఆలోచనతో తన మొత్తం శరీర కీళ్ళు అన్ని అరగగొట్టుకున్నాడు. తల్లిదండ్రుల సేవకోసం బికారిగా మారిన మీ సుపుత్రుడు చంద్రాన్ని చూడండిరా ఎలా పడి ఉన్నాడో. మీరిద్దరూ మాత్రం కాళ్లునొప్పులు లేకుండా నడుము నొప్పులు లేకుండా పరుగులు పెడుతున్నారు. ఏ దేవుడో వచ్చి ప్రత్యక్షమై మీకీ సకల ఆరోగ్య భాగ్యాలు ఇవ్వలేదు రా. మీ కడగొట్టు కొడుకు ఈ చంద్రంగాడు ఉన్నాడే, వీడి వల్లే ఇదంతా సాధ్యమైందని ఒక్క సెకను మీరు ఎప్పుడైనా ఆలోచించారా? మీరు సకల ఆరోగ్యంగా ఉంటూ వాడి గురించి ఏమాత్రం ఆలోచించని మీరు అసలు తల్లిదండ్రులు ఎలా అవుతారురా?

కన్న తల్లిదండ్రులను కడదాకా చూస్తే తమ ఆస్తులు మొత్తం కరిగిపోతాయేమో అన్న భయంతో మీ పెద్ద కొడుకులు ఇద్దరూ మిమ్మల్ని వదిలి పెట్టి పారిపోయారు. వాళ్ళకన్నా 20 ఏళ్ల తర్వాత పుట్టిన నేరానికి వీడు 'మానవత్వం', అమ్మ నాన్నల తత్వం'...అనే లక్షణం ఉన్న మొద్దు సన్నాసి కనుక మీ సేవలోనే ఉండిపోయి ఇదిగో ఇలా తయారయ్యాడు.

ఒరేయ్ సుబ్బారాయుడు నువ్వు వరుసకు నాకు అన్నయ్య అయ్యావు కనుక సరిపోయింది. లేకుంటే నేను ఊరుకునే వాడిని కాదురా. చివరగా మీ ఇద్దరి గుండెలు ఆగిపోయే విషయం చెప్తాను. విని తట్టుకోలేరు వింటారా? వినండి.

మీ కొడుకు చంద్రం మూత్రపిండాలు రెండు కూడా పాడైపోయాయి అని చెప్పారు మన ఊరిలో వెంకటయ్య డాక్టర్ గారు." అంటూ శేషగిరి నెత్తి బాదుకుంటూ నేలమీద పడి దొర్లేస్తున్నట్లు చెప్పి అలా కూలబడి పోయాడు.

సుబ్బారాయుడు అతని భార్య కాత్యాయని ఇదంతా విని తిరిగి ఈ లోకంలోకి వచ్చి సాధారణ మనుషులు కావడానికి చాలా సమయం పట్టింది.

"మేమిద్దరం మాగురించి మాత్రమే ఆలోచించుకున్న మూర్ఖులంరా. మా కళ్లెదుటే ప్రతి నిమిషం తిరుగుతున్నా మా చంద్రం ఆరోగ్యం నిమిషం నిమిషం క్షీణిస్తున్నప్పటికి ఆ పరిస్థితి

గురించి ఒక్క సారి కూడా ఆలోచించని మేము నువ్వు అన్నట్టు నిజంగా తల్లిదండ్రులం కాదు.. క్షమించరా తమ్ముడు" అంటూ సుబ్బారాయుడు తమ్ముడు శేషగిరి చేతులు పట్టుకొని బ్రతిమిలాడాడు. కాత్యాయని కూడా అతనికి నమస్కారం పెట్టింది, కొడుకును రక్షించే దారి చూపించమని.

శేషగిరి తేరుకొని, " నాకు నమస్కారాలు పెట్టడం కాదు. ప్రస్తుతం మనం అందరం కలిసి అర్జెంటుగా వాడిని సిటీ హాస్పిటల్ కు తీసుకెళ్దాం. టాక్సీ డ్రైవర్ కనకలింగం బయటే ఉన్నాడు పిలుస్తాను. మనం నలుగురం వీడిని మోసి టాక్సీ లో కూర్చోబెట్టి స్పీడ్ గా వెళ్లి సమయం మించిపోకుండా పెద్ద డాక్టర్ కు చూపిద్దాం.. తర్వాత అంతా ఆ రామచంద్రుని దయ... రండి రండి..." అంటూ కంగారు పెట్టి అందరూ కలిసి మధ్యాహ్నానికి సిటీ హాస్పటల్ కి వెళ్లారు.

“ప్రాణ రక్షణ సెంటర్" సిటీలో సకల సదుపాయాలు కలిగిన అతిపెద్ద ప్రపంచ స్థాయి హాస్పిటల్.

డాక్టర్ ఆర్మ్ స్ట్రాంగ్ తనతో సమానమైన మరో నలుగురు డాక్టర్ల పర్యవేక్షణలో చంద్రాన్ని ఐసీయూ లో గంటల తరబడి పరీక్షలు చేస్తున్నారు.

ఏ విధమైన ప్రయత్నం మొదలుపెడదాం అన్నా చంద్రం గుండె కొట్టుకునే విధానం, ఊపిరితిత్తుల పరిస్థితి, మెదడు తరంగాల చివరికి రక్తప్రసరణ పరిస్థితి కొంచెం కూడా సహకరించడం లేదు ఆ డాక్టర్లకు.

బయట బల్ల మీద కూర్చున్న సుబ్బారాయుడు కాత్యాయని దంపతులతో ఇంకా చెప్పడం మొదలు పెట్టాడు శేషగిరి.

" ఒరేయ్ సుబ్బారాయుడు మీ ఇద్దరికీ కొత్త ప్రాణాలు పోయడానికి చంద్రం తన ఆస్తి మొత్తం కరగ పెట్టేసాడు కదా అంతేకాదు. ఇంకా తనకు తెలిసిన చాలా మంది దగ్గర అప్పులు కూడా చేసిన వెర్రిబాగుల వాడురా వీడు. పెద్ద తింగరోడు. తన గురించి ఒక్క నిమిషం కూడా ఆలోచించుకోలేని నిస్వార్థపరుడురా.

ఇలాంటి ఉత్తమ పరిపూర్ణ మహోన్నత లక్షణాలు కలిగిన కొడుకు నాకు లేడే అని బాధపడుతున్నాను. అయినా ఫర్వాలేదు. వీడిని నా కొడుకుగా భావించి నాకున్న మేడ,పొలం తెగనమ్మి మీ చంద్రాన్ని నేను బాగుచేయిస్తానురా" అని శేషగిరి చెప్తూ ఉండగానే డాక్టర్ల బృందం లోపలి నుండి బయటికి వచ్చి వాళ్ల చేతులు పైకి ఎత్తుకొని నడుచుకుంటూ వెళ్ళిపోతున్నారు మాట్లాడలేక, మాటలు చెప్పలేక, ఏం చెప్పాలో అర్థం కాక.

వెనుకగా వచ్చిన నర్సు," సారీ... లోపలున్న పేషెంటుకు మీరు ఏమి అవుతారో నాకు తెలియదు గానీ ఏదో సాధించాలన్న తపనతో, ఎవరికో మహోపకారం చేయాలన్న ప్రేమాభిమానాలతో ఆ పేషెంట్ తన గురించి ఏ మాత్రం ఆలోచించకుండా అతిగా కష్టపడటం వల్ల చిన్న వయసులోనే అతని శరీరం మొత్తం కృంగి కృశించిపోయిందని లోపల పరీక్షించిన డాక్టర్లు వింతగా విచిత్రంగా అనుకున్నారు. అయినా సమయం దాటిపోయిందని పెదవి

విరుచుకున్నారు. ఈ ప్రపంచంలో ఉన్న ఏ మందులు ఇతనికి పనికిరావు అనుకోవడం నేను విన్నాను. ఈ విషయమంతా మీతో తెలుగులో చెప్పమన్నారు పెద్ద డాక్టర్లు. తగిన ఫీజు కౌంటర్లో చెల్లించి మీరు పేషెంట్ ను తీసుకెళ్లి వేరే ప్రయత్నాలు చేసుకోండి" అంటూ చెప్పింది.

సుబ్బారాయుడు, కాత్యాయని, శేషగిరిలకు తమ శరీరపు నరాలన్నీ చిట్లి పోయి రక్తం శరీరం బయట ప్రవహిస్తున్నట్లు అయిపోయింది.

శేషగిరి తీవ్రంగా ఆలోచించాడు. ఇది బహుశా చేతబడి ,చిల్లంగి లాంటిది అయితే అయి ఉండవచ్చు కూడా. ఆ ప్రయత్నం కూడా చేస్తే పోలా అని నిర్ణయానికి వచ్చి హాస్పిటల్ వ్యవహారాలన్నీ పూర్తి చేసుకున్నాక టాక్సీడ్రైవర్ కనకలింగం సహాయంతో అందరూ కలిసి సిటీ నుండి తమ ఊరికి వస్తు ఊరి మొదట్లోనే ఉన్న శరభేశ్వరం ఇంటికి వెళ్లారు. నిమిషం వృధా కాకుండా చంద్రాన్ని, డ్రైవర్ను బయటి ఉంచి లోపలికి వెళ్లారు, తాము వచ్చిన విషయం శరభేశ్వరానికి చెప్పడానికి.

శరభేశ్వరం తన గదిలో పసుపు,కుంకుమ, నిమ్మకాయలతో దీక్షగా ఏదో తతంగం చేస్తూ మంత్రాలు జపిస్తూ వచ్చినవాళ్లను గమనించి వాళ్ళు వచ్చిన విషయం కూడా గ్రహించి కూర్చుండబెట్టి

"మీరు విషయం చెప్పకుండానే నాకు అర్థం అయ్యింది. బయట టాక్సీలో ఉన్న ఒక వ్యక్తికి జరిగిన శారీరిక నష్టం సరిదిద్దుకోదానికి ఏమాత్రం అవకాశం లేనట్లుగా. మీరు బయట కారు దిగి లోపలకు వస్తున్నప్పుడే నా అధీనంలో ఉన్న శక్తులు నాకు చెప్పేసాయి. కారులో ఉన్న వ్యక్తి అందరూ నడుచుకునే మార్గంలో కాకుండా ఒక ప్రత్యేకమైన మార్గంలో నడుచుకోవడం వల్లే ఈ విపత్కర పరిస్థితి దాపురించిందని ఆ శక్తులు విచిత్రంగా తమలో తాము చెప్పుకుంటున్నాయి. పైగా అవి ఆ వ్యక్తి వైపు చూడడానికి అతని పేరు ఎత్తడానికి భయపడుతున్నాయి. ఇలాంటి ఆశ్చర్యకరమైన సంఘటన నేనెప్పుడూ చూడలేదు. ఆగండి ఇంకా ఏదో మాట్లాడుకుంటున్నాయి.. కాసేపు మౌనంగా ఉండండి."అంటూ అతను తన స్థానంలో ఉండే రెండు చెవులు చేతులతో చాలా సేపు మూసుకొని ఆ తర్వాత మరి కొంతసేపు తనలో తానే నవ్వుకొని

" ఆ కారులో వ్యక్తి ఈ సమాజంలో బ్రతకడానికి ఏమాత్రం అర్హతలేనివాడట. పైగా ఇన్నాళ్లు అతను నడిచిన మార్గం ధర్మబద్ధమైనదేనట. కానీ, పది మందీ ప్రస్తుతం ఆ మార్గంలో ప్రయాణించటం లేదట. అందుచేత ఎవరు అనుసరించని అటువంటి మార్గాన్ని ఎంచుకున్న వాళ్లు ఈ విధంగానే అవస్థలపాలు అయ్యే అవకాశం ఉందట! అంటూ ఇంకా ఏదేదో నవ్వుకుంటూ గుసగుసలాడుకుంటూ చెవులు కొరుక్కుంటున్నాయి. ధర్మబద్ధమైన పద్ధతిలో నడవడమే అతను చేసిన పెద్ద తప్పట! ఇదేదో నాకు కూడా అర్థం కాని సంకట పరిస్థితి గా, నవ్వు తెప్పించేదిగా, అర్థం కాని గత్తర బిత్తర సమస్యగా అనిపిస్తోంది.

ఇటువంటి సమస్యలో అనవసరంగా నేను మిమ్మల్ని మోసం చేసి డబ్బులు గుంజే వాడిని కాదు. మీకు తోచిన దక్షిణ అక్కడ పెట్టి మీరంతా వెళ్లి ఏం చేయాలో ఆలోచించుకుని

ముందుకు త్వరగా వెళ్ళండి. ఎందుకంటే ఆ మనిషి పరిస్థితి గంటల మీద ఉన్నట్టు నా తరంగ శక్తి చెబుతుంది.

చివరగా మీకు ఓ మాట చెప్పాలి అని నాకు అనిపిస్తోంది. నా, మీ, మనందరి ప్రారబ్దకర్మను నడిపించేవి దుష్టశక్తులు మాత్రం కాదు. మనం పుట్టినప్పుడు ఉన్న నవగ్రహ శక్తులు. మీరు వెంటనే మహాపండితుడు చింతామణి శాస్త్రిగారిని కలిసి జాతకం ప్రకారం ఆయన ఏం చెప్తాడో విని, ఆ రకంగా ప్రయత్నం చేయడం వల్ల ఉపశమనం కలగవచ్చు వెంటనే వెళ్ళండి అంటూ కంగారు పెట్టి పంపించాడు, శరభేశ్వరం వాళ్ళందరిని.

అంతే, ఏమాత్రం ఆలస్యం చేయకుండా ఆ నలుగురు చంద్రాన్ని అదే టాక్సీలో తమ ఊరి నడిబొడ్డున పాలరాతి రామాలయం పక్కన ఉన్న చింతామణి శాస్త్రిగారి పెద్ద ఇంటికి తీసుకెళ్లి పోయారు నిమిషాల వ్యవధిలో.

చింతామణి శాస్త్రిగారు , వాళ్ళంతా జాగ్రత్తగా ఇంటిలోకి మోసుకొచ్చిన చంద్రాన్ని చూశారు.

చంద్రం పేరును బట్టి ,తన దగ్గరకు చేరిన సమయాన్ని బట్టి చక్రం వేసి లెక్కలు కట్టి వచ్చిన జవాబు చూసి తల విదిలించుకున్నారు. మరోసారి నవ చక్రాలు వేసి నిలువుగా అడ్డంగా ఐమూలగా లెక్కలు కట్టి మళ్లీ ఇంతకుముందు జవాబే రావడంతో శరీరం అంతా విదిలించుకున్నారు.

చింతామణి శాస్త్రి గారు బహు గ్రంధకర్త. అష్టావధానం, శతావధానం కూడా ఆయనకు కరతలామలకం. చక్రం చూసి జాతకం చెప్పడంలో ఆయన తెలుగు రాష్ట్రాల్లోనే ఘనాపాటి. అంతేకాదు సినిమా యాక్టర్ల నుండి రాజకీయ నాయకుల వరకు ఆయన చెప్పిన జాతకం నూటికి రెండు వందల పాళ్లు జరిగి తీరుతుంది. అలాంటి చింతామణి శాస్త్రిగారు చంద్రం జాతకం చూసి ఇంత వరకు తనకు తెలిసినది, నేర్చుకున్నది అతి శూన్యం అని గ్రహించుకోగలిగారు. అనుమానం తీరక చాలా గ్రంథాలు తిరగేసి చూశారు. చివరికి దైవ ప్రార్థన చేసి చంద్రం జాతకం విషయములో తనకు వచ్చిన జవాబు నిజమే అని నమ్మకం చేసుకున్నారు.

"మీ చంద్రం జాతకం బహు విచిత్ర విద్దూరంగా ఉంది. నవగ్రహాలన్నీ కూడా అతని జోలికి రావడానికి భయపడి దూరంగా ఉన్నాయి. ఇక ఏ గ్రహ శాంతి చేయవలసిన అవసరం లేదు. అయితే ఇతను ఇలా ప్రాణాపాయ స్థితికి ఎందుకు మారాడు అన్నది చెప్పగలిగే అంత శక్తి నా దగ్గర లేదు. ఇక మీకు ఆ దేవుడే దిక్కు. మహామహిమాన్వితమైన మన పక్కనే ఉన్న రామాలయంలో రామచంద్రుని దర్శించుకుని వెళ్ళండి. ఆ రాముడే మీకు సమాధానం చెప్పాలి"అంటూ వాళ్లందరినీ పంపించారు, చింతామణిశాస్త్రిగారు.

సుబ్బారాయుడు, కాత్యాయని, శేషగిరి శాస్త్రిగారికి నమస్కారం పెట్టి డ్రైవర్ సహాయంతో పక్కనే ఉన్న పాలరాతి రామాలయంలోకి చంద్రాన్ని మోసుకుంటూ తీసుకెళ్లారు. పూజారి అందరికీ తీర్థం ఇచ్చి విషయం తెలుసుకుని ' ఆ దేవదేవుడు పరమాత్ముడు

శ్రీరామచంద్రమూర్తి దయవల్ల ఈ అబ్బాయి ఆరోగ్యం స్వస్థత పడి తీరుతుంది" అంటూ దీవించి పంపించారు.

రాత్రి కావడంతో చేసేదిలేక అందరూ ఇళ్లు చేరుకున్నారు. చంద్రానికి అతని తల్లిదండ్రులు తెల్ల వార్లు తగిన సేవలు చేసి పడుకోబెట్టి తాము కూడా మంచం మీద జారపడ్డారు. ఆ తెల్లవారు జామున కాస్త మగత నిద్ర పట్టగానే సుబ్బారాయుడికి కలలో శ్రీరామచంద్రుడు కనిపించాడు.

ఆ మహానుభావుడు సుబ్బారాయుడుకి తన రెండుచేతులను అడ్డంగా ఊపి చూపిస్తూ ఏదో చెబుతున్నట్టు అనిపించింది. శ్రీరాముడు చెప్పేది సుబ్బారాయుడికి అర్థం కావడం లేదు. వినబడటం లేదు. అలా మూడు సార్లు జరిగాక ఆ దేవుడు మాయమైపోయాడు.

తెల్లవారింది. వెంటనే శేషగిరిని రమ్మని పిలిపించి తనకు వచ్చిన కల వివరించాడు సుబ్బారాయుడు. శేషగిరి తల పట్టుకుని చాలా సేపు ఆలోచించాడు. చివరికి ఇందులో ఏదో ధర్మ సూత్రం ఇమిడి ఉందని గ్రహించుకున్నాడు. చాలాసేపు ఆలోచించి చివరికి దైవరహస్యం లాంటిది ఏదో బోధపడినట్టు తల ఆడించాడు శేషగిరి.

నిన్న చంద్రం గురించి అందరూ చెప్పింది ఆకళింపు చేసుకున్నాక సమాజ తీరుకు 'వ్యతిరేక దిశ' గా చంద్రం నడుస్తున్నాడని శేషగిరికి అనిపించింది.

సుబ్బారాయుడు కి కలలో రాత్రి శ్రీరాముడు కనబడి చెప్పిన భావాలు ఆ 'వ్యతిరేక దిశ' కు అనుసంధానించడం ద్వారా సమస్యను పరిష్కరించవచ్చు అనుకున్నాడు శేషగిరి. డీకోడ్ విధానం అతనికి తెలియకపోయినా అతని ఆలోచన అదే రకంగా సాగి ఒక పరిష్కారం కనబడింది. ఆనందంతో తనకు తానే చప్పట్లు కొట్టుకున్నాడు శేషగిరి. వెంటనే తన అన్న, వదిన అయిన సుబ్బారాయుడు, కాత్యాయని దగ్గరకు వచ్చి "శ్రీరామచంద్రుని దయవల్ల సమస్యకు పరిష్కారం అర్థం చేసుకున్నానురా. అయితే ఈ విధానంలో తల్లిదండ్రులైన మీ ఇద్దరికీ తీరని నష్టం కలుగుతుంది. అందుకు మీరు ఇష్టపడితే నా ప్రయత్నం మొదలుపెడతాను. మీరు సిద్ధమేనా? మధ్యలో ప్రయత్నం ఆపకూడదు. మేం భరించలేకపోతున్నామని అసహనం చూపకూడదు. మీరు అంగీకరించినట్టే కదా" అంటూ అడిగాడు శేషగిరి.

ఇంత జీవితం చూశాక తాము ఏమైపోయినా ఫర్వాలేదని వెంటనే ప్రయత్నాలు మొదలు పెట్టమని తమ కొడుకును బ్రతికించమనీ ఆ తల్లిదండ్రులిద్దరూ శేషగిరిని కోరారు.

శేషగిరి చెబుతూ "ఒక కొడుకు తల్లిదండ్రులను చితకబాదడం మనం చూస్తున్నాం కదా. అదేవిధం గా చంద్రం శక్తి తెచ్చుకున్నాక మిమ్మల్ని చేతులతో కొడతాడు. మీరు భరించాలి. కర్రతో చితగకొడతాడు. సహించాలి. భరించి తీరాలి. దీనితో మొదటి అధ్యాయం ముగుస్తుంది . అయినా ఈ భూమి మీద చాలామంది తల్లిదండ్రులు ఈ కష్టానికి అలవాటుపడిపోయారు కదా!

దాంతో చంద్రం ఆరోగ్య పరిస్థితి కొంచెం మెరుగుపడితే నా ఊహా ప్రయత్నం సక్సెస్ అయినట్టే. అలా కొన్నాళ్ళు మీరిద్దరూ బాధలు అనుభవించాక ఒక శుభ ముహూర్తాన రెండవ

అధ్యాయం ప్రకారం చంద్రం కాళ్లతో మిమ్మల్ని ఇద్దరిని తన్నుతాడు. అది కూడా మీరు భరించాలి. ఈ విధానం కూడా సృష్టిలో చాలా చోట్ల జరుగుతున్నట్లు మనం చూస్తున్నాం, వింటున్నాం కదా! ఇందులో మీరు అనుభవించే ప్రత్యేక బాధ అంటూ ఏమీ ఉండదు. అనకవద్దు, కాదు, భరించ లేకపోతున్నాము అనకూడదు. అలా మీరు మధ్యలో ఆపేస్తే ఈ సమాజం నన్ను ఎగతాళి చేస్తుంది.

మూడవ అధ్యాయం. మీకు తిండి పెట్టడం మానేస్తాడు. అదికూడా అలవాటు చేసుకోవాలి. ఏడుస్తూ అలా ఓ మూలనపడి ఉండాలి. తప్పదు. మీ ఇద్దరికీ ఇష్టమేనా? ఇష్టం లేక పోయినా ఇష్టపడాలి. మీ ముద్దుల కొడుకు చంద్రం బ్రతికి బట్టకట్టాలని మీరు అనుకుంటే అభ్యంతరం చెప్పకండి. మీరిద్దరూ ఇప్పటి కొందరు తల్లిదండ్రుల్లా నరకం అనుభవించి తీరాలి. అది మీ ధర్మంగా మీరిద్దరూ ఇప్పుడు భావించాలి. పాతిక సంవత్సరాలు మీ కోసం మహోన్నత త్యాగం చేసిన మీ కొడుకు ప్రాణ రక్షణ విషయంలో మీరిద్దరూ అతి చిన్న ఈ త్యాగం చేయలేరా? ఆలోచించకండి, చేయాలి తప్పదు."

వాళ్లను ఒప్పించే విధానంలో వాళ్ళిద్దరు వైపు చూస్తూ అడిగాడు శేషగిరి.

వృద్ధులైన ఆ తల్లిదండ్రులు ఇద్దరూ తలవంచుకునే మౌనంగా నీ ఇష్టం అన్నట్టు ఉండిపోయారు. ఏం జరుగుతుందో అర్థంకాక!

శేషగిరి ఇంకా చెప్పటం ఆపలేదు,"ఒరేయ్ అన్నయ్య! నేను సమాజానికి విరుద్ధంగా ఏమీ చెప్పడం లేదు కదా! ఆ శ్రీరామచంద్రుని దయవల్ల ఇందులో నాకు అంటుకునే దోషం ఏ మాత్రం కూడా ఉండదు. ఆ ధైర్యం నాకు ఉంది. అయినా శ్రీరామచంద్రుడు చేసిన తప్పే మన చంద్రం చేస్తున్నాడు. మన చంద్రంలాంటి వాడు ఈ భూ ప్రపంచం మొత్తం మీద వీడు ఒక్కడే రా.

శ్రీరామచంద్రుడు తమ తల్లిదండ్రులను దైవం కన్నా మిన్నగా భావించబట్టే, వాళ్ళు కోరినట్లుగా 14 సంవత్సరాలు నరకం అనుభవించాడు. అదేం కోరిక. కన్న కొడుకు జీవితాన్ని సర్వనాశనం చేయడం తల్లిదండ్రులు కోరవలసిన కోరికేనా? దాన్ని అంగీకరించి అప్పుడు, అలా శ్రీరామచంద్రుడు యవ్వనమంతా నాశనం చేసుకున్నాడురా.

" మానవత్వంతో ప్రేమతత్వంతో బతికితే నాలాగే తల్లిదండ్రులను పూజిస్తే, నాలాగే అష్టకష్టాలు పడవలసి వస్తుంది. ఆ యుగంలో అప్పుడు నేను చేసిన తప్పే ఈ యుగంలో ఇప్పుడు నువ్వు చెయ్యొద్దురా! వద్దురా చంద్ర...వద్దు వద్దు వద్దు."" అని నీ ద్వారా శ్రీరామచంద్రుడు కలలో కనబడి మీ అబ్బాయి చంద్రం చేత ఆ మహోన్నతమైన తల్లిదండ్రుల సేవ చర్యలు మానిపించమని తన సంకేతాలు ద్వారా అర్థమయ్యేటట్లు చెప్పడమే నీకు వచ్చిన కల అర్థం అన్నమాట!

ఇక నాలుగవ అధ్యాయం. వినండి! ఎంత చలి వచ్చినా, వర్షం వచ్చినా బయట వీధిలోనే మిమ్మల్నిద్దరిని పడుకోమనీ గెంటి పాడేస్తాడు. మీరు తట్టుకోవాలి. ఆ వర్షంలోనే తడుస్తూ పడుకోవాలి.

చిట్టచివరి అధ్యాయంగా, మిమ్మల్ని ఇద్దరిని దిక్కు లేని వాళ్లుగా చేసి ఊరు చివర వృద్ధాశ్రమంలో దిగ విడిచి వస్తాడు. మీరు భరించాలి. ఇష్టమేనా, చెప్పండి?" చేయక తప్పదు

అన్నట్టు చెబుతూనే ప్రశ్నించాడు శేషగిరి. ఆ తల్లిదండ్రులు మూగ జీవాలు వలె తల ఆడిస్తూ మౌనంగా ఉండిపోయారు, ఏం జరుగుతుందో అర్థం కాక.

వెంటనే శేషగిరి చంద్రానికి బలం వచ్చేలా తగిన మందులు, పదార్థాలు ఇచ్చాక తన ప్రయత్నం మొదలెట్టాడు. రెండు అధ్యాయాలు చంద్రం చేత బలవంతంగా ఒప్పించి తనే చంద్రాన్ని గట్టిగా పట్టుకుని చేయించాడు. అతని తల్లిదండ్రులను చిత్రహింసలు పెట్టించాడు. వెంటనే చంద్రంలో విచిత్రంగా కొంచెం బలం, మరి కొంచెం సత్తువ చేకూరాయి. దాంతోపాటు అతనిలో స్వార్థపు బీజాలు నాటుకున్నాయి.

ఆ తర్వాత రెండు రోజులకి మూడవ అధ్యాయం పూర్తయ్యే సరికి చంద్రం గ్రహణం విడిచిన వాడిలా పూర్తి శక్తిమంతుడు అయిపోయాడు. మంచిని సమాధి చేసే శక్తిని పొందాడు.

ఆ తర్వాత కొన్నాళ్లకు మిగిలిన 4వఅధ్యాయం తన బాబాయి చెప్పకుండానే పూర్తిచేసి మహా బలశాలి అయిపోయాడు చంద్రం. కళ్ళు నెత్తికి ఎక్కినవాడు గా రూపాంతరం చెందాడు.

చంద్రంలో ఆరోగ్యం పూర్తిగా అభివృద్ధి చెందిన విషయం గమనించిన శేషగిరి తన ఆలోచన నూటి కి నూరుపాళ్ళు విజయం సాధించినందుకు మహదానందపడి పోతున్నాడు.

చంద్రం మనసు, ఆలోచనా విధానం ఇప్పుడు మానవులు తాలూక పూర్తి లక్షణాలుతో నిండి పోయింది!!!

"మానవులకు తల్లిదండ్రులు దైవం కన్నా మిన్న... వారికి తల్లిదండ్రుల సేవే అతి ముఖ్యం." అన్న వాక్యాలు ఉన్నాయి అన్న విషయం పూర్తిగా మరచిపోయాడు చంద్రం.

ఇప్పుడు చంద్రం ఇక ఒక్క నిమిషం ఆలోచించకుండా చిట్ట చివరి అధ్యాయం ప్రకారం వీధి అరుగు మీద వర్షంలో తడుస్తూ పడుకున్న తల్లిదండ్రులను తొట్టి రిక్షా లాంటిది తెప్పించి అందులో ఎక్కించాడు. తాను వాళ్ల వెనుక టాక్సీ డ్రైవ్ చేసుకుంటూ తీసుకెళ్లి పదిమైళ్ళ దూరంలోఉన్న " శ్రీ రామామృతం "వృద్ధాశ్రమంలో చేర్పించాడు.

దాంతో చంద్ర ఈ యుగపు మానవుల కోవలోకి చేరిపోయాడు. దుష్టశక్తులకు, నవగ్రహాలా పీడలకు ప్రీతిపాత్రుడయ్యాడు. ఇప్పటి విషపు సమాజంలో "విషవృక్షం" లో ఒక కొమ్మవలె భాగమైపోయాడు. ఈ సమాజంలో బ్రతికి బట్ట కట్టడానికి, ఈ కాలంనాటి మానవ మేధస్సు ఉన్న మనిషిగా రూపాంతరం చెందాడు!"

★★★

పది రోజులు గడిచింది..

ఒకరోజు ఉదయమే తన బాబాయ్ శేషగిరిని ఇంటికి రమ్మని కబురు పెట్టాడు చంద్రం.

" బాబాయ్ పదిరోజుల నుంచి నా గుండె అగ్నిమంటలో కాలి పోతున్నట్టు ఉంది. ఒకసారి ఊరిలో ఉన్న పాలరాతి రామాలయానికి వెళ్లి శ్రీరామచంద్రుని దర్శనం చేసుకోవాలని అనిపిస్తుంది. వెళ్దాం రా బాబాయ్" అంటూ అడిగాడు.

'''ఈ పరిస్థితిలో నీకు ఆ కోరిక కలగకూడదు. అయినా ఎందుకు అడిగావో అర్థం కావడం లేదు. సరే..వెళ్దాం పద" అంటూ ఇద్దరూ వెళ్లారు, టాక్సీ మీద.

చంద్రం తదేకంగా శ్రీరామచంద్రుని ముఖంలోకి చాలా సేపు చూశాడు. ఏదో తేజస్సు దూసుకొచ్చి అతని తలలో ప్రవేశించినట్టు అనిపించింది చంద్రానికి.

"వద్దు బాబాయ్ ఈ భయంకరమైన మానసిక నరకాన్ని నేను అనుభవించలేకపోతున్నాను. నాకు ఈ జీవితం వద్దు బాబాయ్ వెంటనే వెళ్లి అమ్మానాన్నను తీసుకొచ్చేస్తాను." అన్నాడు నిశ్చితాభిప్రాయంతో.

"అదేమిటి ఆ దేవుడే మీ నాన్న కలలో కనిపించి చెప్పినట్టే చేశాను కదా! ఎంతో కష్టపడి ఆలోచించిన నా ఊహ తప్పంటావా?"

" ఏ దేవుడయినా సమాజాన్ని చెడు వైపు నడిపించే సంకేతాలను ఎందుకు ఇస్తాడు బాబాయ్.

నువ్వు చెప్తున్నట్టు అదంతా నీ ఊహ బాబాయ్. నాన్న మధ్య నీ మధ్య ఏం జరిగిందో నాకు తెలియదు కానీ ఈ విస్ఫోటనం లాంటి ఆందోళన నేను ఒక్క నిమిషం భరించలేను. నువ్వు ఇంటికి వెళ్ళిపో బాబాయ్ నేను ఇలా శ్రీరామామృతం వృద్ధాశ్రమానికి వెళ్తాను." అంటూ బయటికి వచ్చాడు చంద్రం.

"గుడికి వచ్చి శ్రీరామామృతం తాగి అది వంట పట్టిన వాడిలా మాట్లాడుతున్నావ్. అయితే నీ ఇష్టం.

నీ కర్మ అనుభవించు. నువ్వు మళ్ళీ అధోగతి పాలై పోవడం ఖాయం. చస్తావు" అనుకుంటూ శేషగిరి విసురుగా వెళ్ళిపోయాడు.

చంద్రానికి ఆ మాటలు వినబడలేదు. తను ఏమైపోయినా పర్వాలేదు తల్లిదండ్రుల సేవే తనకు ముఖ్యం అన్న ఉద్దేశంతో అతను శ్రీరామామృతం వృద్ధాశ్రమం వైపు టాక్సీలో స్పీడుగా వెళ్తున్నాడు.

(సంచిక వెబ్ మ్యాగజైన్ దీపావళి కథల పోటీలలో ఉత్తమ కథగా ఎన్నికైనది..2022.. నవంబర్)

శిలలపై చెక్కిన చరిత్ర

పాతకాలంనాటి భవనాలు, మండువా లోగిళ్ళు, వాడపల్లి పెంకుటికొంపలు, బంగాళా పెంకుటి చిన్నిళ్ళు, కొన్ని తాటాకుపాక నివాసాలు, ఇంకొన్ని గడ్డివాము ఇళ్ళు. ఇదే! చెల్లూరు వాతావరణం.

రోడ్డు నుండి ఊరి లోపలకు వెళ్లే స్టాప్ లేని బస్ స్టాప్ నుండి దూరంగా, మూలగా బుల్లి పూరి గుడిసె. ఆ గుడిసె చిన్నగా గాలి వేస్తే నాలుగడుగులు జరిగిపోయేంత ఏమాత్రం కట్టుదిట్టం లేకుండా ఉంది. ఆ గుడిసెలో కండలేని శరీరంతో ఎలాగోలా ప్రాణం నిలుపుకుంటూ బ్రతుకుతోంది కనకమ్మ.

కనకమ్మ వయస్సు 90 ఏళ్లకు అటూ ఇటూ అనడానికి ఏమాత్రం వీలు లేదు. ఖచ్చితంగా చెప్పాలంటే అటే గాని ఇటు కాదు. రోడ్డు మీద ఆగిన బస్సులోంచి దిగిన ఊరికి కొత్తవారు ఊరి లోపలికి వెళ్లాలంటే కనకమ్మ దర్శనం అయితేనే వీలవుతుంది. ఆవిడను అడ్రస్ అడిగి ఊళ్లోకి ప్రవేశించక తప్పదు.

అదిగో, అప్పుడే కంగారుగా వచ్చి రోడ్డుమీద బస్సు ఆగింది. బస్సు చక్రాలు విరజిమ్మిన దుమ్ము చీల్చు కుంటూ ఆ బస్సులోంచి కిందకు దిగాడు రాంకీ. చేతిలో మాత్రం ఓ చిన్ని గుడ్డ సంచి అతడికి తోడుగా ఉంది.

బస్సు దిగిన చాలా సేపటికి ఆ దుమ్ము పలుచపడ్డాక మిగిలి ఉన్నదాన్ని ‘ఉఫ్, ఉఫ్ ‘అని ఊదుకుంటూ చుట్టుపక్కల పరిశీలనగా చూశాడు. అల్లంత దూరాన కనకమ్మ గుడిసె తప్ప ఇంకేమీ కనిపించలేదు. రాంకీ ఆ గుడిసె సమీపిస్తుండగానే ముక్కాలితో బయటకొచ్చింది కనకమ్మ.

" ఎవరు కావాలి పిల్లోడా?" ఆమె మాట మాత్రం చాలా బలంగా ఉంది. ఎటొచ్చి, శరీరం మాత్రం కుమిలి పోయి, కమిలిపోయి, వడలిపోయి రాలి భూమి మీద పడిపోవడానికి సిద్ధంగా ఉన్నట్టు ఉంది. ఆమె తలలో ఒక్క నల్ల వెంట్రుక ఉంటే ఒట్టు! ముగ్గుబుట్ట లాంటి ఆ తలే ఆమె ముఖానికి కళ తెచ్చిపెట్టింది. నుదుటన పాత పావలా బిళ్ళ అంత ఎర్రని బొట్టు. మొత్తానికి ముసలి పెళ్లికూతురు లాగా ఉంది కనకమ్మ.

"మామ్మ.. నీ పేరేమిటి?" ప్రశ్నించాడు రాంకీ.

" నా పేరు కనకమ్మ... ఎవరు కావాలిరా నీకు?" అడిగింది కనకమ్మ.

" ఈ ఊర్లో గతంలో "సుందరమ్మ" అని ఓ పెద్దావిడ ఉండేదట. చెప్పాలంటే ఇప్పుడు ఇంచు మించు నీ వయసే ఆమెకు ఉండొచ్చు. ఆవిడతో పెద్ద పని ఉండి వచ్చాను మామ్మ. ఆవిడను కలవాలి. నీకు తెలిసి ఉంటే కొంచెం ఆమె ఇల్లు ఎక్కడో చెప్పవా?" కనకమ్మకు దగ్గరగా వెళ్లి ప్రాధేయంగా అడిగాడు రాంకీ.

"సుందరమ్మా? అంటే అది ఎవత్తిరా బుల్లోడా? నాకు తెలియకుండా ఎవరై ఉంటారబ్బా? అసలు నీది ఏ ఊరురా చంటోడా?" ప్రశ్నించింది కనకమ్మ.

"నాది హైదరాబాద్ మామ్మా. మా తాతగారి ది పూర్వం ఈ ఊరే. మా తాతగారి పేరు సుబ్బారావుగారు "

"ఒరే గుంట. 90 మంది సుబ్బారావులు అందులో ఎవడో వీడు."తల గోక్కుంటూ అంది కనకమ్మ.

" నీది బాగా పెద్ద వయసు కదా! చాలా సంగతులు మరచిపోవడం సహజం. సరే, ఆ పుణ్యాత్మురాలు మా "సుందరమ్మ"పూర్వం మా కుటుంబాన్ని రక్షించారని, ఆ మహాతల్లి లేకపోతే అసలు మేము ఎవరం ఉండేవారమే కాదని మా తాతగారు చెబుతుండేవారు. అప్పుడు నాకు ఐదారేళ్లు ఉంటాయేమో!

అప్పుడు ఆయన అలా చెప్పడం, ఆ మాటలు నా గుండెలో పూర్తిగా నాటుకుపోయాయి. సరే మేమంతా ఇక్కడ నుంచి హైదరాబాద్ వెళ్లి పోయాక మా తాతగారు నా చిన్నప్పుడే గతించారు.

గతం గతః! ఇప్పుడు మానాన్నగారు, ఆయనదీ పెద్ద వయసే 65 ఉండొచ్చు. అప్పుడు మా తాతగారు చెప్పిన ఆ పుణ్యాత్మురాలు గొప్పదనం ఇప్పటికీ మా నాన్నగారు మాకు చెబుతూ ఉన్నారు.

అలాంటి మహాతల్లి దేవతలాంటి "సుందరమ్మ" మామ్మను ఎలాగైనా చూసి తీరాల్సిందేనని నా మనసుకు బుద్ధి పుట్టి. వచ్చేసాను. నువ్వు చెప్పు. నేను ఒకసారి ఆవిడను చూడాలి అనుకోవడం కరెక్టే కదా!" రాంకీ చేతులు కట్టుకుంటూ ఆమెతో చెప్పాడు.

" నీ బుద్ధి గడ్డి తినలేదు కనుక వచ్చావురా చప్పిడి మొఖం చంటోడా. అసలింతకీ ఆ "సుందరమ్మ" ఎవరు చెప్మా. గుర్తొచ్చింది. ఆ ముదనష్టపు చాకలి మల్లయ్యగాడు ఉండేవాడుకదా! ఆడి పెళ్ళాం పేరు సుందరమ్మే" గుర్తొచ్చినట్టు అంది కనకమ్మ.

" ఆవిడ వయసు ఎంత మామ్మా?" ఆతృతగా అడిగాడు రాంకీ.

" ఓ 5 పదులు ఉండొచ్చేమోరా.."

"అయితే ఖచ్చితంగా ఆవిడ కాదు మామ్మ. ఎందుకంటే మా "సుందరమ్మ" మామ్మ వయసు చాలా పెద్దది." నిరాశగా అన్నాడు రాంకి.

" సరే , ఆ ఏలూరులో ప్రజలు అందరి చెవుల్లో ఎర్ర పూలు పెట్టి పారిపోయి ఈ ఊరు వచ్చాసాడే వెంకటశాస్త్రి, ఆడేరా! మొన్నీ మధ్యన పక్షవాతం వచ్చి మూలన పడ్డాడు. ఆడి పెళ్ళాం పేరు కూడా సుందరమ్మే. మన బొజ్జగణపయ్య గుడి పూజారి. ఆడికి స్వయానా చెల్లెలు ఈ "సుందరమ్మ". అదే అయ్యుంటుంది అంటావా?" కనకమ్మ గుర్తుకు తెచ్చుకుని మరీ చెప్పింది.

"నాకేం తెలుస్తుంది మామ్మ? మొత్తానికి దాన ధర్మ గుణం చాలా ఎక్కువగా ఉన్న పెద్దావిడ ఆవిడ. అప్పట్లో తాతగారు ఇప్పుడు నాన్న చెప్పిన దాన్ని బట్టి ఆవిడ దేవత కన్నా గొప్పది "

" దాన ధర్మ గుణమా? అయితే అది దీనికి లేదు. ఈ "సుందరమ్మ" పిసినారి ముండా కూతురు. పిచ్చుకకు నాలుగు ధాన్యపు గింజలు వెయ్యని ముదనష్టపుది. సరే ఇంకా ఎవరు ఉన్నారు చెప్మా "సుందరమ్మలు". కాసేపు ఆలోచనలో పడింది కనకమ్మ.

రాంకీ నిరాశగా నిలబడ్డాడు

" కుర్రోడా గుర్తొచ్చింది రా! కొండేపూడి వెంకట రమణ ఉండేవాడు కదా! ధాన్యం వ్యాపారం చేసే వాడు. ఆడికి ఇద్దరు పెళ్ళాలు. అందులో పెద్దదాని పేరు సుందరమ్మే. బలే గుర్తు వచ్చిందిలే. నేనంటే అస్సలు పడేది కాదు. అస్తమానం ఆడిపోసుకునేది ఇప్పటికీ అంతే. మొన్న మారనివారి వీధి కాడ కనబడిందా, దుమ్మెత్తి నా ముఖాన పోసింది.' దానికి నాకు పడదు అని చెప్పాను కదా అయినా నీ గురించి దాన్ని చూపిస్తాను నడు." ముందుకు కదిలింది తన కర్ర సహాయంతో కనకమ్మ.

"ఛీ ఛీ మా బంగారుతల్లి "సుందరమ్మ" అలాంటిది కాదు మామ్మ. సీతాదేవి అంతటి పతివ్రత ఆవిడ! ఆ రోజు ఏ రంగు చీర కట్టుకొని ఉందో పక్కింటి వారికి కూడా తెలిసేది కాదట. వీధిలోకి వచ్చిన కూరగాయలు కొనడానికి గడప దాటి వెళ్ళేది కాదట" చిత్రంగా చెప్పాడు రాంకీ.

" నువ్వు చెప్పేది మరీ బాగుందిరా చొట్టమొఖం గాడిద. నేను నీకు ఎర్రిదానిలా కనిపిస్తున్నానా?

నీ ఉద్దేశ్యం నన్ను ఆటపట్టిస్తూ ఉన్నట్టుంది. నేను తింగరిదాన్ని అనుకుంటున్నావు కదూ! ఎంత మంది సుందరమ్మల విషయం చెప్పినా కాదు అంటున్నావు ఏబ్రాసోడా. ఇక నీ తిప్పలు నువ్వే పడు. అయినా నా అంత వయసుంటుంది అంటున్నావు. అసలు అది బ్రతికి ఉన్నదో చచ్చిపోయిందో ఎవడికి తెలుసు రా" కోపంగా కాస్తంత చిరాకుగానే అంది కనకమ్మ.

"అలా అనొద్దు, మా బంగారు తల్లి. మా కులదైవం మా "సుందరమ్మ మామ్మ" కు ఏమి కాకూడదని నేను ఎప్పటి నుంచో దేవుళ్ళు అందరికీ మొక్కుతున్నాను. ఎటొచ్చీ నేను రావడం కొంచెం ఆలస్యం అయింది అంతే" నమ్మకంగా అన్నాడు రాంకీ.

అయినా కనకమ్మ కదలలేదు.. ఓ పక్కకు వెళ్లి పోయి 'నాకేమీ తెలియదు నీ తంటాలు నువ్వే పడు' అన్నట్టు నిలబడిపోయింది.

అంతే రాంకీ గుండెలో పెద్దబండ పడ్డట్టు అయింది. నీరసపడి పోయాడు. నిస్సత్తువగా ఆ పూరి గుడిసె కింద ఉన్న మట్టిదిమ్మ మీద కూలబడి పోయాడు.

బాగా జాలివేసింది కనకమ్మకు. లోపలికెళ్ళి బెల్లం ముక్క తెచ్చి బలవంతంగా రాంకీ నోట్లో కుక్కింది.

"బెల్లం ముక్క నోట్లో పెడితే కొరకలేకపోతున్నావు ముందుముందు ఎలా బతుకుతావురా ఎర్రిముఖం వాడా." అంటూ కనకమ్మ రాంకీ ని చెయ్యి పట్టుకుని లేపింది.

" సరే రా! నాకూడా రా. ఎలాగోల ఈ ఊరులో వీధులన్నీ, సంధులన్ని, గొందులన్నీ తిప్పి ఆ సుందరమ్మను కనిపెట్టి నీకు అప్పచెప్పే భారం నాది." ముక్కాలు తో నడక లంకించుకుంది కనకమ్మ. చాలా సరదాగా సంతోషంగా ఆమెను అనుసరించాడు రాంకీ.

★★★

అలా వీధి వీధి తిరుగుతూ ఓ కొంప ముందు ఆగింది కనకమ్మ." సీతప్ప! ఇలా బయటకు రావే. ఏం చక్కపెడుతున్నావు లోపల. మన ఊర్లో ఎప్పుడో "సుందరమ్మ" అని ఉండేదట! ఈ పిల్లోడు దాని గురించి వచ్చాడే. ఆ బొంగురు నోరు అన్నవరం గాడి పెద్దమ్మ, అదేనే, నల్లగా దుబ్బు ముక్క లాగా ఉండేది చూడు! దాని పేరు, అదేనే, మన సైకిల్ నవాబుతో 60 ఏళ్ళ వయసులో లేచిపోయింది గుర్తొచ్చిందా దాని పేరు కూడా "సుందరమ్మ"కదా."అంటూ అడిగింది కనకమ్మ, బయటకు వచ్చిన సీతప్పని.

"అదా, చొట్టకాలుది కదా! అది మన తాపీ మేస్త్రి అమ్మిరాజు తో కదా లేచిపోయింది. నువ్వు సైకిల్ నవాబు గాడితో అంటావేంటి. నీకు మరీ మరుపు ఎక్కువైపోయిందే కనకమ్మ. చాలా బాగుంది సంబడం. నాలుగు రోజులు పోతే నీ పేరే నువ్వు మరిచిపోయేలాగా ఉన్నావ్ దాని పేరు"సుందరమ్మ" కాదు దమయంతి.

అవును గాని రేపోమాపో చచ్చే లాగున్నావ్. నీకెందుకే కనకమ్మ ఈ తిరుగుళ్ళు. ఎక్కడన్నా దారిలో కళ్ళు తిరిగి పడిచస్తావ్. బోల్డంత మంది కొడుకులు, కూతుళ్లు, మనవళ్ళు. వాళ్ళు రమ్మంటున్నారు కదా! ఏ ఇక్కడే చావాలా? 64 స్తంభాల పెద్ద వాడపల్లి పెంకుల మండువా లోగిలి అమ్మేసి డబ్బంతా సంతానానికి పంచేశావు. ఊరవతల ఆ తాటాకు గుడిసెలో ఉండే కర్మ నీ కెందుకే?" కోపంగా చిరాకు పడుతూ అంది సీతప్ప.

" ఏంచేయను. ఈ ఊరు మట్టిని, మిమ్మల్నందరినీ వదిలిపెట్టలేక చచ్చే 'ముందురోజు' వాళ్ల దగ్గరికి పోతే సరిపోతుందిలే! నా గురించి ఎందుకు కానీ, ఈ పిల్లగాడుకి ఏం తెలియదు బొత్తిగా ఎర్రిబాగు లోడు. నోట్లో పాల పీక పెడితే కూడా చీకలేడు. ఈడి ముఖం చూడు. ఎంత అమాయకంగా ఉన్నాడో! ముక్కుసరిగా చీదుకోవడం కూడా రాదు. పోనీ సాయం చేస్తే ఏమౌతుంది." అంటూ తిరుగుతున్నానంతే!" కనకమ్మ రాంకీ ని వెంటబెట్టుకుని చాలా ఇరుకు సందులు కూడా తిరిగింది.

రాంకీ ఆవిడను ఓ చల్లని చెట్టు కింద కూర్చోపెట్టి తన గుడ్డ సంచిలో ఉన్న రెండు పుల్లేటికుర్రు జామ పళ్ళు పెట్టాలనుకున్నాడు. 'అమ్మో' అవి ఆ మహా దేవత "సుందరమ్మ" మామ్మ గురించి కదా! ఆ ఆలోచన విరమించుకుని కనకమ్మ తో నడుస్తున్నాడు రాంకీ. మళ్లీ.

కాసేపట్లో "సుందరమ్మ" మామ్మను ఎంత కష్టపడి అయినా ఎలాగోలా వెతికి పట్టుకోవాలి. ఆమె పక్కనే కూర్చుని ఈ పళ్ళు రెండు ఆవిడకే పెట్టి ప్రేమగా తినిపించి తనివితీరా

మాట్లాడి వీలైతే ఈ రాత్రికి ఆవిడ పక్కగానే పడుకుని, ఆ తాదాత్మ్యం అనుభవించి, అమ్మో అమ్మో, చాలా ఆలోచన మీద వచ్చినట్టు గుర్తొచ్చింది రాంకీ కి.

ఇంకాసేపు వాళ్ళిద్దరూ చాలా వీధుల్లో తిరిగి ఎక్కడా సుందరమ్మ ఆచూకీ దొరకనందుకు నీరస పడ్డారు.

" సరే రా! ఇక వీధులన్నీ తిరిగేసినట్టే. ఇంకా చూడవలసింది ఏమీ లేదు. పసలవారి వీధి, మార్నివారి వీధి, బలుసువారి వీధి, సూర్రావు పేట అన్ని తిరిగేసాం." సుందరమ్మ" లు ఈ చెల్లూరులో ఇంకెవరూ లేరు. ఇంక నువ్వు మీ ఇంటికి వెళ్లిపోరా బుడ్డోడా. ఇదిగో గుడిసెలో మట్టికుండలో కూసంత పలసని సల్లనీళ్లు ఉన్నాయి. వెళ్లేటప్పుడు అవి తాగి వెళ్ళు" అంటూ వెనుతిరిగింది కనకమ్మ.

అక్కడే కూలబడి పోయాడు రాంకీ.

కనకమ్మ మళ్ళీ వెనక్కు వచ్చింది"నువ్వు అలా బాధపడుతుంటే నాకు ఏడుపొస్తోందిరా. ఉండు ఆ ముంజకాయలు వీరన్న ఇటు వస్తున్నాడు. ఆడిని అడుగుదాం." అంటూ వీరన్నను ఆపింది కనకమ్మ.

“వీరిగాడా బాగున్నావా? ఇదిగో, మన ఊరి అవతల పిల్ల కాలవ దగ్గర సిమెంటు తూములు కింద దుబ్బు గడ్డి పాకలో కాలు విరిగిన ముసల్ది ఉంది కదా! దాని పేరు ఏంట్రా?" అంటూ అడిగింది.

" కనకమ్మత్తా, దాని పేరు "సుందరమ్మ". మా మంచిదిలే. నీకు తెలుసుగందా! సేనామందికి ఉపకారం చేసింది. సివరికి, దాని బతుకు అలా అయిపోయింది."అంటూ ముందుకు వెళ్ళిపోయాడు.

" హమ్మయ్య, ఆఖరుకు దొరికేసింది రా! నీ పంట పండింది రా. తొందరగా రా అక్కడికి వెల్దాం" అంటూ గబగబా అడుగులు వేసింది ముందుకు కనకమ్మ. రాంకీ చాలా సంతోషంగా ఆమెను అనుసరించాడు.

" అది బతికి చెడ్డది రా. నాకుమల్లె 64 స్తంభాల మండువా లోగిలి. పని మనుషులు రాకుంటే ఇంటికి రంగు సున్నం వేద్దామని నిచ్చెన ఎక్కింది. కాలు జారి కింద పడింది. ఆ ఇల్లు అమ్మేసుకుని చుట్టాలు పట్టాలు డబ్బులు పంచుకొని దీన్ని ఇక్కడే వదిలేసి వెళ్లిపోయారు. అది ఒక్కతే ఊరవతల పిల్లకాలువ తూములు దగ్గర ఉంటుంది. నాకు గుర్తుకు వచ్చింది. అనవసరంగా నిన్ను ఊరంతా తిప్పాను. నడు నడు" అంటూ వెనక్కుతిరిగి బొజ్జగణపయ్యగుడి, గాంధీగారి విగ్రహం దాటించి ఆగ్నేయం మూలగ చాలా దూరం నడిపించింది కనకమ్మ, రాంకీ ని.

రాంకీ కి ఆమె మహదానందం చూసి సంతోషం కలిగింది. అయినా ఎక్కడా వాళ్ళు అనుకున్న సుందరమ్మ జాడే కనబడలేదు.

నీరసంతో ఇద్దరూ వెనక్కి తిరిగారు. వచ్చిన పని పూర్తి కానందుకు రాంకీ, కష్టపడి ఊరంతా తిరిగి నా ఫలితం దక్కనందుకు కనకమ్మ దిగాలుపడి నడుస్తున్నారు. దారిలో కొంత

మందిని ఇంకా చెల్లూరులోఎక్కడైనా ఎవరైనా "సుందరమ్మ" లు ఉన్నారా అని వాకబు చేస్తూ ఊరి మొదట్లో తన పూరిగుడిసె సమీపించింది కనకమ్మ రాంకీతో. వెంటనే లోపలికి వెళ్లి రాగి గ్లాసులో పలుచని మజ్జిగపోసి " నా కొంపలో తినడానికి, తాగడానికి ఇంకేమీ లేదురా పిల్లోడా" అంటూ రాంకీకి అందించింది.

" ఒక పని చేయరా బుల్లోడా! నీ వివరాలన్నీ కాగితం ముక్క మీద రాసి ఈ గూట్లో పెట్టు. మీ "సుందరమ్మ" కనబడితే ఎక్కడికిపోయావు అని దానికి నాలుగు చీవాట్లు పెట్టి ఎలాగోలా నీకు కబురుపెడతా" అంది రాంకీ వంక చూస్తూ.

"పర్వాలేదు మామ్మ! నేను మళ్లీ ఎప్పుడైనా వస్తాలే.."ఖాళీగ్లాసు మట్టి గోడ మీద పెడుతూ గుడిసె బయటకు వచ్చాడు రాంకీ.

" అయ్యో అయ్యో! అదిగదిగో బస్సు వచ్చేసింది పిల్లోడా.ఇక్కడినుంచి ఎక్కడికి వెళ్లాలన్నా ఇదే చివరి బస్సురా. మళ్లీ రేపు పొద్దున్న కానీ బస్సు లేదు. పరుగెత్తుకెళ్లి బస్సు ఎక్కు." అంటూ కనకమ్మ రాంకీ ని కంగారు పెట్టేసింది.

★★★

కనకమ్మ కంగారుతో పరుగెత్తుకెళ్లి బస్సు ఎక్కేసాడు రాంకి. మిగిలిన అందరూ కూడా బిలా బిలా బస్సు ఎక్కేసారు. బస్సు కదిలింది. చక్రాలు నెమ్మదిగా తమ పని ప్రారంభించాయి.

" ఈ కనకమ్మ మామ్మ కూడా ఎంత మంచిది. అప్పట్లో పల్లెటూర్లలో 'చాలామంది' మనషులు, వాళ్ల భావాలు ఇలాగే నిస్వార్థంగా ఉండేవి కాబోలు! అలా బ్రతకడమే వీళ్ళ యొక్క ఆరోగ్య రహస్యమేమో! ' స్వార్థం' అన్న పదం ఒకటుంటుందని అసలు ఏ మాత్రం తెలియని తేటతెల్లని మనసు వీళ్ల సొంతం!" బస్సులో కూర్చుని ఆలోచిస్తున్నాడు కనకమ్మ మంచి హృదయం గురించి.

బస్సు మళ్లీ ఆగింది, జనం కోసం." ఏ ఊరు రా బుడ్డోడా నీది? "పలకరించాడు పక్కనే ఉన్న పెద్దవయసు ఆయన.

" హైదరాబాద్ బాబాయ్ గారు. మా తాతగారి పేరు నల్లబాటి సుబ్బారావుగారు. పూర్వం ఆయనది ఈ ఊరే. ఆయన మనవుడిని నేను. నాపేరు రాంకీ."అని చెప్పాడు రాంకీ.

" అలాగా మీ తాతగారు కాలం చేశారట కదా" అడిగాడు ఆ పెద్దాయన.

"నా చిన్నప్పుడే మా తాతగారితో సహా మేమంతా హైదరాబాద్ వెళ్ళిపోయాం. అక్కడికెళ్ళాక ఆరోగ్యం మారి ఓ సంవత్సరానికి మా తాతగారు నా ఆరోఏట కాలం చేశారు. ఆ తర్వాత మానాన్నమ్మ కూడా......" వినయంగా చెప్పాడు రాంకీ.

"అరే..మా గురువుగారురా, నల్లబాటి సుబ్బారావు గారు అంటే! మీ తాతగారు పోయి ఇప్పటికి పాతికేళ్ళు అయ్యిందన్నమాట. పుణ్యాత్ముడు!

మీ నాన్న పేరు రామచంద్రం. వాడు నా ఫ్రెండ్. ఇద్దరం కలిసి రోజు గూటీబిళ్ళ ఆడేవాళ్ళం. మా ఇద్దరిదీ నెలల తేడాలో దగ్గర దగ్గర 65 ఏళ్ళ వయసురా."ఆనందంగా చెప్తున్నాడు ఆ పెద్దాయన.

" అవునా బాబాయ్ గారు. మా వాళ్ళందరూ మీకు తెలుసా? సంతోషంగా అడిగాడు రాంకీ దగ్గరకు జరుగుతూ.

అప్పట్లో వీధిలో చాలా మంది కుర్రాళ్ళు మీ తాత గార్ని చాలా గౌరవంగా 'గురువుగారు గురువుగారు' అంటుండేవారు. ఆయన మనసు వెన్నపూస. కోపం వస్తే మాత్రం పెద్దపులి, సింహం సరిపోవు. శ్రీరామచంద్రుడు లా నిలువెత్తు మనిషి. పొడవాటి ముక్కు ఆజానుబాహుడు నుదుటన పొడవైన ఎర్రని కుంకుమ బొట్టు. తెల్లని పంచెకట్టులో ఆయన్ని చూసిన వారు ఎవరైనా నిజంగా చెయ్యెత్తి దండం పెడతారు. " చెప్పడం ఆపి మళ్ళీ అడిగాడు ఆ పెద్దాయన.

"ఇక్కడ మీ వాళ్ళు ఎవరు ఉన్నారు?"

" సుందరమ్మ మామ్మ"

"ఏ సుందరమ్మ? నాకు తెలియని వాళ్ళు ఎవరబ్బా?" ఇంకోసారి ప్రశ్నించాడు ఆ పెద్దాయన.

"మాతాతగారు అష్టకష్టాల్లో ఉన్నప్పుడు చాలా సహాయపడిందటకదా ఆ సుందరమ్మ మామ్మ".

"ఓహో, ఆవిడా! ఇనపకోళ్ళ సుందరమ్మ. అవి బంగారంలాంటి రోజులు. అప్పటి చరిత్రలన్ని అద్భుతాలురా. ఆ విషయాలు నీకేం తెలుసురా బుల్లోడా. నేను చెప్తా విను.

ఈ సుందరమ్మ మీ తాత కన్నా రెండేళ్లు పెద్దది. మీ తాత అక్క అక్క అంటుండేవాడు. ఆవిడ మీ కుటుంబ పరువు ,మీ తాత ప్రాణాలు రెండు సార్లు కాపాడింది."చెప్తూ రాంకీ వంక చూశాడు ఆ పెద్దాయన.

" బాబాయ్ గారు నిజం. అప్పుడు మా తాత, ఇప్పుడు మా నాన్నగారు ఇదే విషయం చెబుతుండేవారు." ఆశ్చర్యంగా అన్నాడు రాంకీ.

" విను. మీ రెండో అత్తమ్మ కు అంటే మీ తాత రెండో కూతురు సీత కు మంచి పెళ్లి సంబంధం కుదిరింది. మీ తాత దగ్గర పైసా లేదు. ఊరిలో ఎవరిని అడిగినా ఆస్తిపాస్తులు లేవు అని అప్పు ఇచ్చేవారు కాదు. దాంతో మీ తాత బెంగపెట్టుకున్నాడు. విషయం తెలుసుకున్న సుందరమ్మ మీ తాత ఇంటికి వచ్చి తన మెడలో నాలుగు పేటల బంగారం కాసులపేరు తీసి ఇచ్చేసింది.

" తమ్ముడు ఇది అమ్మేసుకుని ముందు పిల్ల పెళ్లి చెయ్యి. నీకు వీలున్నప్పుడు నా నగ చేయించి ఇద్దువు గాని" అంటూ చేతిలో పెట్టి వెళ్లిపోయింది. సుందరమ్మ మీ కుటుంబం పాలిట దేవత రా" అంటూ చెప్పాడు ఆ పెద్దాయన.

"నిజం బాబాయ్ గారు నిజం" రాంకీ కళ్ళ ల్లోంచి కాకుండా గుండెల్లో నుంచి కన్నీళ్లు తన్ను కొస్తున్నాయి.

" ఇంకా చెప్తా విను. మరోసారి పిల్లల పెంపకం విషయంలో మీతాత పూర్తిగా అప్పులపాలైపోయాడు. ఎలాగంటే అప్పు ఇచ్చినవారు అందరూ మీ తాత మీద దౌర్జన్యం చేయడానికి సిద్ధపడ్డారు. దాంతో మీతాత బెంబేలెత్తి పోయాడు.

ఇంట్లో వాళ్ళు బయట వ్యక్తులు మీ తాత ఏదైనా చెయ్యరాని పని చేసుకుంటాడేమో అని కూడా కంగారుపడిపోయాము. అప్పుడు ఏం జరిగిందో తెలుసా. నెమ్మదిగా ఈ విషయం సుందరమ్మకు తెలిసింది. చాలా జాలి పడిపోయింది.

"గంపెడుపిల్లలు. ఆడేమన్నా తాగుబోతా,తిరుగుబోతా. శాస్త్రాలూ, ధర్మాలు అన్నీ తెలుసు. నిజాయితీపరుడు. ప్రజలందరినీ "ముంచి" మోసం చేసే చెడు బుద్ధి ఆడికి లేదు" అంటూ మీ తాతను తన ఇంటికి కబురు పెట్టింది. మీ తాత, మీ నాన్న, నేను మరో నలుగురం వెళ్ళాం. ఆ మహాతల్లి ఏం చేసిందో తెలుసా

" తమ్ముడు బాధపడకు. ఒక ఊరు వాళ్ళం. మనం మనం సహాయం చేసుకోకపోతే పొరుగు ఊరు వాడు వచ్చి సాయం చేస్తాడా? అయినా నువ్వు కుటుంబం గురించి ఇలా అయ్యావు గాని వేరే చెడు అలవాట్ల వల్ల కాదుగా. ఇదిగో నా పెద్ద మందువా లోగిలి దస్తావేజు కాగితాలు తీసుకో. రెడ్డిగారి దగ్గర తనఖ పెట్టి డబ్బులు తీసుకో! నేను సంతకం పెడతాను. నీకు ఎప్పుడు వీలైతే అప్పుడు డబ్బులు పెట్టి తనఖ విడి పించు. నీకు బరువు అయితే వడ్డీ నేనే కడతాను. కంగారు పడకు. ఈ కాగితాలు ఈ ఇల్లు నా నెత్తి మీద పెట్టుకొని పోతానా"

అంటూ మీ తాత చేతిలో తన ఇంటి దస్తావేజు కాగితాలు పెట్టేసింది. కూడా వెళ్ళిన మేమంతా ఆమె ఎదుట సాష్టాంగపడి దండం పెట్టేసాం. ఈ రెండు విషయాలు ఈ చెల్లూరులో జనం అంతా అప్పట్లో వింతగా విచిత్రంగా చెప్పుకునేవారం.

" నాకు కన్నతల్లిగా, అక్కగా, అంతకుమించి ఓ దేవత లా నన్ను ఆదుకుంది ఆ మహాతల్లి "సుందరమ్మ" అంటూ మీ తాత ఇక్కడి నుండి వెళ్లే వరకు కథలుగా ఊరందరికీ చెప్పేవాడు.

కొన్నాళ్ళకు మీ 'తాత'కు మీనాన్న, మిగిలిన పిల్లలు అందరూ బాగా కలిసి రావడంతో బాగా సంపాదించి సుందరమ్మ మొత్తం బాకీలు,అప్పులు అన్ని నెమ్మది నెమ్మదిగా తీర్చేశాడు. ఆ తర్వాతే మీరందరూ ఊరు నుంచి వెళ్లిపోయారు.

"అవును బాబాయ్ గారు. మా "సుందరమ్మ మామ్మ" గురించి మీరు చెప్పిన విషయాలన్నీ నా బాల్యంలో తాతగారు చెప్పడం నాకు ఇప్పటికీ గుర్తే. ఆరేళ్ళ వయసులోనే అవి నా గుండె లో నాటుకుపోయాయి. ఆ తర్వాత ఇప్పటి వరకూ నాన్నగారు కూడా అప్పుడప్పుడు చెప్పటంతో మా ఇంటిమహాదేవత గా "సుందరమ్మ" గారు నా హృదయంలో స్థిరపడి పోయింది." రాంకీ అలా అంటూ పెద్దగా బాధపడిపోయాడు.

" సరే బాబాయ్ గారు, కానీ ఏమి లాభం. అలాంటి మా కుటుంబదేవత "సుందరమ్మ" మామ్మని చూడాలని ప్రేమగా మాట్లాడాలని చాలా ఆశపడి వచ్చాను. అదిగో ఆ కనకమ్మ మామ్మతో కలసి అన్ని వీధులు కల తిరిగి చూశాను. ఎక్కడా కనబడలేదు. పాతికేళ్ల తర్వాత వచ్చినందుకు ఫలితం దక్కలేదు. నాకు చాలా బాధగా ఉంది" ఏడుస్తు కళ్ళ నీళ్ళు ఒత్తుకుంటూ అన్నాడు రాంకి.

" అదేమిట్రా బుడ్డోడా! ఆ దూరంగా కనబడేది మీ "సుందరమ్మ" గుడిసే కదా. అదిగదిగో గుడిసె కింద మట్టిమెట్టు మీద నీరసంగా కూర్చుంది మీ "సుందరమ్మే" కదా. నువ్వు ఇప్పుడు ఆవిడ దగ్గర నుండే కదా నడుస్తూ వచ్చావు." ఆశ్చర్యం గా అన్నాడు ఆ పెద్దాయన.

" అదేమిటి.. ఆవిడ "కనుకమ్మ" మామ్మ....కదా..!?"

మరింత ఆశ్చర్యంగా అన్నాడు రాంకి. ఆ పెద్దాయన విచిత్రంగా నవ్వాడు.

"ఆవిడ అసలు పేరు "సుందర కనకమ్మ" రా. వయసులో ఉన్నప్పుడు ఊరంతా "సుందరి... సుందరి.. సుందరి".. అని పిలిచేవారు. కానీ పెద్ద వయసు వచ్చాక కూడా ఆవిడను అలాగే పిలవడం. మీ సుందర కనకమ్మ కు అసలు నచ్చలేదు. దాంతో ఆవిడ ఊరు అమ్మలక్కలు అందరిని పోగేసి ఇక నుండి తనను 'సుందరి' అని పిలవద్దని చివరి పేరు అయిన 'కనకమ్మ' అనే పిలవమని హుకుం జారీ చేసింది. అలాగే అందరికీ పిలవటం అలవాటు చేసేసింది కూడా. కొన్నేళ్ళకు ఊరి జనం అందరూ మొత్తానికి 'సుందరి... సుందరమ్మ' అని పిలవడం మర్చిపోయారు. అంతెందుకు 'కనకమ్మ' అన్న పేరుకు ముందు 'సుందర' అన్న పేరు ఉన్నట్టు ఈ 'సుందర కనకమ్మ' మామ్మే మరచిపోయింది.

మీ 'సుందరమ్మ మామ్మ' ఆవిడే రా బుడ్డోడా." నవ్వుతూ చెప్పాడు ఆ పెద్దాయన. అంతే రాంకీ శరీరం జీవితంలో మొదటగా జలదరించినట్లు అయ్యింది.

"మీ తాతగారిపేరు నల్లబాటి సుబ్బారావు గారు అని ఆవిడకు అర్థమయ్యేలా నువ్వు వివరంగా చెప్పి ఉండవలసింది. బాగా పెద్ద వయసు కదా ఆవిడకు వివరంగా అడగాలని అనిపించ లేదు" వివరించాడు ఆ పెద్దాయన.

" అదే జరిగింది బాబాయ్ గారు.. నేను ఇంత సేపు ఆవిడను రాసుకుపూసుకు తిరిగినా నాకు ఏమీ అనిపించలేదు. కానీ ఆవిడే నేను కలవాలనుకున్న నా 'కుటుంబ దేవత' అన్న విషయం మీనుండి తెలిసాక ఆనందభాష్పాలు నా శరీరపు ప్రతి రంధ్రం నుండి కారుతున్నట్టు వుంది..ఛీ ఛీ ఛీ... కనీసపు మానవధర్మంతో ఆవిడకు రెండు జామపళ్ళు కూడా పెట్టలేకపోయాను. ఈ వంద రూపాయలు నీ దగ్గర ఉంచుమామ్మ అని కూడా ఇవ్వలేకపోయాను. ఆవిడ నాకు మజ్జిగ ఇస్తే. నువ్వు తాగావా మామ్మ అని కూడా అనలేకపోయాను. మూర్ఖుడిని..! ఈ ప్రపంచంలో పెద్ద మూర్ఖుడుని నేనేనేమో!

" వెళ్తాను బాబాయ్ గారు ఇప్పుడే వెళతాను. ఆవిడ దగ్గర కూర్చుని ఆవిడ కోసం తెచ్చిన ఈ పళ్ళు ప్రసాదంలా ఆవిడ చేత తినిపించి నా వంశాన్ని నిలబెట్టిన ఆ దేవతను కళ్లారా తనివి తీరా చూసుకుంటూ రాత్రికి కూడా ఇక్కడే ఉండిపోయి మనవడిగా

మా"సుందరకనకమ్మ"మామ్మ ఒడిలో తల పెట్టుకొని ఆత్మీయ ఆనందం పూర్తిగా అనుభవించాలని చాలా ఉబలాటంగా ఉంది బాబాయ్ గారు"రాంకీ గుడ్డ సంచీ పట్టుకుంటూ అన్నాడు.

రాంకీ అలా అంటుండగానే "రైట్ ..రైట్.. రైట్ .." అంటూ కండక్టరు గట్టిగా కేక పెట్టాడు. బస్సు కదిలింది..నాలుగుచక్రాలు దుమ్మూదూళి విరజిమ్మడానికి సిద్ధంగా ఉన్నాయి!!

" స్టాప్ స్టాప్ స్టాప్..." మరింత గట్టిగా అరుపు లాంటి కేక పెట్టాడు రాంకీ. స్పీడ్ అందుకోబోతున్న బస్సు, సడన్ బ్రేక్ తో ఆగిపోయింది.

(సిరివెన్నెల మాసపత్రిక కథల పోటీలలో ద్వితీయ బహుమతి పొందిన కథ 1989.. జనవరి) మరియు మన తెలుగు కథలు డాట్ కామ్ పబ్లిష్ 2022

అతని కొమ్ములు విరిగిపోయాయి!

ప్రద్యుమ్నరావు తను ఎంతటి కోటీశ్వరుడో అతను ఎప్పుడూ లెక్కలు చూసుకోలేకపోయాడు. ఆ లెక్కలు చూసుకునే ఆ సమయంలోనే అతను మరొక కోటి సంపాదించగల దిట్ట!

ఆ మహానగరంలో అతడు బస చేసిన ఫైవ్ స్టార్ హోటల్లో, అప్పుడే నిద్ర లేచిన ప్రద్యుమ్నరావు కుళాయిల నుండి నీరు రాకపోవడంతో బజర్ నొక్కాడు. కాసేపటికి ఒకతను డోర్ జరిపి లోపలికి వచ్చాడు.

"సార్! మొత్తం సిటీలో ఈ రోజునుంచే నీటి ఎద్దడి ప్రారంభమైంది. నా సర్వీసులో ఎప్పుడూ ఇలాంటి గడ్డుపరిస్థితి నీటి విషయంలో చూడలేదు. ఎప్పుడో ఒకప్పుడు ఇలాంటి పరిస్థితి వస్తుంది అని అనుకునేవాళ్ళం. కానీ ఆ పరిస్థితి ఇంత తొందరలో వస్తుందని మాత్రం అనుకోలేదు సార్. సరే, అన్ని రోజులు, అన్ని కాలాలు మనవి కాదు కదా! సృష్టితో పోరాటం చెయ్యలేము సార్. రెండు మూడు రోజుల్లో పరిస్థితి చక్కబడే వరకు కుళాయిలనుండి నీళ్లు రావు. మాకు వచ్చిన కోటా ప్రకారం ఉన్న వాడైనా, లేని వాడైనా ఒక మనిషికి ఉదయం ఒక్క వాటర్ టిన్ మాత్రమే. మంచి చెడులన్నీ ఆ ఒక్క టిన్ తోనే సరి పెట్టుకోవాలి సార్. అలాగే సాయం త్రం ఒక టిన్ను.

ఈ విషయం ప్రతి రూమ్ కి వెళ్లి ఇలాగే చెప్తున్నాను సార్" అంటూ రన్నింగ్ ట్రే తో తెచ్చిన వాటర్ టిన్ను లోపల పెడుతూ అన్నాడు ఆ హోటల్ వాటర్ సప్లై అండ్ మెయింటనెన్స్ ఆఫీసర్ శరభేశ్వరం.

ప్రద్యుమ్నరావు కు ఎక్కడో కాలినట్లు అయింది.. తన ఎదురుగా ఇంతసేపు ఏమాత్రం జంకు లేకుండా మాట్లాడిన మొట్టమొదటి వ్యక్తి ఇత నొక్కడే అనుకున్నాడు ప్రద్యుమ్నరావు.

భ్రుకుటి ముడిచి శరభేశ్వరం వైపు ఎగాదిగా చూస్తూ అతనిని వెళ్ళిపోకుండా ఆగమని తన సెల్ ఆన్ చేశాడు..

"హలో ఎమ్మెల్యే సుబ్బరాజు! ఏం చేస్తున్నావ్. నేను ఈ సిటీ లోనే ఉన్నాను. హోటల్ త్రినేత్ర లో ఉన్నాను. వివరాలు అడగొద్దు. నాకు ఈ హోటల్ కావాలి. అర్జెంటు. డీల్ ఎంతైనా పర్వా లేదు. పదినిమిషాల్లో పని పూర్తవ్వాలి" అంటూ ఆర్డరేశాడు.

ప్రద్యుమ్నరావు, శరభేశ్వరం వైపు ఇంకా అలా చూస్తూనే ఉన్నాడు. అతని 10 వేళ్లకు ఉన్న పది ఉంగరాలను మెడలో ఉన్న లావుపాటి గోల్డ్ చైన్ లను నిమురుకుంటూ.

పది నిమిషాలు పూర్తయింది. అవతల నుండి ఎమ్మెల్యే సుబ్బరాజు ఫోన్ చేసి డీల్ ఓకే అయినట్లు చెప్పాడు.

ఇప్పుడు ప్రద్యుమ్నరావు, శరభేశ్వరం వైపు మహాకోపంగా చూస్తూ ఈ క్షణం నుంచి ఈ హోటల్ మేనేజర్ నేనే. నా స్నానానికి వంద వాటర్ టిన్స్ కావాలి అర్జంటుగా తీసుకురా. పో! అంతేకాదు ఒక్కొక్క టిన్ నువ్వే కిందనుండిపైకి మోసుకొని పట్రా" అన్నాడు.

ఆ మాటలకు శరభేశ్వరం నొచ్చుకుంటూ" క్షమించండి సార్. ఈ హోటల్ వరకే కాదు ఈ సిటీ లో మొత్తం హోటల్స్ అన్నింటి మీద వాటర్ సప్లై విషయంలో నన్నే ఆలోచన అడుగుతుంటారు. ప్రస్తుతం ఈ విధానమే అమలు. మీరు మేనేజర్ అయినా సరే, ఈ సర్దుబాటు వెంటనే మార్చలేం సార్. నా విధానం మీకు నచ్చనప్పుడు ఇక్కడ పని చేయలేను సార్. క్రింద రిజైన్ లెటర్ ఇచ్చి వెళ్ళిపోతాను." అంటూ శరభేశ్వరం వెనక్కు తిరిగి వెళ్ళిపోయాడు.

★★★

వారం రోజులు పోయాక ప్రద్యుమ్నరావు విజయవాడ లో విమానం దిగి తన ఊరు వెంకటాద్రిపురం చేరుకున్నాడు. ఐదు ఎకరాల సువిశాల స్థలంలో ఎప్పుడో తన పెద్దలు అమోఘంగా ఏర్పాటు చేసిన భవంతి అది. కారు దిగేసరికి ఆ ఇంటి వ్యవహారాలు చూసే వెంకట కృష్ణారావు, మరి ఇద్దరు ముగ్గురు పనివాళ్లు అతని దగ్గరికి వచ్చారు.

చుట్టూ చూసిన ప్రద్యుమ్నరావు వెంకట కృష్ణారావు మీద ఉగ్రుడైపోయాడు.

" మీ తాతల కాలం నుండి కొలువు చేస్తున్నారు కదా అని నీకు నా ప్రాపర్టీ బాధ్యత అప్పచెప్పి వెళితే ఇంటి చుట్టూ ఈ మురికి గోతులుఏమిటి. నీకేమైనా పిచ్చి పట్టిందా?"అంటూ అరిచాడు.

వెంకట కృష్ణారావు ఏమాత్రం బాధపడకుండా "పెద్దయ్యా! అవి మురికి గోతులు కాదయ్యా. వర్షపు ఇంకుడు నీటిగుంటలు. అందులో నిల్వ ఉన్న నీరు ఈ నేలతల్లి పీల్చుకుంటుంది. దానితో ఎప్పుడైనా మనకు నీరు కరువు వస్తే మన దొడ్లో ఉన్న చేతి పంపులు పనిచేస్తాయి. అట్లా ఈ భూ మాతను మనం గౌర విస్తే ఆ నేలతల్లి మన ప్రాణం నిలుపుతుందయ్యా. ఈ మంచి పని మీకు ఫోన్ లో చెప్పడం ఎందుకని నేనే చేయించాను. నన్ను క్షమించండి" అంటూ సవివరంగా వివరించాడు వెంకట కృష్ణారావు.

" క్షమించడం కుదరదు. ఏమీ తెలియని అమాయకుడితో మాట్లాడినట్లు మాట్లాడుతున్నావ్. నీది పిచ్చిఆలోచన. వంద సంవత్సరాలలో ఎప్పుడు జరగని చిత్రాలు ఇప్పుడు జరుగుతాయా? 24 గంటలలో నువ్వు ఈ పిచ్చిగోతులన్నీ పూడ్చిపెట్టు అంతే కాదు. నా కారు ఇంటి చుట్టూ సుఖంగా తిరిగేలా సిమెంటు రోడ్డు వేయించు" అంటూ భీకరంగా అరిచి లోపలకు వెళ్ళిపోయాడు ప్రద్యుమ్నరావు.

చాలాకాలంగా దీర్ఘ రోగంతో బాధపడుతూ ఆ ఇంట్లోనే ఉన్న భార్యను రెండవ అంతస్తులో కి వెళ్లి ఒకసారి చూసి, ఆమెకు సేవ చేస్తున్న ఇద్దరు ఆయాలతో విషయాలన్నీ మాట్లాడి మళ్లీ క్రిందకు వచ్చి ఇల్లంతా తిరిగి చూశాడు.

ఇంట్లో అన్ని గదుల్లో పనికిరాని చెత్తను చూసి లారీ నిండా పోగు పెట్టి తీసుకెళ్లి బయట పొయ్య వలిసింది గా ఆజ్ఞాపించాడు. పనికి వచ్చిన లారీ డ్రైవర్ మరియు క్లీనర్ తో.

సాయంత్రానికి తమ లారీ నిండా పనికిరాని ప్లాస్టిక్ వ్యర్థాలు, ప్లాస్టిక్ కవర్లు పోగుచేశారు వాళ్ళిద్దరూ. వాటన్నింటినీ సందుమలుపు ఖాళీలో గుమ్మరించి రమ్మని ఆలోచన చెప్పాడు ప్రద్యుమ్నరావు. వెంకటకృష్ణారావు మళ్లీ కలగజేసుకుని ముందుకు వచ్చి ఇలా అన్నాడు.

"అయ్యా! ఆ చెత్త ఎక్కడ పోసినా వాతావరణం దెబ్బతింటుందయ్యా .అది ఊరికి మంచిది కాదయ్య. మునిసిపాలిటీ వాళ్లు కూడా ఒప్పుకోరు. ఈ నేల తల్లిని అలా కరగని వ్యర్థాలు పోసి అగౌరవ పరచటం మన భవిష్యత్తుకు, మన పిల్లల ఆరోగ్యాలకి కూడా ఎంత మాత్రం మంచిది కాదయ్యా" అన్నాడు.

" ఏ? కొంపలు మునిగిపోతాయా? '' అరిచాడు ప్రద్యుమ్నరావు.

"నన్ను క్షమించండి. మా తాత కాలం చేసిన తర్వాత మీతో నేను కొనసాగించటం ఈ రోజే మొదలు. మీకు చెప్పేంత శక్తిమంతుడును కాదు. కానీ వాతావరణ స్థితిగతులను బట్టి చెప్పక తప్పటం లేదు. ఇదంతా మీకు తెలిసినవిషయమే!

ఈ వారంలో ఆ ప్లాస్టిక్ వ్యర్థాలు మేత అనుకుని పశువులు తిని చాలాచోట్ల చచ్చిపోయాయట.

మనకు కూడా చాలా పశువులు ఉన్నాయి కదా. ఇలాంటి చెత్త ఉన్నచోట మొక్క కూడా మొలవదు. మీకు తెలియంది ఏముందయ్యా? ఈ చెత్త మన ఇంటికి దూరంగా ఉన్న మన ఖాళీ గొడౌన్లోనే ఉంచుదాం. ప్రభుత్వం నుంచి వచ్చే ఆలోచనతో అప్పుడు నిర్ణయం తీసుకుందాం" అన్నాడు కొంచెం ముందుకు వచ్చి వెంకటకృష్ణారావు, వినయంగా చేతులు కట్టుకుని తల వంచుకుని.

ప్రద్యుమ్నరావు కు చేతులు కట్టుకు నిలబడిన వెంకట కృష్ణారావు ని చూడగానే అతని శరీరం మీద తేళ్ళు, జెర్రులు పాకుతున్న అనుభూతి కలిగి ఇలా అన్నాడు. కళ్ళతో ఎర్రగా చూస్తూ"ప్రతి నిమిషం భయపడుతూ చచ్చిపోతూ బ్రతకమంటావు. అది నీలాంటి అర్భక ప్రాణులకు. మాలాంటి వాళ్లకు కాదు. నీ వల్ల నా పెరుగుదల ఆగిపోయే అవకాశం ఉంది. ఉదయం నీళ్ల గురించి పాఠాలు చెప్పావు. ఇప్పుడు నేల తల్లి అంటూ లెక్చర్లు ఇస్తున్నావు. ఆ రెండింటి మీద నువ్వేమైనా హక్కులు రాయించుకున్నావా?

అక్కడికి, ఈ ప్రపంచం ఏదో సర్వనాశనమైపోతున్నట్టు బాధపడిపోతావ్ ఏమిటి? ఒక్క రోజులోనే నీ పద్ధతి నాకు నచ్చలేదు. నచ్చని చోట ఉండటం నీకే మంచిది కాదు. నీ తలలో జేజెమ్మ లాంటి వాడిని పెట్టుకొంటాను. నువ్వు బయటకుపో!" అంటూ వెంకటకృష్ణారావుని నానా చీవాట్లు పెట్టి, తీవ్రంగా అవమానించి, అసభ్యంగా మాట్లాడి జీవితంలో ముఖం చూపించకుండా వెళ్లిపొమ్మన్నాడు ప్రద్యుమ్నరావు. చేసేది లేక వెంకటకృష్ణారావు దిగాలుపడిన ముఖం తో ఆ కొలువు విరమించుకుని వెళ్లిపోయాడు.

★★★

ప్రద్యుమ్నరావు కాసేపు ఆలోచించాడు. లారీ నిండా నిండిపోయిన ప్లాస్టిక్ వ్యర్థాలను, కవర్లను తీసుకెళ్లి ఊరికి బాగా చివరన స్మశానానికి వెళ్ళే దారిలో ఉన్న గోతులను, గుంటలను ఈ వ్యర్థాలతో మూసి పైన మట్టి పోయమని అలా ఆ దారి కవర్ చేయమని సలహా ఇచ్చాడు ప్రద్యుమ్నరావు. డబ్బుల కోసం ఆ లారీ డ్రైవర్, క్లీనర్ అలాగే చేసి వెళ్లిపోయారు మారు మాట్లాడకుండా.

★★★

ఇక్కడ వెంకటకృష్ణారావు నివాసముండే ఊరి చివర మట్టి దిబ్బలు దాటాక చిట్టి పాకలు. సంవత్సరాలుగా ఆ చుట్టుపక్కల గ్రామాలలో పెద్ద మనిషిగా, మంచి మనిషిగా చలామణి అవుతున్న వెంకటకృష్ణారావుకి జరిగిన అవమానం దృష్ట్యా, అతని మీద ఉన్న గౌరవంతో చుట్టుపక్కల ఏ ఒక్కరు కూడా ప్రద్యుమ్నరావు కొలువులో చేరలేదు. ఆ నిర్ణయం ఎవరికివారే తీసుకున్నారు .

ప్రస్తుతం ఆ కొలువు లో పనిచేస్తున్న వాళ్ళలో కూడా కొందరు మానేశారు.సిటీ నుండి కాంట్రాక్టు పద్ధతిలో నలుగురు మనుషుల్ని తెప్పించాడు ప్రద్యుమ్నరావు.

★★★

నెలలు గడిచాయి వాతావరణ ప్రభావం మారింది.

భార్య ఆరోగ్యం మెరుగుపడటం లేదు.ఈలోగా ప్రద్యుమ్నరావు వ్యాపార రీత్యా తను వెళ్ళవలసిన రాష్ట్రాలు, దేశాలు వెళ్లి వస్తూనే ఉన్నాడు. ప్రస్తుతం వెంకటాద్రిపురం లో తన ఇంటి దగ్గరే ఉన్నాడు.

వర్షాకాలం అయినా ఒక్క చినుకు పడలేదు. పైగా ఎండలు దంచి కొడుతున్నాయి. ఎండ తాపానికి కొన్ని ప్రాణాలు హరించుకుపోయాయి. చెరువుల్లో బావుల్లో ఒక నీళ్ల చుక్కలేదు. ప్రద్యుమ్నరావు చేతి పంపు కొట్టి నీళ్లు తెమ్మన్నాడు. అది నీళ్లు రాకుండా మొరాయిం చింది. దాంతో అది తను చేసిన పాపం వల్లే అన్నట్టు అతనికి ఏదో సంఘటన గుర్తు వచ్చినట్టు అనిపించింది. తల విదిలించుకున్నాడు.

చుట్టుపక్కల వాళ్ళను అడిగినా చుక్కనీరు అప్పుగా కూడా ఇవ్వలేదు. 'మూర్ఖులు, దుష్టులు, దుర్మార్గులు. పాత తరం మారిపోయి కొత్తతరం లో కొత్తగా తయారైన వెధవలు. దమ్మిడీ ముఖం గాళ్లు. వీళ్ళకి ఏం తెలుసు నా హోదా' అనుకున్నాడు మనసులో.

కాంట్రాక్టు పద్ధతిలో వచ్చిన నలుగురు పనివాళ్లు ఇక్కడ విధానాలు తాము తట్టుకునే లా లేవని జీతం నాలుగు రెట్లు ఇచ్చినా ఉండలేమని వెళ్లి పోయారు.

★★★

ఇక.... మేడపైన రెండవ అంతస్తులో వినబడిన శబ్దంతో పైకి వెళ్ళాడు ప్రద్యుమ్నరావు. తన భార్య మంచం మీద నుండి కిందపడి ప్రాణాలు కోల్పోయి ఉంది. అదే గదిలో ఉన్న బంగారు ఉయ్యాలలో కూర్చుని ఊగుతున్నాడు ప్రద్యుమ్నరావు ఏం చేయాలో తోచక.

తన సంతానం ఎప్పుడో తనను కాదని వెళ్ళిపోయారు. బంధువర్గం తన పద్ధతులు నచ్చక దూరంగా ఉన్నారు. లేదు లేదు " నేనే ఆ వెధవలను అందరిని దూరం పెట్టాను." అని సమర్థించుకున్నాడు మనసులో .

ఇక ఇరుగుపొరుగు తన హోదా తెలియని అట్టడు గువాళ్ళు. ప్రస్తుత సమస్య. ఇప్పుడు ఏం చేయాలి? ఈ శవాన్ని ఎలా తీసుకెళ్ళాలి?

ప్రద్యుమ్నరావు ఊగుతున్న బంగారపు ఉయ్యాల గొలుసులు తెగిపోయి ఒక పక్కకు వాలిపోయింది. దాంతోపాటు అతను కూడా జారి కిందపడ్డాడు.

★★★

ఏది ఆగినా ఈ కాల చక్రంలో మార్పులు ఆగవు కదా! ఏ నిమిషానికి ఏమి జరుగునో ఎవరూహించెదరు?

ఉన్నట్టుండి ఎండ పూర్తిగా తగ్గిపోయి వాతావరణం మారిపోయింది. పెద్ద గాలి దుమారం మొదలయింది. ఆకాశం నల్లగా నిగనిగలాడుతోంది, మేఘాలతో. వర్షం భయంకరంగా ప్రారంభమయిపోయింది.

ఆ చుట్టుపక్కల భూ మార్గాలన్నీ బురదమయం అయిపోయాయి. ఆ భయంకర రాకాసి వర్షానికి గంటల వ్యవధిలో వీధులలో అడుగు లోతు నీరు నిలిచిపోయింది. ఎంత చిత్రం? గంట ముందు ఈ భూ తల్లికి, ఇప్పటి భూతల్లి కి ఎంత మార్పు?

గంట క్రితం నీటి కటకటకు ఇప్పటి నీటి ప్రవాహా నికి ఎంత తేడా? ప్రద్యుమ్నరావు సెల్ ఫోన్ అందుకని ఒక నెంబర్ నొక్కాడు. అది దగ్గరలోని మునిసిపల్ ఆఫీస్.

'హలో, మునిసిపల్ మహేశ్వరరావుగారా? నమస్తే నేను ప్రద్యుమ్నరావుని. ఏంలేదు? మా ఇంటి నుండి ఒక డెడ్ బాడీ స్మశానానికి తీసుకెళ్ళాలి. అర్జెంటుగా వాహనాన్ని ఇద్దరి మనుషులను పంపండి.

ఏమిటి? వారం నుండి అందరూ స్ట్రైక్ లో ఉన్నారా? మీకేమో కడుపులో నొప్పి వస్తోందా? సరే, ఫోన్ పెట్టేయండి " అంటూ గట్టిగా అరిచాడు.

మళ్లీ మరో నెంబరు కి ఫోన్ చేసాడు.

" హలో నాయుడు, నేను రా! వాయిదాల పద్ధతిలో నీకు కారు కొనిపెట్టిన ప్రద్యుమ్నరావుని.

నీ కారు అప్పు మొత్తం నేను తీర్చేస్తాను కానీ నువ్వు కారుతో ఒకసారి మా ఇంటికి రా! ఏమిటి, కారుకు యాక్సిడెంట్ అయిందా? నువ్వు కాళ్ళు విరిగి హాస్పిటల్ లో ఉన్నావా? సరే ఫోన్ పెట్టేయ్".

ప్రద్యుమ్నరావు చిరాకుతో చిత్రెత్తి పోయాడు సెల్ ఆఫ్ చేసి వీధిలోకి వచ్చాడు.గతంలో ఎప్పుడు చూడని ఓ వ్యక్తి ఒంటెద్దు బండి తోలుకుంటూ వెళ్తున్నాడు. అతడిని ఆపి లోపలకు పిలిచి విషయం చెప్పాడు ప్రద్యుమ్నరావు.

దానికతను చేతులు కట్టుకుని ఇలా అన్నాడు.

" అయ్యా నా పేరు పరోపకారం. పేరుకు తగ్గట్టు నాకు అందరికీ ఉపకారం చేయాలనిపిస్తుంది. అమ్మ గారిని స్మశానం వరకు తీసుకెళ్తాను బాబు నా గూడు బండి లో. మీరు లక్ష రూపాయలు చూపిస్తున్నారు. నాకొద్దు. మీదగ్గరే ఉంచుకోండి బాబయ్య" అన్నాడు..

"ఇలాంటి మహా బాధ శత్రువుకి కూడా రాకూడదు బాబయ్య " అనుకుంటూ నెత్తి మీదపడుతున్న ధారాపాత వర్షపు నీటితో పాటు తన కళ్ళలో నీళ్ళు కూడా తుడుచుకున్నాడు బండి పరోపకారం .

అప్పటికే చెడువాసన కొడుతున్న శవాన్ని గూడు బండి లో నెమ్మదిగా పడుకోబెట్టి స్మశానం వైపు వెళుతున్నారు ఆ ఇద్దరూ.

గాలి ఉధృతి పెరిగింది. ఒంటెద్దు బండి తిరగబడి పోతుందన్నంత నీటి ప్రవాహంలో నుంచి వెళ్తోంది ఆ బండి. ఇంచుమించు మోకాలి లోతు నీరు.

చాలాసేపటికి ఒంటెద్దు బండి నెమ్మది నెమ్మదిగా స్మశానం దారిలోకి వచ్చింది. అయినా అలా మరో రెండు కిలోమీటర్లు వెళ్తేనే గాని, స్మశాన స్థలం రాదు.

అంతే ఆ దారిలో ఒకచోట పెద్ద గొయ్యి ఏర్పడి అందులో బండి చక్రం దిగబడిపోయింది. క్రిందకు దిగి చూశాడు పరోపకారం. ప్రద్యుమ్నరావు సహాయంతో బండిని ముందుకు లాగాలని చూశాడు. ఇద్దరూ ఎంత ప్రయత్నించినా పని జరగలేదు.

బండి పరోపకారానికి గుండెల్లో మండిపోయినట్లు అయిపోయింది ఆ పరిస్థితికి. దాంతో ఇలా బాధపడుతూ అన్నాడు.

"అయ్యా! ఏ వెధవన్నర వెధవ చేశాడో చూడండి ఈ పని. నేల తల్లిని చంపేసేరయ్యా. పనికిరాని ప్లాస్టిక్ చెత్త ఈ దారి పొడుగు అంతా పోసి పైన మట్టి కప్పి పెట్టాడయ్యా . వాడు తల్లికి, తండ్రికి పుట్టిన సన్నాసి అయి ఉండడు. అందరికీ పనికొచ్చే దారి కదా! ఈ నేల తల్లిని ఇలా పాడుచేయొచ్చా? ఆ వెధవ అశుద్ధం తినే మనిషి!

ఓ పక్క అమ్మ గారు మొఖం చూడండి. వానకు తడిసి భరించరాని కంపుతో' నన్ను త్వరగా స్మశానానికి తీసు కెళ్లి కప్పెట్టండి రా ' అన్నట్టుంది కదూ!

నేను ఆ తల్లి ముఖం చూడ లేనయ్యా! ఈ కష్టమంతా పడేసరికి నాకు కూడా నీరసంతో ఆయాసంగా ఉంది. నేను వెళ్ళిపోతానయ్యా. మాట ఇచ్చి పని పూర్తిగా చేయలేక పోతున్నందుకు క్షమిం చండి. మిగతా కార్యక్రమం ఎలా పూర్తి చేస్తారో మీరే చేసుకోండి. ఇక నావల్ల కాదు. ముందు నాప్రాణం పోయేలా ఉంది. నా పెళ్ళాం పిల్లల విషయం చూసుకోవాలి కదా!" అంటూ వెళ్లిపోయాడు. ఒంటెద్దు బండి పరోపకారం, బండిని అక్కడే వదిలేసి.

ఒక పెద్ద ఉరుము పక్కనే ఉన్న కొబ్బరి చెట్టు మీద పడి ఆ చెట్టు భస్మం అయిపోయింది.

ప్రద్యుమ్నరావులో మానవుడు మొదటగా కళ్ళు తెరిచాడు. ఆలోచించడం కూడా ప్రారంభించాడు.

★★★

ఇప్పుడు అతని అడుగులు అతనికి తెలియకుండానే ఓ ఉన్నతమైన కార్యసాధన కోసం బండిని, భార్య శవాన్ని అక్కడే వదిలేసి వెనక్కు తిరిగి వెళుతున్నాయి.

బురద, గోతులు, గుంటలు. ఆ దారి మార్గ మంతా అయోమయంగా ఉంది.

"అమ్మా నేలతల్లి! నిన్ను తొక్కుకుంటూ వెళ్తున్నాను. నీకు తీరని ద్రోహం చేసిన నన్ను క్షమించమ్మా. నాకు సరైన మార్గం చూపించు నేలతల్లి" ఇన్ని సంవత్సరాల జీవితంలో మొట్టమొదటిసారిగా. మనసులో స్మరించుకున్నాడు. కోటానుకోట్ల రూపాయల పడగలు కింద కాపురం ఉంటున్న ప్రద్యుమ్నరావు.

అంతేకాదు, సృష్టిలో కనపడని ఒక నిరుపయోగమైన కన్నీటి బొట్టు కార్చాడు మొట్టమొదటగా ప్రద్యుమ్న రావు.

తనను ముందుకు వెళ్లనివ్వకుండా పక్కకుతోసి పాడేస్తున్న మోకాలి లోతు నీటి ప్రవాహాన్ని కూడా చేతులెత్తి వేనోళ్ల నమస్కరించాడు. నీటి విలువ తెలుసుకోకుండా అహంకారంతో లెక్కలేనితనంగా బ్రతికిన తనను క్షమించమని ఈ పరిస్థితినుండి రక్షించమని ఎంత అరిచినా సృష్టిలో ఎవరికీ వినపడనంత గట్టిగా అరుస్తూ, ఏడుస్తూ, పడుతూ, లేస్తూ నడుస్తున్నాడు ప్రద్యుమ్నరావు, ఒక కార్య సాధన దీక్ష కంకణ బద్ధుడై.

అలా అలా అతి కష్టం మీద ఆ ఊరి చివర మట్టి దిబ్బలు వరకు వచ్చి, అవన్నీ దాటాక మహా ప్రయత్నం మీద చిట్టిపాకలు ప్రాంతం చేరాడు. అది కూడా పడుతూ లేస్తూ దాటాక ఆ సన్నపాటి సందు మార్గం లాంటి దారి చివర ఒక క్రుంగిపోతున్న రెల్లు గడ్డి గుడిసె. దాని తాలుక వీధి తాటాకు తలుపు మీద వాలిపోయిపడ్డాడు, కళ్ళు తిరిగి సొమ్మసిల్లి, ప్రద్యుమ్నరావు.

వెంటనే కళ్ళు తెరచి చూసేసరికి, లోపల ఎర్ర మట్టి పిట్టగోడ మీద కూర్చుని ఉన్న వెంకటకృష్ణారావు పాదాలపై తన శిరస్సు ఉన్నట్టు గ్రహించగలిగాడు ..... ద గ్రేట్..... ప్రద్యుమ్నరావు...!!!!!!!!

(మన తెలుగు కథలు డాట్ కాం కథల పోటీలలో అత్యుత్తమ కథ బహుమతి..2022 డిసెంబర్)

అర్థం చేసుకోండ్రా బాబూ

" అన్నపూర్ణ! ఈ నీ యొక్క బిడియం వల్లే మొదటి నుండి నీనుండి నేను ఏమి పొందలేక పోయాను. నీ శరీరంలో ప్రతి ఒక్క అణువు అణువునూ ఆక్రమించేయాలన్న నా తీరని కోరిక, మొదటిరాత్రి నుండి పూర్తిగా తీర్చుకోలేకపోయానంటే నమ్ము."

" ఇప్పుడవన్నీ ఎందుకట! మీకు తొంభై. నాకు మరేమో, ఐదు తక్కువ.'గతం గతః' అని మీరేకదా అనేవారు." అంది అన్నపూర్ణ భర్త హరిహరమహా దేవయ్యతో.

" సరే నీమాటే నామాట. కానియ్యి.. కానియ్యి "

"ఉండండిబాబు. తలుపేసి వస్తాను."

" మన గదికి తలుపులు ఎక్కడున్నాయి. ఈ షెడ్డు లాంటి భాగంలో .మనల్ని పడేసారు. ఆ మూలన బూజులు. ఈ మూలన బొద్దింకలు. అవిగవిగో. తాళ్ళుకట్టలు. కాగితం ముక్కలు. అట్టపెట్టెలు.

ఇదో దోమలసామ్రాజ్యం!!!!! పైన డబడబలాడే రెండురెక్కల ఫ్యాను. ఈ బొమ్మరాని బుల్లి టీవీని ఇదిగో ఈ కర్రతో కొడితేనే గాని ఉలకదు పలకదు. మూడుకాళ్ళు ఉన్న ఈకుర్చీ మీద కూర్చోవాలి అంటే ఈ అరడజను ఇటుకలు దాపు పెట్టుకోవాలి. ఈ దూదిపరుపులో దూది రూమంతా ఎగిరి చంద్రమండలంలో విహరిస్తున్నట్లు ఉంది కదూ!

వాళ్ళిద్దరికీ రాజాలాంటి పోర్షన్లు కట్టించాను. కనీసం. మన గదికి" తలుపులు" పెట్టిద్దా మన్న ఇంగితం లేదు నా కొడుకులకు.

అర్ధపుష్కరమయింది. గుమ్మానికి ఆ గుడ్డ అడ్డంగా కట్టి. ఏం చేస్తాం. ఇదిగో ఈ కుర్చీలు రెండూ కూడా గుమ్మానికి అడ్డంగా పెట్టి రా. ఆ తర్వాత మన పని మనం చేసుకుందాం. వచ్చిన వాళ్ళే సిగ్గుపడి ఇకిలించుకుని వెళ్ళిపోతారు. చాలాచిరాకుగా అన్నాడు హరిహరమహాదేవయ్య.

" సరే..." అంటూ అలాగే చేసింది అన్నపూర్ణమ్మ.

" రా! దీన్ని ఇలాపట్టుకో. అలా కాదే, ఇలా. అద్గదీ "

" నాకుతెలియదా. ఇదివరలో ఎప్పుడూ అలవాటు లేదు అనుకుంటున్నారా? మీరు మరీ చూపించి చెప్పాలా చిత్రం కాకపోతే? "

★★★

" బాబీ! ఏమిట్రా అది, ఆ ఆయాసం దేనికి?"

" ప్రపంచయుద్ధం కన్నా గొప్ప న్యూస్. ఐదురూపా యలు ఇస్తే చెప్తా నాన్నా."

" సరే. ఇదిగోరా నీ మాములు."

" అమ్మా. నువ్వు కూడా ఐదురూపాయలు కొట్టించు."

"సరే .ఇదిగోరా. త్వరగా చెప్పు. చెప్పరా."

"ఇది చెవిలో చెప్పేది. తాతయ్య రూమ్ బయట గుమ్మం దగ్గర వేస్టుబకెట్టు లో" కండోమ్స్ ". ఏంటి అలా వెర్రిగా చూస్తారు. ఇంగ్లీషు అర్ధం కాదా అంటే " నిరోధ్ ప్యాకెట్స్!".

"ఛీ, ఛీ . నిజమా?"

"ఓ యాభై రూపాయలు పందెం వేసుకుందామా?"

"వద్దులేరా బాబు నువ్వెళ్ళు."

"బాబాయ్ కి ఈన్యూస్ చెప్పి మరో ఐదు రూపాయలు కొట్టేయాలి. నాన్నా,అమ్మకు అర్థం కానట్టుంది. నువ్వు చెప్పు. నేను చెప్తే సిగ్గు పడుతుంది" పరుగున వెళ్ళి పోయాడు బాబి.

"ఏమిటండీ అసహ్యంగా. ఈ వయసులో అత్తమామయ్యలకు ఇదేం బుద్ధి. ఇదేం సరదా. పిల్లలు ఉన్న ఇల్లు. నిరోధ్ ప్యాకెట్స్ వాడేసుకుని గుమ్మం దగ్గర వేస్ట్ బకెట్లో అందరికీ కనబడేలా అలా పడేస్తే ఎలా? మరీ బరితెగించితే ఎలా? మనం ఎప్పుడైనా ఇలా పబ్లిక్ గా పాడేసామా? అయినా వాటి అవసరం వాళ్లకు ఏమిటి?" భర్త కృష్ణమూర్తి తో అంది రుక్మిణి.

"నా ఉద్దేశ్యంలో ఖచ్చితంగా ఎక్కడో ఏదో చిన్న పొరపాటు జరిగుంటుంది రుక్మిణి. ఇది తమ్ముడు ముకుందం, మరదలు లక్ష్మి ల పని అయి ఉంటుందే మోనని నాకు అనుమానంగా ఉంది."

"అలాగని నువ్వు అనుకుంటావు అని నేను

మా ఆవిడ పరుగు పెట్టుకుంటూ నీరూంకి వచ్చేసాం అన్నయ్య. బాబిగాడు చెప్పటం కంటే ముందే మీ మరదలు లక్ష్మి చూసిందట.. ఇది మా పని కాదు." కంగారుగా వచ్చి అన్నాడు కృష్ణమూర్తి తమ్ముడు ముకుందం.

"అయితే అమ్మా నాన్నే ఈ పని చేసుంటారు."

"ఒకసారి వాళ్లకు చెప్పి చూస్తే"

"వద్దు సిగ్గుపడి.. కోప్పడతారు."

"అయితే మార్కెట్ కు వెళ్లి ఆ వేస్టుబకెట్ కు మూత తెస్తే"

★★★

"ఎవర్రా? నారూమ్ బయట వేస్టుబకెట్ కి మూతపెట్టింది. మాట్లాడరే? క్రిందకు ఒంగి మూతతీసి చెత్త ఈ బకెట్లో వేసి మళ్లీ మూత పెట్టాలంటే మా వయసులకు ఎంత కష్టమో మీకు ఏం అర్థమై ఏడుస్తుందీ అంట? ముసలాళ్ళం మాకు మూతలెందు కురా. వయసులో ఉన్నారు మీరు పెట్టుకోండి మూతలు." మండిపడ్డట్టు చాలా చిరాగ్గా అన్నాడు హరిహర మహాదేవయ్య.

"అబ్బా పిల్లలని ఎందుకలా ఆడిపోసుకుంటారు. కేకలేస్తే భయపడరా? . మూతపెట్టడం తప్పా" అంటూ సొణిగింది అన్నపూర్ణమ్మ.

"అన్నపూర్ణ! వీళ్లు పాలపీకి వెధవలు కాదు. ఆరేళ్లు అయినా మన రూమ్ కి తలుపులు పెట్టించాలి అన్న జ్ఞానమే లేదు. ఎందుకో మరి ఇరవై నాలుగు గంటల్లో బకెట్ కి మూత కొనితెచ్చి పెట్టే శారు. 3 రూపాయలతో అయిపోయే పని కదా మరి.

"పోదురూ! ఈవయసులో మనకెందుకండీ? తలుపులు, గెడలు,గొళ్ళాలు. మనవలతో, కొడుకులతో, కోడళ్లతో హాయిగా కలిసుంటే సరిపోదా? "

"వాళ్ళెవరైనా మన ఈ రూమ్ లోకి రావచ్చు. మనం వెళ్దామంటే వాళ్ల ఉండె రూమ్ తలుపులు ఎప్పుడూ గడియ పెట్టే ఉంటాయి. నీకు బుద్ధి ఉందా? వాళ్లకు ఒక న్యాయము. మనకి ఇంకొక న్యాయమా? నేను ఒప్పుకోను."

"వుష్. వాళ్ళందరికి వినబడితే ఏమను కుంటారు?."

“"వాళ్లకి ఏమన్నా చెముడా, బ్రహ్మజెముడా, నాగజెముడా? ఏమనుకుంటే మనకే . ఇదిగో, ఇదే

చెప్తున్నా! వినబడుతోందా? ఎవరైనా ఈ వేస్ట్ బకెట్టు కి మూత పెడితే మీ మీ తాటలు ఒలిచి పడేస్తానర్రా. అన్నపూర్ణ! నువ్వు మంచం మీదకి నడు. నా మనసు పాడైపోయింది! ఆ చిన్నిపెట్టె తెచ్చి అందులో ఎన్ని ప్యాకెట్లు ఉన్నాయో చూడు" అంటూ వేస్ట్ బకెట్టు"మూతను" దూరంగా గిరాటేస్తు తన రూం లోపలికి నడిచాడు హరిహరమహాదేవయ్య.

"ఉదయమే చూశాను ఇరవై ఉన్నాయి. అయినా ఇప్పుడు వద్దండి. నాకు చాలా చిరాగ్గా ఉంది.

ఎప్పుడు పడితే అప్పుడే అంటే ఎలా? "

"నామనసు పాడై పోయిందని చెప్తున్నాగా. వినవే? ఇలాంటప్పుడే మనసుకు ఆనందం కలగాలోయ్! అంటే ఇప్పుడు ఆ పని తప్పదు. కాదనక త్వరగా నడు. నామూడ్ పాడుచేయకు."

"తప్పదు అంటారా?

"హూ హూ... నన్ను అర్థం చేసుకోవా అన్నపూర్ణ?"

"వయసు పెరిగే కొద్దీ మీకు మరీ ఎక్కువై పోతోంది చాదస్తం. ఉడుంపట్టు. పట్టిన పట్టు వదలరు కదా! ఎవరూ ఇంతలా ఉండరు బాబూ .ఈ వయసులో మీపద్ధతి కొంచెం మార్చుకోవాలి. అదిగో ఇద్దరు కోడళ్ళు సిగ్గుపడి తలుపులు మూసేసుకు న్నారు. మనవలు అందరూ. వాళ్లవాళ్ల కిటికీల్లోంచి మనల్నిద్దర్ని వింతజంతువులను చూసినట్లు చూస్తున్నారు. ఈరోజు ఉదయం నుండి వాళ్ళెవరూ మన దాపులకు కూడ రాలేదు. వాళ్లందరికీ మనవ్యవహారం తెలిసిపోయిం దంటారా!"

"తెలియకుండా ఉంటుందా తెలిస్తేమాత్రం మనకు ఏమిటి? మన పని మనదే" అంటూ భార్యను మంచం మీదికి లాగాడు.

★★★

హరిహరమహాదేవయ్య కలర్ టీవీ ముందు కూర్చుని పాతజానపద సినిమాలో శృంగార సన్నివేశంచూస్తూ చాలా తన్మయత్వంలో ఉన్నాడు. అతని పక్కగానే అతని భార్య అన్నపూర్ణమ్మ మరో కుర్చీలో కూర్చుంది.

ఆ హాలులో మూడు జంటలకు, పిల్ల లందరికీ ఒకటే టీవీ. మంచి సినిమా వస్తే అలా వచ్చి థియేటర్లో కూర్చున్నట్టు కూర్చుంటారు ఆ ఫ్యామిలీ అంతా.

ముందువరుసలో హరిహరమహదేవయ్య, అన్నపూర్ణ . వాళ్ళిద్దరు వెనుక కుర్చీల్లో పెద్ద కొడుకు, కోడలు, పిల్లలు. వాళ్లందరి వెనుక చిన్న కొడుకు, కోడలు, వాళ్ళ పిల్లలు.

" ఏనాటి కాంతారావు. ఏనాటి కృష్ణకుమారి. ఇప్ప టికీ ఎంతో అందంగా నవనవలాడుతున్నారు.

మిమ్మలినే ఆ తదేకదృష్టి ఏమిటి? కాస్త ఈలోకం లోకి రండి. అంతకన్నా ఏమి జరగదు సినిమాలో."

భర్త భుజాలపై చెయ్యివేసి కుదిపింది అన్నపూర్ణమ్మ.

హరిహరమహాదేవయ్య ఈ లోకం లోకి వచ్చి రూమంతా పరికించాడు. అప్పటికే పెద్ద కొడుకు, కోడలు ముసిముసిగా నవ్వుకుంటూ, వాళ్ళ పిల్లల్ని లాక్కుంటూ ఆ పెద్దవాళ్ల వంక మిడిగుడ్లతో చూస్తూ వెళ్లిపోతున్నారు. ఆతర్వాత అదే పద్ధతిలో రెండో కొడుకు, కోడలు కూడా వెళ్లిపోయారు వాళ్ల పిల్లలతో సహా, గుస గుసలు ఆడుకుంటూ!

ఇక ఆ హాల్లో మిగిలింది ఆ శృంగార ఎపిసోడ్ చూస్తున్న ఆ వృద్ధ జంట మాత్రమే.

" అన్నపూర్ణ! ఇరవైరోజుల నుండి చూస్తున్నాను. వీళ్ళందరిలో ఏదో మార్పు వచ్చేసింది కదూ. కొడుకులు, కోడళ్ళు. చివరికి చిన్న కుర్రవెధవలు కూడా మనరూమ్ లోకి రావడానికి ఇష్టపడడం లేదు. గమ నించావా.? కొంచెం అయినా పసిగట్టావా? అందరూ మనిద్దరికీ చాలా దూరంగా ఉండటం ఎందుచేత అంటావు? వాళ్ళలో వాళ్ళు మనల్ని చూసి ఏవేవో తెగ ఇకఇకలు, పకపకలు, తికమకచూపులు, గబగబ నడకలు. వాళ్లు లోలోపలే నవ్వుకుంటున్నట్టు నాకనిపి స్తుంది.. వాళ్ల ప్రవర్తనలో ఏదో తిరకాసుందోయ్!"

" నేను అదే చెబుదామనుకున్నాను మీకు. రేపు త్రినాథవ్రతం కదా. అది కాస్త ప్రశాంతంగా పూర్తయ్యాక వివరంగా అప్పుడు అడుగుదాం. అంత వరకూ మీరు మాట్లాడకుండా ఊరుకోండి."

" సరేగానీ, ఆ చిన్నిపెట్టెలో ఇంకా మన ప్యాకెట్స్ ఎన్ని ఉండుంటాయి అంటావు?"

" మొన్ననే మరో ముప్పై తెచ్చారుకదా. ఇంకా చాలా ఉన్నాయి. నాకూ అలవాటుచేసేశారు బాబు! నేను కూడా ఈ వయసులో రోజూ ఆ చిన్ని పెట్టె మూత తెరిస్తేనే గాని ఉండలేకపోతున్నాను. వస్తారా? మొదలు పెడదాం."

" నీ కంగారు మండ. వస్తున్నానుండవే."

హరిహరమహాదేవయ్య, అన్నపూర్ణమ్మ ఇద్దరూ ఆనందంగా తమ రూమ్ లోకి వెళ్లి పోయారు.

★★★

ఆ మర్నాడు,

ఇల్లంతా శుభ్రంగాఉంది. ఆ రోజే త్రినాధ వ్రతం. వ్రతం ఆచరించే గృహంలోని ఆడవాళ్ళు ఉదయాన్నే తలారాస్నానం చేసి సాయంత్రం వరకు ఉపవాసం ఉండి రాత్రికి త్రినాధవ్రతం ఎంతో భక్తిశ్రద్ధలతో పూర్తి చేస్తారు, ఇరుగుపొరుగు స్త్రీ లందరితో. అదే ఈరోజు జరగబోతుంది. ఇల్లంతా మామిడి తోరణాలతో దైవభక్తితో కళకళలాడిపోతోంది!

" ఏమిటర్రా? మధ్యాహ్నం అవుతోంది. ఎవరూ నాకు ఏమి విషయాలు చెప్పరే. తెల్లారే సరికల్లా ముగ్గురంకలసి చేతికి తోరాలు భక్తితో కట్టుకునే వాళ్ళంకదా , ప్రతి సంవత్సరం. మరిచిపోయారా?" అన్నపూర్ణమ్మ తన గుమ్మం దగ్గర నిలబడి కోడళ్లకు వినబడేలా అరిచింది.

ఆ అరుపుతో ఇద్దరు కోడళ్ళు బయటకు వచ్చారు గబగబా.

"అత్తయ్యగారు! మేమిద్దరం ఉదయం ఆరు గంటలకే తలస్నానం చేసి తోరాలు కట్టేసుకున్నాము. ఈ వయసులో అందునా ఈ పరిస్థితిలో మీకు పూజచెయ్యటం కుదరదేమోనని మిమ్మల్ని బలవంతం చేయలేదు" నసుగుతూ అంది పెద్దకోడలు రుక్మిణి.

"అత్తయ్యగారు మీకు తెలియంది ఏముంది . ఇది చాలా నిష్ఠతో చేయవలసిన వ్రతంకదా. భార్యభర్తలు ఉదయం నుండి సాయంత్రం వరకు ఒకరినొకరు తాక కూడదు. "ఆ" దృష్టితో ఉండడం అసలే పనికి రాదు. మీరు అలా భక్తిగా ఉండలేరేమోనని...." రెండోకోడలు లక్ష్మి అంది ముప్పయిఆరు వంకరలు తిరుగుతూ.

"ఏంటర్రా, నాకు చెప్తున్నారు మీరు? " ఆశ్చర్యంగా అంది అన్నపూర్ణమ్మ.

"నిజమే అత్తయ్యగారు. మీరు, మామయ్య గారు ఈ మధ్యన కొంచెం 'అది ' గా 'ఇది ' గా ఉంటున్నారు కదా. ఇలాంటి భక్తి ప్రధానమైన పూజలకు అలా ఉంటే కుదరదుగా. అందుకని, అందరూ చూస్తే బాగుండదని ఇరుగుపొరుగు వాళ్ళని కూడా పూజకు పిలవలేదు. "

"అమ్మో అమ్మో! ఏమిటి అంటున్నారర్రా మీరు? నాకసలు అర్థం కావడం లేదు "ఆశ్చ ర్యంగా అంది అన్నపూర్ణమ్మ.

" ఇందులో అర్థం కావలసింది ఏముంది అత్తయ్య. వ్రతం పట్టాక మీరు, మామయ్యగారు

చాటుమాటు వ్యవహారాలు సాగిస్తే ఆ త్రినాధులు వారికి కోపంవస్తుంది. అందుకనే మీకు చెప్పకుండా మేమిద్దరం చేసేసుకుంటున్నాం." పెద్దకోడలురుక్మిణి ఖచ్చితంగా చెప్పేసింది.

"అయ్యో అయ్యో.. ఈ ఇంట్లో పూజలు ఎప్పు డైనా నేను లేకుండా జరిగాయా? ఎంత మార్పు. సరే, మీరేపూజచేసుకోండి.మీ పూజ అయ్యేవరకూ మేము ఇద్దరం ఈ ఇంట్లో ఉండడమే మీకు ఇష్టం లేనట్టు అనిపిస్తుంది. ఊర్లో అన్ని గుళ్ళుగోపురాలు తిరిగి రాత్రి 10 గంటలకు ఇంటికి వస్తాం లే. పుణ్యమంతా మీరే మూట కట్టుకోండి. త్రినాథ స్వామివారు ఈ ఇంట్లోనే ఉన్నారా? ప్రపంచమంతాఉంటారు. సర్వాంతర్యామి."అంటూ అన్నపూర్ణ లోపలకు వెళ్ళి, భర్తతో చాలా సేపు మాట్లాడి చరచర బయటకు వెళ్ళిపోయింది అతనిని తీసుకొని.

★★★

నెల తర్వాత, హరహరిమహాదేవయ్య, అన్నపూర్ణమ్మల పెళ్లిరోజు!.

పరిస్థితి యథాతథంగానే ఉంది. నిరోధ్ ప్యాకెట్స్ రోజు క్రమం తప్పకుండా వేస్ట్ బకెట్లో దర్శన మిస్తూనే ఉన్నాయి. తమ తల్లిదండ్రులయిన ఆ వృద్ధదంపతులు పెళ్లిరోజు ఆనందంగా గడవాలని, వాళ్ళిద్దరి ప్రణయకేళి సల్లాపాలకు తాము ఏమాత్రం అడ్డురాకూడదు అన్న ఉద్దేశంతో ఆ అన్న దమ్ములు ఇద్దరూ ఆలోచించుకుని తమ తమ కుటుంబాలతో ఆరోజు ఎక్కడైనా గడిపి రావాలని పూర్తిగా నిశ్చయించు కున్నారు. అందుకు తమ తల్లిదండ్రులకు నమ్మదగే "కథ" చెప్పి రేపు మధ్యాహ్నం వస్తాం అంటూ అద్దెమారుతి కారులో వెళ్లిపోయారు. వాళ్లంతా కోటిపల్లి చేరారు. ఆ గోదారిగంగ లో పవిత్రస్నానం చేసి, రాత్రికి అక్కడి సత్రంలలో ఉండిపోయి, మర్నాడు ఇంటికి వచ్చేయాలన్నది వాళ్ళ "ప్లాన్"!

గోదారి ఒడ్డుకు చాలా దూరంగా మారుతికారులో వచ్చిన ఆ జంటలు వాళ్ల పిల్లలు క్రిందకు దిగగానే వాళ్ళ అందరి ఫ్యామిలీ డాక్టర్ పరాంకుశం బైనాక్యులర్ తో ఎదురు పడ్డారు. ఆ కోటిపల్లి గోదారిలోనే తనూ స్నానం చేయాలని అంతకుముందే ఆయన మరో కారులో వచ్చారు.

"హలో! మీరంతా వచ్చేసారా. చాలా బాగుంది. ఈ టైములో మీరు ఇక్కడకు వస్తే భలేగా ఉంటుందని నేను అనుకుంటున్నాను. అనుకున్నట్టే జరిగింది. ఇదిగో ఈ బైనాక్యులర్ లో చూడండి. దూరంగా ఆ గోదారమ్మ ఒడిలో ఎవరో ఇద్దరు 'ఆడమగ 'ఎంతో సరదాగా, ఆనందంగా ఆడుకుంటున్నారు చూడండి "

"సార్! వాళ్ళ గురించి మాకు ఎందుకు?"

"అంటే, ఇక్కడ స్నానానికి ఒకటే మంచి రేవు. ఇంకెవరూ లేరుకదా అని కాబోలు ఆ భార్యా భర్తలు ఇద్దరూ తాండవ నృత్యం చేస్తున్నట్టు ఆనందజలకాలు ఆడుతున్నారు. ఇప్పుడే మీరు కూడా స్నానానికి వెళితే వాళ్ళిద్దరు ఆనందం ఆవిరైపోతుంది, అందుకని మీరు"

"కాసేపాగి వెళ్తాం. ఏదీ ఆ బైనాక్యులర్. ఆ ఆ....ముఖాలు అంతగా కనిపించడం లేదుగాని చాలా అల్లరి చేస్తున్నారు. నీళ్ళు ఒకరిపై ఒకరు చిమ్ముకుంటున్నారు. ఒంటిపై బట్టలు చెదిరిపోతున్న చిన్నపిల్లల్లా మైమరచి ఎలా అడుతున్నారో చూడు అన్నయ్య."

బైనాక్యులర్ అందించాడు ముకుందం, అన్న కృష్ణమూర్తికి.

"పెద్దవయసువాళ్లులాఉన్నారు. కితకితలు, ముద్దులు, చూడ్డానికి సినిమాలో సీన్ లా ఉంది. భలే..తెగ రెచ్చిపోతున్నారు."

" ఓకే ...రండి. కాసేపు అందరం ఆ ఇసుక మెట్ట మీద కూర్చుందాం." అన్నారు డాక్టర్ పరాంకుశం.

" మీకందరికీ మీ ఫ్యామిలీ డాక్టరుగా చిన్న పాఠం చెప్పాలని ఉంది. ఏమనుకోరుగా" అడిగారు పరాంకుశం.

" చెప్పదగినవారు, మా హితులు చెప్పండి డాక్టర్ గారు."

"శృంగారం అందరి సొత్తు. అది ఏవయసు వారైనా 'దంపతులుగా' అనుభవించే అధికారం ఉంది. ఆరోగ్య రీత్యా కూడా చాలా మంచిది. వయసు మళ్ళినవారు అంటే వృద్ధులు కూడా అనుభవించి తీరాలి. అది ఒక ఎక్సర్సైజ్ శారీరకంగా మానసికంగా మంచి ఫలితాలను ఇచ్చేటి " కేళి ".

ఇద్దరి తనువులు అలాఅలా రాపాడించుకోవా లని, ఒకే మంచం మీద పడుకోవాలని వృద్ధులు అందరూ ఆశపడతారు. కానీ వాళ్ల కోరికలు తీరవు. అందరూ చూస్తారనో, నవ్వుతారనో ముసలాయన మంచం మీద ముసలావిడ చాప మీద. లేదంటే దొడ్లో ఒకరు, వీధి అరుగమీద మరొకరు!! వాళ్ల చుట్టూరా మనవలు. ఆలోచించండి. ఇదే సందర్భం చాలా ఇళ్లలో ఉంది అనే నేను అంటాను. మీరు కాదంటారా?

ముసలాయనకు కాళ్లు లాగితే ముసలావిడ వచ్చి నొక్కుతోంది. అదిసహజం. మరి ముసలావిడకు లాగితే ఆ ముసలాయనే ఆమె కాళ్ళు కూడా నొక్కి తన జీవిత కాల ప్రేమని నిరూపించుకొంటాడు. కానీ ఆసందర్భం వెనుక ఉన్నవాళ్ళు కల్పించడంలేదు!

నేను అనేది ఏంటంటే, వాళ్లకు అందమైన ఒక ప్రత్యేక గది ఉండాలని!

అది శృంగారానికి కాదు. ఇలాంటి ఎన్నో మధుర అనుభవాలను వాళ్లు అనుభవించడానికి!

ఆ 'గది', అదొక అపురూప మందిరం! నిజానికి అది వాళ్ళ కోసం కాదు. వాళ్ళ స్మృతి చిహ్నంగా 'మనం' జీవించి ఉన్నన్నాళ్ళు" మన కోసం!" చెప్పటం ఆపాడు పరాంకుశం.

" ఇదంతా వినదగినది డాక్టరుగారు. కానీ మా అమ్మానాన్న గురించి మీకో రహస్యం చెప్పాలి."

" మీరు చెప్పే రహస్యం నాకు తెలుసు. అది నేను వినే ముందు మీకు షాక్ న్యూస్! ఆ చల్లని గోదారి ఒడిలో తనువు మరచి ఆడుకునేది' మీ అమ్మానాన్నలే!' "

" వాట్.. అమ్మ నాన్న???"

"ఏవండీ మా అత్తయ్యగారు మామయ్య గారా? "

"ఆశ్చర్యపడకండి. మీరువస్తారని వాళ్లకు తెలి యదు. మీకన్నాముందే వాళ్లు వచ్చిన విషయం మీకు తెలియదు.నేను వస్తానని ఎవరికీ తెలియదు. ఏది ఎలా జరిగినా అంతా మన మంచికే అని తీసు కుందాము."

" డాక్టర్ గారు మమ్మల్ని విషయం చెప్పనివ్వడం లేదు మీరు."

" మిస్టర్! మీరు చెప్పే విషయం నాకు తెలుసు. ఆ నిరోధ్ ప్యాకెట్స్ విషయమే కదా! మీరు పడ్డ ఆ చిలిపి అనుమానం గురించి కాసేపు నన్ను నవ్వు కోనివ్వండి. ఆ తర్వాత జరిగింది చెప్తాను."

డాక్టర్ పరాంకుశం చెప్పడం మొదలుపెట్టాడు....

★★★

ఆ మర్నాడు ఉదయం 9 గంటలకు ఆటో మీద కోటిపల్లి నుండి ఇంటికి వచ్చారు.

హరిహరమహ దేవయ్య, అన్నపూర్ణమ్మ లు.

" మన వాళ్ళంతా ఈ మధ్యాహ్నానికి వస్తాన న్నారు. మన ప్రయాణం చాలా చిత్రంగా జరిగింది కదూ. వాళ్లకు తెలియకుండా కోటిపల్లి వెళ్లడం, సరదాగా జలకాలాటలు, నిన్న రాత్రంతా అక్కడి సత్రం గదిలో

గడపటం, వాళ్ళకంటే ముందే తిరిగి ఇంటికి వచ్చేయడం, అబ్బా.. భలే ఉంది కదూ!" అంటూ వీధిగేటు తాళంకప్ప తీసుకొని లోపలకు ప్రవేశించి తమ రూం దగ్గరకు వెళ్లి ఆశ్చర్యపోయారు? ఆ ఇద్దరూ.

రెడీమేడ్ ఫైబర్ తలుపులు. కాలింగ్ బెల్ తో సహా అమర్చబడి ఉన్నాయి. తలుపు తోసుకొని లోపలికి వెళ్లి మరింత విస్మయం పొందారు.

రూమ్ అంతా ఇంద్రభవనంలా మెరిసిపోతోంది!. పందిరిమంచం దానిమీద స్పాంజిపరుపు. చుట్టూరా అందమైన దోమతెర. గోడలకు మహా అందమైన ప్రకృతి బొమ్మలు, మరోపక్క లామినేటెడ్ ఫొటోస్!

వాటికి కలర్ఫుల్ కంప్యూ టర్ బల్బులు, రూమ్ మధ్య చిన్న సైజు రౌండ్ సన్ మేక్ టీపాయ్, ఆ పక్క ఫారిన్ ఫిష్ బాక్స్, ఈ పక్క మినీ కలర్ టివి. ఇంకోపక్క తెల్లని వాష్ బేసిన్. ఆపైన మ్యూజిక్ సిస్టం. పైపైన రూములో వేలాడుతున్న సింగిల్ బర్డ్స్ సెట్. రూమ్ అంతా ఆహ్లాదం కలిగించేలా రూమ్ స్ప్రే మధురిమలు!

అబ్బా... ఆ వాతావరణం రెండు వందల సంవత్సరాలు బ్రతకాలనన్నంత మహాఆశ కనిపిస్తోంది.

ఒక్కసారిగా ఆ రూమ్ లోకి మిగిలిన కుటుంబ సభ్యులంతా కిలకిల నవ్వుకుంటూ వచ్చేసారు బయట నుండి.

"నాన్న..అమ్మ.. నిన్న మేము వెళ్లేటప్పుడు దారిలో చాలాసేపు లేట్ చేసి కోటిపల్లి చేరటంతో అంతకుముందే మీరు అక్కడకు చేరిపోయారు. మా అదృష్టం ఏమిటంటే

అమ్మానాన్నల సరదాలు కళ్ళారా చూసి మహదానందం పొందాము. మన ఫ్యామిలీ డాక్టరు పరాంకుశంగారు ద్వారా జ్ఞానో దయం పొందిన వెంటనే తిరిగొచ్చి మాదగ్గరున్న డూప్లికేట్ తాళాలతో లోపలికొచ్చి ఒక్క పూటలో మీ రూమ్ ఇంద్రభవనం లా మార్చేశాము. నిన్న రాత్రి కే.!! మళ్లీ బయటకు వెళ్ళిపోయి మీరువచ్చిన తర్వాత మేమంతా ఏమీ తెలియనట్టు లోపలకు వచ్చాం ఇప్పుడే.

గుండె, ఊపిరితిత్తుల బలానికి సంబంధించి

"నిరోధ్ బుడగలు" ఊదు కొనడం ద్వారా మీరు ఇద్దరూ 'ఎక్సర్సైజు' చేసుకొనడం మేము ఊహించుకోలేకపోయాము. మనఫ్యామిలీ డాక్టర్ గారి ద్వారా పూర్తి విషయం తెలిసాక పొట్ట నూటొక్క చెక్కలయ్యేలా మేము నవ్వుకున్నాం. ఆయన దగ్గర వేస్ట్ గా పడుండిన చాలా బుడగలు మీకు ఇచ్చేవారటగా. డాక్టర్ గారే ఈ తమాషా విషయం మాకు చెప్పారు. మీ దగ్గరున్న బుడగలు పూర్తిగా అయ్యాక, ఇవిగో మేము మామూలు బెలూన్స్ తెచ్చాం. ఇవి బజారులో దొరుకుతున్నాయి. ఇవి ఉపయోగించుకోండి. ఉమ్మి నురగతో ఈ వేస్టుబకెట్లో పడేయండి. మూత కూడా ఉండదు. మీ ఇంట్లో మీకు అభ్యంతరం ఏమిటి నాన్న. మిమ్మల్ని ఇద్దర్నీ, అపార్థం చేసుకు న్నందుకు, అమ్మా... మమ్మల్నందర్నీ క్షమించండి"..

అన్నాడు ప్రేమగా పెద్దబ్బాయి కృష్ణమూర్తి .

" అమ్మా,నాన్న! మీరు ఇద్దరూ ఆనందంగా ఉండండి. మీబిడ్డలం మేముగాని, మీకోడళ్ళు గాని, మీ మనవలు గాని తప్పుగా ప్రవర్తిస్తే సారీ....".

చెప్పాడు చిన్నబ్బాయి ముకుందం.

కోడళ్ళు ఇద్దరూ కూడా క్షమాపణ చెప్పాక పిల్ల లతో సహా అందరూ తమ తమ పోర్షన్లలోకి వెళ్లి పోయారు.

హరిహరమహదేవయ్య, అన్నపూర్ణమ్మలు ముక్కు న వేలు వేసుకొని ఆశ్చర్యానందంలో మునిగిపోయి నట్టు తమకుతాము చాలాసేపటికి గానీ అర్థం చేసు కోలేక పోయారు.

(జయశ్రీ మాస పత్రిక కథల పోటీలలో ద్వితీయ బహుమతి..1989.. ఏప్రిల్, మరియు క్షత్రియ దుందుభి మాసపత్రిక 2021 ఫిబ్రవరి)

పిచ్చుకమ్మ పిచ్చుక బంగారు పిచ్చుక

ఆ చెట్టు మీద సరస సల్లాపాలాడుకుంటూ అందమైన పిచ్చుక జంట.

" ఒసేయ్ నా రాచవన్నెల బంగారు పిచ్చుక. నన్ను ముక్కుతో పొడవకే. నువ్వు నన్ను లైన్ లో పెడితే నీ వల్ల నాకు పిల్లలు పుడతారు అనుకోకు. ఎందుకంటే ఈ మానవజాతి వల్ల కలిగిన వాతావరణ కాలుష్యంతో మన జాతిలో ప్రత్యుత్పత్తి సామర్థ్యం ఎప్పుడో తగ్గిపోయిందే. పోనీ మన ఇద్దరికీ ఎలాగోలా పిల్లలు పుట్టారే అనుకో ఈ భూ ప్రపంచపు కాలుష్యంలో మన పిల్ల కాయలు బ్రతికి బట్ట కట్టలేరు." అంది మగ పిచ్చుక.

" అవును మావా! అసలు నువ్వు నేను బ్రతికి బట్ట కడతామంటావా? మన జాతి పూర్తిగా నశించి పోతు న్నప్పటికి ఈ మానవులు పట్టించు కోవడం లేదు ఎందుకనో?"

నిట్టూరుస్తూ అంది ఆడ పిచ్చుక.

"ఓస్.జంతువులు పక్షులు నశిస్తే మనకే అనుకుంటున్నారేమో వీళ్లు. ఈ మనిషి గొప్పవాడు కావడం కోసం అటవీ ప్రాంతాన్ని హరించేస్తున్నాడు. దాంతో వర్షాలు పడటం లేదు.

మొక్కలు కూడా మొలవడం లేదు. ఇక ఇలాగే కొన సాగితే కేవలం మన జాతి మాత్రమే కాకుండా అప్పుడు శాఖాహార మాంసాహార జంతువులు కూడా నశిస్తాయి. అప్పుడేమవుతుందో తెలుసా!

జీవావరణ చక్రం దెబ్బతిని మానవాళి మనుగడే ప్రశ్నార్థకమవుతుంది. అది తెలుసుకోలేక పోతున్నారు ఈ మానవ మొనగాళ్లు ." అంది మగ పిచ్చుక.

"మీ పురాణం కట్టి పెట్టవో మామ. నీ పిచ్చుక పురాణం ఎవడు వింటాడు. సరే నేను అడిగిన దానికి చెప్పు. మనకు ఇంతటి నష్టం కలుగ చేసిన ఈ మనుషుల మీద కసి, పగ, ద్వేషం తీర్చుకోవాలని ఉంది నాకు. పని జరుగుతుందంటావా?"

ప్రేమగా కోరిక కోరింది ఆడ పిచ్చుక.

" ఓస్.. ఇదే కదా నీ కోరిక. నాతో రామాపురం రా అక్కడ ఆనంద పరమానందయ్య గారి ఇంటికి వెళదాం. అక్కడ మనుషులను ఓ ఆట ఆడించి వాళ్ళను ఏడిపించి తద్వారా నీ కోరిక తీరుస్తాను రా"

అన్నది మగ పిచ్చుక, ఆడ పిచ్చుక ముక్కును గీరుతూ.

"ఎట్టా?" ఆశ్చర్యంగా చూసింది ఆడ పిచ్చుక.

" ఎట్టా లేదు తట్టా లేదు బుట్టా లేదు. నే చెప్తాగా నాతో రా."

అంటూ మగ పిచ్చుక గాలిలోకి ఎగిరింది.

" కిచ్ కిచ్ కిచ్.. తుర్రుతుర్రు తుర్ తుర్.."

అనుకుంటూ దానిని అనుసరించింది ఆడపిచ్చుక.

★★★

అది రామాపురం. ఫోన్ లో మాట్లాడుతున్నాడు తన కొడుకుతో ఆనంద పరమానందయ్య.

" ఒరేయ్ సకలగుణానందం. నేను మీ నాన్నని ఆనంద పరమానందయ్యని మాట్లాడుతుండ. చెప్పింది విని ఆశ్చర్యపడి కింద పడిపోతావు. అందుకని ప్రశాంతంగా ముందు కుర్చీ మీద కూర్చొని విను. మన ఇంటి ప్రహరీ గేటు దాటి లోపలికి వచ్చినాక మన వీధి అరుగు మీద లావుపాటి కఱ్ఱస్తంభాలు ఉండాయి చూడు. వాటికి ధాన్యం కంకుల గుత్తులు వేలాడదీశా.

ఆ వరిపురి గుత్తు మీద చాలా ఏళ్ల తర్వాత ఇప్పుడిప్పుడే ఎక్కడనుండో ఒక 'కచ్చుపి' జంట వచ్చి వాలింది. చూడముచ్చటగా ఆడుకుంటున్నాయి. దగ్గరకు వెళితే ఎగిరి పోతాయని వాట్లను దూరం నుండి చూడటం కోసం బైనాక్యులర్ అంటారే అది తెప్పించాను. దానిలోంచి మన ఈశాన్యంమూల నూతిగట్టు వార నుండి ఊరందరూ పిల్లకాయలతో సహా వచ్చి అలా దూరం నుంచి చూసి సంబరపడి పోయి ఎగిరి గంతులేసి వెళ్తుండారు. ఆనందపరమానంద భరతమైపోతుండారు. ఫోన్లో మాటలు బాగా వినబడుతున్నాయా?

సరే ఇప్పుడు నీకు ఎందుకు ఫోను చేశానంటే మీరందరూ లగేత్తుకుని రెండుమూడు గంటల్లో వచ్చేయండి. మళ్లీ జీవితంలో చూడలేము. ఈ 'కచ్చుపి' జంట ను. అక్కడున్న మా అమ్మ చూడాలని ఇష్టపడు తుంటే మీరు వచ్చేటప్పుడు దానిని కూడా తీసుకొచ్చేయండి.

'కచ్చుపి' లంటే మీ నానమ్మకి చాలా ఇష్టంరా"

అంటూ మాట్లాడి రిసీవర్ కింద పెట్టేశాడు. రామాపురం లో ఉన్న ఆనంద పరమానందయ్య.

★★★

ఫోన్లో తన తండ్రి మాటలు విన్న సకలగుణానందం తన భార్య సతీ సుమతి సక్కుబాయి తో ఇద్దరు పిల్లలతో వెంటనే బయలుదేరి పోయాడు, రామాపురం.

" నువ్వు ఇంట్లో ఉండవే నానమ్మ మేం వెళ్లి 'కచ్చుపి' జంటను చూసి వస్తాము" అన్నాడు నానమ్మతో.

'కచ్చుపి' అని తిరగేసి పలకకూడదు రా పిచ్చి సన్నాసి. దాన్ని ముద్దుగా పిచ్చుక అనాలి. కొన్నాళ్ళుగా అవి కనపడ పోయేసరికి పేరు కూడా మరిచిపోయారు. తింగరంగర వెధవ. నేను కూడా వస్తాను పదండి"

అంది నానమ్మ మాలచ్చిమమ్మ.

"90 ఏళ్లు నీకు. దారిలో బాల్చి తన్నేస్తావే" అన్నాడు మనవడు సకల గుణానందం.

" నోరు ముయ్యిరా దారిలో చస్తావు అనొచ్చుగా. అక్కడ ఆ పిచ్చుకలను చూచి తనివి తీరా మన నోటితో

' హుష్ " అని చప్పట్లు కొట్టి బెదిరిస్తే ఆ చిరు శబ్దానికి అవి ఆనందంగా " తుర్రుర్రుర్రుర్రు "అంటూ

ఎగురుతాయి చూడు ఆ దృశ్యం చూచి అక్కడే చచ్చి పోయినా నష్టం లేదు. నడండ్రా"

అంది మాలచ్చిమమ్మ తన బట్టల సంచి భుజాన వేలాడ తీసుకుంటూ.

అలా అందరూ కలిసి ప్రయాణమై ఓ గంటన్నరలో రామాపురం చేరిపోవాలని ట్రైన్ ఎక్కారు.

అమెరికా నుంచి వచ్చి ప్రస్తుతం అక్కడికి దగ్గరలోనే హోటల్ లో ఉంటున్న తెలుగు బాగా మాట్లా డగలిగిన ఓ అమెరికన్ రామాపురంలో లో పిచ్చుకలు విషయం టీవీ ద్వారా తెలుసుకొని ఆ వింత ను తను కూడా చూడటానికి అదే ట్రైన్ లో బయలు దేరాడు రామాపురం. అదే బోగీలో ఎక్కాడు.

అయితే పిచ్చుకలను అదే పేరుతో పిలవడం. తన కొడుకు కోడలు పిల్లలకు తెలియటం లేదని, ఎంత చెప్పినా ప్రయత్నించినా పిచ్చుకను తిరగేసి పలుకు తున్నారని తనకు తల తెగేసినట్టు ఉందని తెగ వాపోతూ అమెరికన్ తో చెప్పింది, మాలచ్చిమమ్మ. ఆ విధంగా అసలు విషయం తెలుసుకున్నాడు ఆ అమెరికన్, ఆ రైలు బోగిలో.

వీళ్ళందరికీ పిచ్చుకలను తిరగేసి కచ్చుపి అనకుండ కరెక్టుగా ఎలా పిలవాలో దారి పొడవునా ట్రైనింగ్ ఇవ్వడం మొదలు పెట్టాడు అతను.

" మీ దేశంలో పిచ్చుకలు అంతరించిపోవడానికి కారణాలు ఇక్కడి పేపర్లలోనే చదివాను. మీ శాస్త్రజ్ఞులు చెప్పిన కారణాలు ఏమిటంటే..

ఒకటి యంత్రాల వినియోగం వల్ల వచ్చే రేడియేషన్, రెండు..సెల్ టవర్ల విద్యుదయస్కాంత తరంగాలు, మూడు..పొలాల్లో క్రిమిసంహారకాలు, నాలుగు..

విపరీత శబ్దకాలుష్యం, ఐదు..పిచ్చుకలు గూళ్ళు కట్టుకోవడానికి అసలు స్థలమే లేక పోవడం. ఇలా రకరకాల కారణాలన్నమాట. సరే విన్నారుకదా. ప్రపంచంలో ఎక్కడ ఉన్న శాస్త్రజ్ఞుడు చెప్పినా ఇదే మాట.

సరే..ఏది మరి మీరంతా ఒక్కసారి ముక్త కంఠంతో నా పెదాల వైపు చూసి పిచ్చుక అనండి అంటూ నేర్పించబోయాడు ఆ విదేశీ మనిషి.

అయితే అతను ఎంత చెప్పినా నేర్పించినా ప్రయత్నించినా చివరికి వాళ్లందరూ ఏక కంఠంతో కచ్చుపి అనేశారు గట్టిగా. పిచ్చుక అనడం ఏ మాత్రం వాళ్లకి అలవాటు కావడం లేదు.

ఆమెరికన్ అతనికి మతిపోయింది. బోగి నుంచి దూకి ప్లాట్ఫారం మీద నేలకేసి బుర్ర బద్దలు కొట్టుకోవాలను కున్నాడు.

"మామ్మగారు! ఇదిగో...మీ పేరు మాలచ్చిమమ్మ అన్నారు కదా! మీ పేరు అయితే బ్రహ్మాం డంగా ఉంది కానీ, వీళ్ళని మార్చడం నా తరం కాదు."

అంటూ ముడిచిపెట్టుకు కూర్చుండిపోయాడు.

" కంగారుపడకు అమెరికన్ మనిషి. ప్రతి సమస్యకు పరిష్కారం ఉంటుందయ్యా. ఇదిగో నేను ఒక తిరకాసు ఉపాయం చెప్తాను. అది పాటించు వీళ్ళకి. అదే సరైన మందు." అంటూ అతని చెవిలో ఏదో గుసగుసగించింది మాలచ్చిమమ్మ.

అర్థమైన అమెరికన్ మళ్లీ వాళ్ళ దగ్గరకు వచ్చి

" ఇదిగో మీ పక్షి పిచ్చుకను మీరే ఆ పేరుతో పిలవ లేకపోవడం ప్రపంచ దేశాలలో హాస్యాస్పదమైన విషయంగా మారిపోతుందయ్యా బాబు.

అందుచేత మీకు వచ్చి తీరాలి. కనుక నేను నేర్పి తీరతాను. ఏది, పెదాలు ఇలా దగ్గరగా పెట్టి అనడం మొదలు పెట్టండీ... ఇంకొంచెం దగ్గరగా పెట్టండి పెదాలు. రెండు పెదాలు ముందుకు చుచ్చుబుడ్డులా పెట్టండి.

అయ్యో ఎంత చెప్పినా నేర్పిన మీకు రావడం లేదు కదూ. సరే మాలచ్చిమమ్మ గారు చెప్పినట్టు తిర కాసు ప్రయత్నం చేస్తాను మరి.

ఇదిగో అలా వద్దు గాని పెదాలు మామూలుగా పెట్టేయండి బాబు. ఇప్పుడు ముందుగా పెదాలు విడదీసి క... అనండయ్య బాబు.... అన్నారు కదా.. అది.....ఆ తర్వాత...చ్చు... అనండి. అద్గది..ఇప్పుడు చివరగా ...పి...అనండి..

అన్నారు కదా..బలే బలే ..ఇప్పుడు ఆ మూడు కలిపి ..కచ్చుపి కచ్చుపి కచ్చుపి కచ్చుపి.... అనండి..పలకండి ...." అంటూ నేర్పించాడు.

అయితే తిరగేసి పలకడమే ధ్యేయంగా కలిగిన వాళ్లంతా అమెరికన్ చెప్పిన కచ్చుపి ని పిచ్చుక ,పిచ్చుక అంటూ పలికేశారు.

ఆఖరికి తిరకాసు ప్రయత్నం విజయం, మహావిజయం సాధించేసింది.

ఆ దెబ్బతో అమెరికన్ అతనికే కాదు, మాలచ్చిమమ్మ కు కూడా మహదానందం కలిగి కేరింతలు కొట్టేశారు. పైకి లేచి భరతనాట్యం, కథాకళి, చిందునాట్యం.. ఇంకా రకరకాల నాట్యాలు చేసి పడేశారు.

ఆ హడావుడికి ట్రైన్ ఆగిపోయింది. చూస్తే అది రామాపురం స్టేషనే. గబగబా అందరూ దిగి అక్కడికి కొంచెం దూరంలోనే ఉన్న ఆనందపరమానందయ్య ఇంటికి పరుగు పరుగున వెళ్లిపోయారు.

ఆనంద పరమానందయ్య వచ్చిన వాళ్ళందర్నీ తన ఇంటి ముందు ఈశాన్యం మూలన ఉన్న నూతి గట్టు వారకు శబ్దం చేయకుండా తీసుకెళ్లి బైనాకులర్స్తో ఆ పిచ్చుక జంటను చూపించే ప్రయత్నం చేశాడు.

"ముసలి దాన్ని నేను ముందు చూస్తా, ప్రాణం పోయేలా ఉంది"

అడిగింది మాలచ్చిమమ్మ .

" నీదంతా దొంగ నాటకమే నానమ్మ. ప్రాణం పోద్దని,

చచ్చిపోతానని, బకెట్ తన్నేస్తానని ఎప్పటి నుంచో మమ్మల్ని ఆడిస్తున్నావు. చాన్సుల మీద ఛాన్సులు కొట్టేస్తున్నావ్" చిరాగ్గా అన్నాడు మనవుడు సకల గుణానందం.

"ఏమిట్రా కూస్తున్నావ్ కుర్ర వెధవ" అరిచింది

మాలచ్చిమమ్మ .

" ఏం లేదే నానమ్మ నీ చెవికి అన్ని పెడ అర్థాలుగానే వినబడతాయి. పెద్ద కాలం కదా. నేను ఇంటికి మగ వాడిని. నాన్నని ఉద్ధరించవలసిన వాడిని. ఆ పిచ్చుక జంటను నేనే ముందు చూస్తాను"

అంటూ బైనాక్యులర్ లాక్కున్నాడు సకల గుణానందం

ఆమె దగ్గర నుండి.

"ఆడవాళ్లకు బస్సుల్లో మాత్రం ముందు సీట్లు. మిగిలిన చోట్ల మాత్రం మేము వెనకబడే ఉండాలా కుదరదంటే కుదరదు. ఏది ఇలా ఇవ్వండి" అంటూ భర్త దగ్గర నుండి బైనాక్యులర్ లాక్కుంది సతీ సుమతి సక్కుబాయి.

"చిన్నపిల్లలు దేవుడుతో సమానమంటారే కానీ అలా చూడరు. ముందు మేము చూస్తాం."

పిల్ల లిద్దరూ బైనాక్యులర్ తల్లి దగ్గర నుండి లాగేసు కున్నారు.

వెంటనే అమెరికన్ ముందుకొచ్చి

" ఇతర దేశం నుండి ఈ దేశంలో వింతలన్నీ చూడ టానికి వచ్చినవాడిని నన్ను ఇంత అవమానిస్తారా.

ప్రపంచ వింతలు అన్నీ చూస్తూ వస్తున్న మనిషిని ముందు నేనే ఆ పిచ్చుకు జంటను చూడాలి"

అంటూ ఆ అమెరికన్ బైనాక్యులర్ లాగేసుకున్నాడు పిల్లల దగ్గర నుండి.

ఎంతకీ సమస్య తేలకపోయేసరికి పిచ్చుక జంటని ఎవరు ముందుగా చూడాలి అనే విషయంలో లాటరీ వేసి సమస్య ప్రశాంతంగా సెటిల్ చేశాడు ఆనంద పరమానందయ్య.

అందరూ వరుసనుపెట్టి పిచ్చుక జంటను చూడడం పూర్తయ్యాక....

అమెరికన్ వ్యక్తి ఆ పిచ్చుక జంట ను దగ్గరగా చూస్తూ హుష్ పిచ్చుక అంటే అవి హడలి తుర్రు తుర్రు తుర్రు అంటూ కిచికిచికిచి అంటూ ఎగిరే ఆ సన్నివేశం స్పాట్ ఫోటో తీయాలని తన ప్రయత్నంగా చెప్పాడు, ఆ ఇంటి పెద్ద తో.

మళ్లీ గడబిడ మొదలైపోయింది.

మాలచ్చిమమ్మ తనకొడుకు ఆనందపరమానందయ్య దగ్గరకు వచ్చి

"ఒరేయ్ పిచ్చి సన్నాసి! ఆనందపరమానందం, ఇది మన ఇల్లు రా! మనం హుష్ పిచ్చుక అంటే అవి సరదాగా ఎగరాలి. ఆ రకంగా ఆనందం ముందు మనం పొందాలి రా. అంతే

గాని ఈ అమెరికన్ వాడికి ఆ ఛాన్స్ ఇస్తావా? కుదరదు గాక కుదరదు. నాకు కూడా ఎప్పటి నుంచో ఆ సరదా తీర్చుకోవాలని ఉంది."

అరిచినట్టు అంది మాలచ్చిమమ్మ.

దాంతో అమెరికన్ కు కోపం వచ్చి

" ఏమ్మో! చూడ్డానికి మంచి దానివనుకున్నాను.ఇదా నీ నిజరూపం! చాలు చాలు. అవసర మైతే 50 వేలు ఈ ఇంటి ఓనర్ కు ఇస్తాను కానీ నీకు పిచ్చుకలను హుష్ అనే అవకాశం మాత్రం ఇవ్వను. ఇవ్వను గాక ఇవ్వను.

నేను రెండు చేతులతో ఇలా హుష్ అన్నప్పుడు అవి తమాషాగా రెక్కలు ఆడిస్తూ స్పీడుగా ఎగిరే దృశ్యం ఆ బంగారు పిచ్చుకలతో కలిసి నేను ఉన్న ఫోటో అన్ని దేశాల పత్రికలలో వేయించుకుంటాను. ప్రపంచమంతా ఇంటర్నెట్లో నా పేరు మారుమోగిపోతుంది. దాంతో నాకు బోలెడంత పాపులారిటీ. అందుచేత ఇదిగో ఆనందపరమానందయ్య గారు, 50వేలుతీసుకోండి"

అంటూ క్యాష్ అందివ్వబోయాడు అమెరికన్ ఆనందపరమానందయ్య కు.

వెంటనే కంగారుపడి మాలచ్చిమమ్మ ముందుకొచ్చి

"అయ్యో అయ్యో..అలా ఆపు అమెరికన్ అబ్బాయి. ఒరేయ్ పరమానంద అబ్బీ.. ఇదిగో నా బంగారపు గుళ్ల పేరు.. ఈ మధ్యన రేటు కట్టిస్తే 70 వేలు వస్తుందన్నాడు బ్రహ్మంగారు. ఇది నువ్వు తీసేసుకోరా. పిచ్చుకులను హుష్ అనే అవకాశం మాత్రం నాకే ఇవ్వాలి. ఎందు కంటే రేపు ఎల్లుండో బకెట్టు తన్న బోయే ముసలిదాన్ని కదరా."

అంటూ మాలచ్చిమమ్మ ఏడుపు లంకించుకుంది.

ఇప్పుడు సకలగుణానందం ముందుకు వచ్చాడు.

" శభాష్ బాగుంది. మీరంతా నాన్నను డబ్బు తో కొడితే నేను సెంటిమెంట్తో కొడతాను."

అంటూ తండ్రి వైపు తిరిగి

"నాన్న... నీకు తలకొరివి పెట్టవలసిన వాడిని నేను. పైగా నేను నీకు పైసా ఇవ్వను బాగా ఆలోచించుకో. ఆ అవకాశం మాత్రం నాకే ఇవ్వాలి"

అంటూ బెదిరించాడు తండ్రి ని.

అంతే ఆనందపరమానందయ్య కొడుకు బెదిరింపులకు తలవంచక తప్పలేదు.

ఇక ఇప్పుడు సకలగుణానందం నడుచు కుంటూ ఈశాన్యం మూల నూతిగట్టు వార నుండి నెమ్మదిగా మెట్లు ఎక్కి విశాలమైన అరుగు మీద ఉన్న కర్ర స్తంభానికి వేలాడ కట్టిన ధాన్యం కంకులు గుత్తి మీద నిలబడ్డ ఆ పిచ్చుక జంటను దగ్గరగా చూస్తూ హుష్ అని చేతులతో చప్పట్లు కొట్టాలని అవి ఎగిరేటప్పుడు ఫోటో తీయించుకోవాలని తన ప్రయత్నం మొదలుపెట్టాడు . మిగిలిన అందరూ కొంచెం దూరంగా అతడిని అనుసరించి నిలబడ్డారు.

★★★

ఇదంతా చిలిపి కళ్ళతో అలా అలా చూసి చూడనట్లు చూస్తున్న ఆ బంగారు పిచ్చుకల జంట మనసులో తెగ నవ్వేసుకుంది.

మగ పిచ్చుక ఆడపిచ్చుకతో అప్పుడు ఇలా అంది. నా రాచ వన్నెల బంగారు పిచ్చుక, ఇదన్నమాట ఈ మానవుల విధానం. వీళ్లు హుష్ అని చప్పట్లు కొడతారట, మనం తుర్రుమని ఎగిరిపోవాలట. ఎంత చులకన అయిపోయేమో చూసావా. నువ్వు చూడక పోయినా పైన దేవుడు అంటూ ఒకడున్నాడు ఇవన్నీ అతడు చూస్తున్నాడులే.

సరే..ఇప్పుడే మనం ఈ మానవుల మీద మన కక్ష, కసి,పగ, ద్వేషం తీర్చుకునే సమయం ఆసన్న మైందన్నమాట. వాళ్లు మనల్ని హుష్ అని బెదిరిస్తే మనం భయపడి ఎగిరిపోవాలంటున్నారు కదా! మనం అలా ఎగిరిపోవద్దు. ఈ మానవులు మన జాతి అంతరించిపోవడానికి కారణమయ్యింది కాకుండా, ఇదిగో ఇప్పుడు ఫోటోలు కూడా తీసుకుంటారట! అందుకని నేను చెప్పినట్టు చెయ్యి.

అదిగో దగ్గరకు వచ్చేస్తున్నారు.. ఇప్పుడు మనం ఆ సరదా, ఆనందం వాళ్లకి ఇవ్వకూడదు. వాళ్లు హుష్ అనకుండానే మనం ఎగిరిపోవాలి.

అర్థం అవుతుందా వాళ్లు ఆ ప్రయత్నం చేయకుండానే వాళ్లకు ఆ కోరిక తీర్చకుండానే మనం ఎగిరిపోగలిగితే

మనం వాళ్లు తీసుకున్న ఫోటోలలో కనపడం అన్న మాట. దాంతో ఆ కోరిక తీరక కుళ్ళు కుంటారు.

ఏడుస్తారు. అప్పుడు మన పగ, కసి తీరినట్టే కదా! రా, వాళ్ళు వచ్చేస్తున్నారు. ఎగిరి పోదాం"

అంటూ కంగారు పెట్టింది ఆ మగ పిచ్చుక.

"ఓస్ ఇంతేనా! ఇంకా ఏదో మహా గొప్పగా పొడిచేస్తావ్ అనుకున్నాను మామ" అంది ఆడ పిచ్చుక నీరసంగా.

" అలా అనకే మనం అంతకన్నా ఏమీ చేయలేము. మనం అర్భక జీవులం. అర్భక పిచ్చుకలం. మన గురించి ఎవడికి కావాలి. మన పిచ్చుక పురాణం ఎవడు వింటాడు." అంది మగపిచ్చుక.

" నిజమే మామ! మనది పిచ్చుక పురాణం కాదు, పిచ్చి పురాణం. సరే, రా! ఎగిరి పోదాం. వాళ్ళు రెడీ అయిపోతున్నారు."

అంతే, రెండు కన్నీటి బొట్లు కార్చిన ఆ బుజ్జి పిచ్చుకల జంట

కిచ్ కిచ్ కిచ్ కిచ్ కిచ్ ..తుర్రుర్రుర్రుర్రుర్రు....

అంటూ వెళ్లిపోయాయి ఆకాశంలోకి.

తాము ఇంకా హుష్ అనకుండానే ఎగిరిపోయి తమను నిరాశపరిచిన ఆ పిచ్చుక జంట కనపడక బోయే సరికి తలను గోడకేసి బాదుకున్నారు.. ఆ పిచ్చుక జంటను చూడడానికి, వాటితో సరదాగా ఆడుకోవడానికి వచ్చిన వాళ్లంతా.

(ప్రియదత్త వారపత్రిక కథల పోటీలలో   తృతీయ బహుమతి 2002.. జూన్ మరియు మన తెలుగు కథలు డాట్ కాం పబ్లిష్..2022.

పుటం పెట్టబడ్డ హృదయాలు

" **ఆనందమయం వృద్ధాశ్రమం** " పైన నేమ్ బోర్డు చూసి ఆ వృద్ధాశ్రమంలోకి ప్రవేశించారు. రామచంద్రం, సీతామాలక్ష్మి. అది కాకినాడకు అటు పక్క దూరంగా ఉన్న ప్రశాంతి నగర్.

శంభులింగయ్య, అనసూయమ్మ అనే వృద్ధ జంట 4 నెలలక్రితం ఈ అనాధ ఆశ్రమంలో జాయిన్ అయ్యారని వాళ్ళను ఒకసారి చూపిస్తే మాట్లాడి వెళ్ళిపోతామని ఆ ఇద్దరూ అడిగారు, ఆఫీసు నిర్వహకుడు ముత్యాలరావు ని.

అతను రిజిస్టర్ చూసి వాళ్ళిద్దరూ ఇక్కడే ఉన్నారని, వాళ్లకు మీరు ఏమి అవుతారు? అని అడిగాడు.

రామచంద్రం తడబడి ' వాళ్ళిద్దరూ కొంచెం తెలుసు, దూరపు బంధువులు' అని చెప్పాడు.

" నిజమే బయోడేటా లో వాళ్ళిద్దరూ తాము అనాధలమని రాశారు. ఇక్కడి రూల్స్ ప్రకారము బయట వ్యక్తులకు కలిసే అవకాశం ఉండదు" అని చెప్తూ ....

"అయినా ఈ రోజు సమయం దాటిపోయింది కనుక మీ పేర్లు ఇచ్చి మళ్లీ నెల మొదటి శనివారం సాయంత్రం నాలుగు ఐదు గంటల మధ్య వస్తే ఈ లోపున వాళ్లతో మాట్లాడి వాళ్ళు కలవాలని ఇష్టపడితే తప్పకుండా సహాయ పడగలనని హామీ ఇచ్చాడు ముత్యాలరావు.

వాళ్ళిద్దరూ ఇంటికి చేరుకున్నారు. నెల గడిచింది

★★★★★

మళ్లీ నెల మొదటి శనివారం రానే వచ్చింది.

రామచంద్రం, సీతామాలక్ష్మి మోపెడ్ బయటపెట్టి ఆనందమయం వృద్ధాశ్రమం లోకి ప్రవేశించారు.

" ఏవండీ నెల పోయాక రమ్మన్నారు కదా మా అమ్మనాన్న ను ఈరోజు అయినా చూపిస్తారా?"

రుసరుసలాడుతూ అడిగాడు రామచంద్రం, ఆఫీసు నిర్వాహకుడు ముత్యాలరావు ని.

" పోయినసారి మీరు వెళ్ళాక మీ పేర్లు లోపలున్న శంభులింగయ్య, అనసూయమ్మ గార్లకు చెప్పాను. మీ గురించి అంతగా ఆసక్తి చూపించలేదు వాళ్ళు. అన్నట్టు పోయినసారి వచ్చినప్పుడు వాళ్ళిద్దరు దూరపు బంధువులు అని చెప్పారు. ఇప్పుడు "అమ్మానాన్న'.. అంటున్నారేమిటి?" ప్రశ్నించాడు ముత్యాలరావు.

"ఇప్పుడు చెప్పిందే నిజమండి. వాళ్ళిద్దరూ నాకు అమ్మానాన్న. కుటుంబం అన్నాక 90 సమస్యలు ఉంటాయి కదా. మీకు తెలియందేముంది?"

కొంచెం సర్దుబాటుగా మరి కొంచెం చిరాగ్గా అన్నాడు రామచంద్రం.

"సార్! నిజం చెప్పమంటారా? లోపలున్న వాళ్ళిద్దరూ నాకు అత్తయ్యగారు మామయ్యగారు ఈయన గారి తల్లి తండ్రి" నెమ్మదిగా వివరించింది సీతామాలక్ష్మి.

"చూడమ్మ! మీ ఇద్దరి విషయం నాకు అనుమానంగా ఉంది. రోజులు అసలే బాగుండలేదు. ఆనక ఏదైనా జరిగితే నా ఉద్యోగం ఊడిపోద్ది. మీకు నేను సహాయం చెయ్యలేను. ఎప్పుడూ ఇక్కడికి రాకండి వెళ్లిపోండి " అని గదమాయించాడు ముత్యాలరావు.

వెంటనే పరసలోంచి నూరు రూపాయలుతీసి అతని జేబులో పెట్టబోయాడు రామచంద్రం.

"మీరు చాలా తప్పు చేస్తున్నారండి. ఇలా వృద్ధుల మీద వ్యాపారం చేసే పసుపుని కాదు నేను. నాకు అమ్మానాన్న ఉన్నారు. దయచేసి మీరు మాట్లాడ కుండా వెళ్లిపోండి. కాదని మీరు ఒకమాట గట్టిగా మాట్లాడితే నేను యాజమాన్యానికి ఫోన్ చేయడం తప్ప దారి లేదు" అంటూ ముత్యాలరావు వాళ్ళిద్దర్నీ బయటకు నెమ్మదిగా పంపిస్తూ మెయిన్ గేటు మూసేసాడు.

రామచంద్రం గట్టిగా మాట్లాడబోతుండగా..

"ఏమండీ! గొడవద్దు. తర్వాత వద్దాం. మనదే తప్పు. వెళ్ళిపోదాం వచ్చేయండి." అంటూ భార్య సీతామాలక్ష్మి చెయ్యిపెట్టి భర్తను లాగింది.

★★★★★

రామచంద్రం తాము నివసించే కాకినాడ చేరిపోయాక ఏమి చేయాలి అని ఆలోచిస్తూ బండి నడుపుతున్నాడు. కొంచెం చీకటి పడుతోంది సడన్ గా ఆకాశం మేఘావృతమై సన్న జల్లు పడుతోంది. గాలికూడా వీస్తోంది. భార్య సీతామాలక్ష్మి కంగారు పెట్టడంతో పక్కనే ఉన్న చిన్న షెడ్డులో బండి పెట్టి అక్కడే ఉన్న చెక్క బల్ల మీద ఇద్దరు కూర్చున్నారు.

వర్షం పెద్దగా మొదలైంది. ధారాపాతంగా పడుతున్న వర్షంలో నుంచి నాలుగైదు పెద్ద నీటి బొట్లు రామచంద్రం నుదుటి మీద పడ్డాయి.

నాలుగు నెలల క్రితం, కరెక్ట్ గా నాలుగు నెలల క్రితం జరిగిన సంఘటన గుర్తుకు వస్తోంది. రామచంద్రానికి. అలా అలా... గోదావరి అలలా....

★★★★★

అప్పుడు ఏం జరిగింది అంటే...

అది కాకినాడ కు ఇటు పక్క దూరంగా ఉన్న శంభులింగయ్య, అనసూయమ్మ ఫ్యామిలీ నివసించే చిన్న పల్లెటూరు లో రచ్చబండ లాంటి ప్రదేశం.

వృద్ధ దంపతులైన శంభులింగయ్య, అనసూయమ్మలు ఒకపక్క నీరసంగా మౌనంగా నిలబడి ఉన్నారు.

ఆ రచ్చబండ పెద్ద అబ్బాయి దొరగారు హుందాగా కూర్చుని ఇలా మాట్లాడుతున్నారు.

"మన కాలనీలో సమస్య బయటకు వెళ్లకూడదు అనేది మన సాంప్రదాయం.

శంభులింగయ్య అనసూయమ్మ గార్లు! మీరిద్దరూ సృష్టిస్తున్న సమస్యల వల్ల, ప్రవర్తన వల్ల తమకు, తమ పిల్లలకు సుఖశాంతులు కరువయ్యాయని మీ అబ్బాయి రామచంద్రం, కోడలు సీతామాలక్ష్మి మీ మీద ఫిర్యాదు చేశారు.

వయసు భారంతో మీరిద్దరూ అనుసరిస్తున్న విధానాలు కూడా వాళ్ళకు నచ్చడంలేదని, దాంతో జీవితం దుర్భరంగా తయారయ్యిందని వాళ్ళంటున్నారు. కొన్ని సంవత్సరాలుగా జరుగుతున్న ఈ విధానాలు తట్టుకోవడం కష్టంగా ఉంది కనుక ఆ మీ సొంత ఇంట్లో వారో, మీరో ఎవరో ఒక జంట మాత్ర మే ఉండాలి అన్నది వాళ్ల ఉద్దేశ్యం.

ఈ ఊరిలో పెద్దలుగా మీకు కూడా ఈ రచ్చబండ మీద కూర్చుని తీర్పు చెప్పిన అనుభవం గత కాలంలో ఉంది.

అందుకని ఏం జరిగింది మీ ఇంట్లో? మీ కుటుంబం లో గొడవలు ఏమిటి? మీరు చెప్పండి?" అని మిమ్మల్ని అడిగే ధైర్యం మాకు లేదు.మీ అబ్బాయి ఇచ్చిన వివరణ మాత్రం మీకు చెప్తాం. అతనేమంటున్నాడంటే....

మీ కుటుంబం మొత్తం అందరూ నివసించే ఆ ఇల్లు ఇరుకుగా ఉన్న మూలాన సమస్యలు వస్తున్నాయి కనుక తన కాలుచెయ్యి కూడ తీసుకుని ఇంటిపై అంతస్తు వేస్తానని, ఇప్పటికే ఆ ఇల్లు అప్పులో ఉన్న మూలాన ఇంకా అప్పు చేసి ఆ పని ఇప్పుడే చేయ లేనని అంతవరకు అందరి ప్రశాంతత కోసం మిమ్మల్ని ఇద్దరిని వృద్ధాశ్రమంలో ఉండమని చెప్పాడు. పోనీ మిమ్మల్ని ఆ సొంత ఇంట్లో ఉంచి తనే అద్దె ఇంట్లోకి వెళ్లి పోదామంటే తను కట్టవలసిన అద్దె పెనుభారంగా మారుతుంది అంటున్నాడు.

శంభులింగయ్యగారు! ఆ ఇల్లు మీ స్వార్జితం కనుక మిమ్మల్ని బయటకు వెళ్లమని చెప్పే హక్కు మాకు లేదు. అలాగని చిన్న ఉద్యోగం చేస్తూ పిల్లలతో ఉన్న మీ అబ్బాయి, కోడలు వాళ్లనూ బయటకు వెళ్ళమని అనడానికి మాకు నోరు రావడంలేదు. అందుకనే ఈ సమస్యకు పరిష్కారం మీకే వదిలేస్తున్నాను.

ఇరవై నాలుగు గంటల లోపున మీ ఇరుపక్షాలు మీ ఇంట్లోనే కూర్చుని ఒక రాజీకి వచ్చి మాకు తెలియజేయండి. లేదంటే రేపు ఈ రచ్చబండ ఇచ్చే తీర్పు గౌరవించి అంగీకరించడానికి మీ ఇరు పక్షాలూ సిద్ధంగా ఉండండి. ఇక అందరూ వెళ్ళవచ్చు"అంటూ చెప్పడం ముగించి హుందాగా లేచి వెళ్ళిపోయారు ఆ రచ్చబండ పెద్ద అబ్బాయి దొరగారు.

వచ్చిన జనం ఎవరి నోటికి వచ్చినట్టు వాళ్ళు మాట్లాడుకుంటూ వెళ్లిపోతున్నారు.

అక్కడే అంతా వింటూ చూస్తున్న రామచంద్రం వాళ్ల యొక్క ఇద్దరు పిల్లలు 8 ఏళ్ల రాజు, 10 ఏళ్ల రమణి బిక్కముఖాలతో భయంగా ముడుచుకుని ఉండి పోయారు.

వాళ్ళిద్దరినీ తీసుకుని రామచంద్రం, సీతామాలక్ష్మి కూడా వెళ్ళిపోయారు, ఆ వృద్ధ దంపతులను అక్కడే వదిలి.

శంభులింగయ్య అనసూయమ్మ కూడా కళ్ళు తుడుచుకొంటూ ఇంటికొచ్చేశారు.

మర్నాడు ఉదయం రామచంద్రం దంపతులు వాళ్ల గురించి ఇంట్లో చూస్తే వాళ్ళిద్దరూ ఇంట్లో లేరు. విషయం ఊర్లో అందరికీ చెప్పాలని రామచంద్రం మధ్యాహ్నం వరకు చూసి చూసి బయటకు వెళ్లే సరికి ఎదురు వచ్చిన ఓ జంట ఇలా చెప్పారు.

శంభులింగయ్య అనసూయమ్మలు తమకు తెలుసునని ఆ వృద్ధ దంపతులు ఇద్దరూ కాకినాడకు దూరంగా ఉన్న ప్రశాంతినగర్ వృద్ధాశ్రమంలో జాయిన్ అయినట్టు చెప్పారు. దాంతో రామచంద్రం టెన్షన్ నుండి కొంత ప్రశాంతపడ్డాడు.

ఇదంతా... అలా అలా..నాలుగు నెలల క్రితం జరిగిన సంఘటన గోదావరి అలలా గుర్తొచ్చింది రామచంద్రానికి.

అలా నాలుగు నెలల క్రితం తమంతట తాము ఆ వృద్ధాశ్రమంలో జాయిన్ అయిన తల్లిదండ్రులను చూడ్డానికి రెండవ సారి వృద్ధాశ్రమం ఆఫీసు నిర్వాహకుడు ముత్యాలరావు చెప్పిన సమయంలో వచ్చినప్పటికీ తన తల్లిదండ్రులను చూడడానికి కుదరలేదు రామచంద్రానికి. పైగా ఆఫీసు నిర్వహకుడు ముత్యాల రావు వల్ల జరిగిన ఘర్షణతో బాధపడుతూ కూర్చున్నాడు ఆ షెడ్డులో వర్షం తగ్గే వరకు.

వర్షం కొంచెం తగ్గిందని భార్య సీతామాలక్ష్మి చెప్పడంతో ఉలిక్కిపడి నిలబడి బండి స్టార్ట్ చేసి భార్యతో సహా బయలుదేరాడు ఇంటికి.

★★★★

మర్నాడు ఆదివారం. పిల్లలు రాజు.. రమణి ఇద్దరూ ఇంటి దగ్గరే అంతా వింటూ ఉన్నారు.

రామచంద్రం భార్య వైపు చూస్తూ ఇలా అన్నాడు..

"అమ్మానాన్నని అక్కడ అలా ఉంచడం నాకు చాలా బాధగా ఉంది సీతా! మూర్ఖత్వంగా ఆలోచించి చెడు మనుషుల మాటలు విని అత్యాశకు పోయి అమ్మ నాన్నలను పది మందిలో నిలబెట్టాను. ఇప్పుడు వాళ్ళిద్దర్నీ క్షమించమని కాళ్లు పట్టుకుని ఇంటికి తీసుకొచ్చేయడం ఒకటే మంచి పని అవుతుంది. అది కూడా ఎలాగో అర్థం కావడం లేదు"

" నేను అదే మీకు చెబుతామనుకుంటున్నాను.అలాగే చేయండి" భర్తకు అనుకూలంగా మాట్లాడుతూ అంది సీతామా లక్ష్మి.

అలా ఇద్దరు ఒక నిర్ణయానికి వచ్చినా ఇప్పుడు పెద్ద వాళ్ళను ఎలా ఇంటికి తీసుకురావాలో అర్థం కాలేదు.. రామచంద్రం సీతామాలక్ష్మి లకు.

చాలాసేపు ఆలోచించిన మీదట 4 నెలల క్రితం తీర్పు కోసం వెళ్లిన అబ్బాయి దొరగారి దగ్గరకే వెళ్లి సాయం కోరాలని బయలుదేరారు రామచంద్రం సీతామాలక్ష్మి. పిల్లలిద్దరూ కూడా వస్తానన్నారు.

పిల్లలిద్దరినీ గదిమి గదమాయించి "ఇలాంటి పెద్దవాళ్ల విషయాలులోకి పిల్లలు దూరకండి. ఇంట్లో కూర్చుని హోంవర్క్ చేసుకోండి. అరగంట లో వస్తాం.." అంటూ మోపెడ్ మీద అబ్బాయి దొరగారి ఇంటి కే వెళ్లారు. విషయమంతా ఆయనకు ఇలాచెప్పాడు రామచంద్రం .

" తప్పు చేశాను... అబ్బాయి దొరగారు! అసలు నేను ప్రశాంతినగర్లో ఉన్న ఆనందమయం వృద్ధాశ్ర మానికి మాఅమ్మానాన్నని చూద్దామనే వెళ్ళాను.

కానీ వాళ్లకు నా మీద కోపం వచ్చినట్టుంది. నన్ను చూడ్డానికే వాళ్ళిద్దరూ ఇష్టపడలేదట. నాకు బుద్ధి వచ్చింది. అమ్మానాన్నను మళ్ళీ ఇంటికి తీసుకు వచ్చేయాలను కుంటున్నాను. వాళ్లకు బాధ కలగకుండా చూసుకోవాలనుకుంటున్నాను. పెద్ద మనసుతో నన్ను క్షమించి నాకు సహాయం చేయండి మీరే ఆ బాధ్యత తీసుకోండి" అంటూ అడిగాడు రామచంద్రం. సీతామాలక్ష్మి కూడా తప్పు జరిగిపోయింది, క్షమించండి అంటూ ఆయన కాళ్ళ పై పడింది.

దాంతో అబ్బాయి దొరగారు" రామచంద్రం నీ మనసు నాకు అర్థమైందయ్యా! కానీ తీర్పులు చెప్పే ఒక పెద్దగా ఇలాంటి పని నేను చెయ్యలేను. చేయకూడదు. అయితే నీలో ఒక విషయం నాకు నచ్చింది. తల్లిదండ్రులను శాశ్వతంగా వదిలించుకోవాలి అనుకుంటున్న ఈ రోజుల్లో మళ్లీ నీలో, నీ భార్యలో ఇలాంటి మార్పు రావడం హర్షించదగినది. అందుకనే నీతో నేను మాట్లాడుతున్నాను. చివరగా నీకు ఓ చిన్న సలహా మాత్రం ఇవ్వగలను. ఈ పనికి నీ దగ్గర బంధువులు ఎవరినైనా ఉపయోగించు. బాగుంటుంది."అని చెప్పి అబ్బాయి దొరగారు లేచి లోపలకు వెళ్లి పోయారు. రామచంద్రం చేసేదిలేక బయట కొచ్చి భార్యతో మోపెడ్ ఎక్కి ఇంటిదారి పట్టగా దారిలో తన పక్క ఊరిలో నివాసం ఉంటున్న తన సొంత పెదనాన్న శరభేశ్వరరావు కనబడ్డాడు. బ్రతిమలాడి పెదనాన్నని ఇంటికి తీసుకువెళ్ళాడు రామచంద్రం.

★★★★★

గతంలో జరిగిన విషయం తెలిసిన శరభేశ్వరరావు రామచంద్రం, సీతామాలక్ష్మి ని గట్టిగా మందలించి ఇలా అన్నాడు.

"ఒరేయ్ రామచంద్రం! నువ్వు క్షమించరాని తప్పు చేశావురా! ఇప్పుడు నీలో మార్పు వచ్చింది అంటే ఎలా నమ్మమంటావు.

"ఇప్పుడు మీ కుర్రకారుకి ఇదో ఫ్యాషన్ అయిపోయిందిరా. అంతేకాదు, మీ అమ్మానాన్న బాగున్నారా అని ఎవరైనా అడిగితే" వాళ్లకే ఓల్డ్ ఏజ్.. హోమ్ లో హాయిగా ఉన్నారు" అని చెప్పటం లేటెస్ట్ డైలాగ్గా మారిపోయింది.

సరే అదంతా పక్కన పెట్టు. ఇప్పుడు నేను వెళ్లి బ్రతిమలాడో బామాలో నేను మీ అమ్మానాన్నని తీసుకు వచ్చాను అనుకో! మళ్లీ ఇదే సంఘటన రిపీట్ కాదని గ్యారెంటీ ఏమిటి ?

అప్పుడు నా తల ఎక్కడ పెట్టుకోవాలిరా. తప్పు చేసిన నువ్వే దీనిని సర్దుకుంటే మళ్లీ ఆ తప్పు చేయవు. ఈ విషయంలో మాత్రం నేను నీకు సహాయపడలేనురా! అదిగో మీపిల్లలు ఇద్దరు మానసికంగా ఈ నాలుగు నెలల నుండి ఎలా కృంగి కృశించిపోతున్నట్టు ఉన్నారో చూడు. అక్కడ ఆ వృద్ధులను ఇక్కడ ఈ పిల్లలను కూడా బాధపెడుతున్నారు.. మీ భార్యభర్తలు. నేను ఇక వెళ్తానురా. మన బంధువర్గంలో నీకు మళ్ళీ మంచి స్థానం కలగా లంటే ఈ సమస్యను మొత్తం నువ్వే పరి ష్కరించు కోవాలి " అంటూ బయట పడ్డాడు రామచంద్రం పెదనాన్న శరభేశ్వరరావు.

అంతా వింటూ చూస్తున్న పిల్లలు రాజు రమణి ఏడుస్తూ కూర్చున్నారు ఓ మూల, ఆ రాత్రి.

బాధలో ఉన్న రామచంద్రం వాళ్ల దగ్గరకు వచ్చి ఇలా అన్నాడు.

" మా అమ్మ నాన్న గురించి నా ఏడుపేదో నేను ఏడుస్తుంటే మధ్యలో మీ ఏడుపు ఎందుకురా? గదిలోకి వెళ్లి హోంవర్కు చేసుకుని చావండి. లేకపోతే ఎక్కడికైనా వెళ్ళిపొండి." అంటూ కసురుకున్నాడు.

" చెప్తుంటే మీక్కాదు. మమ్మల్ని చంపడానికి పుట్టారు మీరిద్దరూ వంటింట్లోకి వెళ్ళి ఉన్నది తిని చావండి." మరింత బాధతో అరిచినట్టంది తల్లి సీతామాలక్ష్మి పిల్లలవైపు చూస్తూ.

ఆ రాత్రి రామచంద్రం సీతామాలక్ష్మిలకు కునుకు పట్టలేదు. ఇప్పుడు ఏం చేయాలో ఏ మాత్రం బోధపడని భయంకరమైన పరిస్థితి వాళ్లది. కళ్ళల్లోంచి వస్తున్న కన్నీటితో తలగడ తడిచి పోయినట్టు కూడా వాళ్లు గ్రహించలేకపోతున్నారు..

★★★

తెల్లవారింది..

" ఏవండీ, ఏవండీ! మిమ్మలనే. లేవండి, లేవండి.. పిల్లలిద్దరూ కనిపించటంలేదు. ఇల్లంతా చూసాను దొడ్లోకూడా వెతికాను. వీధిలో కూడా లేరు. ఆ రామాలయం అరుగుమీద కూడాలేరు. నాకుచాలా భయంగా ఉంది." కంగారుతో భర్తను లేపింది సీతామాలక్ష్మి.

"రాత్రి వాళ్ళనన్న మాటలతో ఎక్కడికైనా వెళ్లిపోయి ఏ అఘాయిత్యం అయినా చేసుకున్నారంటావా?' లేస్తూ అన్నాడు రామచంద్రం .

" ఏమో బండి తీసుకురండి ఊరంతా వెతుకుదాం'

తలుపు గొళ్ళెం పెడుతూ అంది సీతామాలక్ష్మి.

" సీతా... నేను బండిమీద ఊరంతా తిరిగి చూస్తాను. నువ్వు నాతో రావద్దు నువ్వు నడిచి వెళ్లి ఈశాన్య మూలన ఉన్న శివాలయం, విష్ణాలయం, కచేరీ చావడి వీధులన్నీ చూడు" భార్యకు పురమాయించి తను ఆతృతగా బండి ఎక్కి వెళ్ళిపోయాడు రామచంద్రం.

అలా వీధులన్నీ మధ్యాహ్నం 12 గంటల వరకు తిరిగి తిరిగి అలసిపోయి మళ్లీ ఇంటికొచ్చి కలుసుకొన్నారు ఆ భార్యభర్తలు ఇద్దరు.

" సీతా! అమ్మానాన్న పెట్టిన శాపం ఇది. వాళ్ళను ఏడిపించాను.మనం ఏడవలసి వస్తుందిప్పుడు. మంచినీళ్లుతాగు. రా మళ్ళీ వెళ్దాం" బెదురుగా అన్నాడు రామచంద్రం.

"సరే ఇప్పుడు ఎక్కడికి వెళదాం?" కంగారుగా అడిగింది సీతామాలక్ష్మి.

"ఇద్దరం కలిసి రైల్వే ట్రాక్ లు అన్నీ వెతుకుదాం "

"అంటే" భర్త మాటకు బెంబేలు పడిపోతూ అడిగింది సీతామాలక్ష్మి, బిగ్గరగా ఏడుస్తూ.

"కంగారు పడకు నేను ఉదయం ఊర్లో అన్ని మందు షాపులు తిరిగి కూడా అడిగాను." అన్నాడు రామచంద్రం బండి నడుపుతూ.

"ఏం అడిగారు" ప్రశ్నించింది సీతామాలక్ష్మి.

" అది... అదే... ఎవరైనా ఇద్దరు పిల్లలు వచ్చి పురుగుల మందు కొన్నారా అని అడిగాను" నెమ్మదిగా అన్నాడు రామచంద్రం .

"అలా భయపెట్టకండి నేను తట్టుకోలేను." గట్టిగా రోదిస్తోంది సీతామాలక్ష్మి .

రామచంద్రం ఇంకా చెబుతున్నాడు బండి నడుపుతూ

"అవును సీత! ఇప్పటి పిల్లలకు ఉద్రేకం పాలు ఎక్కువ. మొన్న మా ఫ్రెండు సుందర్రావు, వాళ్ళ 10 ఏళ్ల అబ్బాయిని చిన్నగా కోప్పడ్డాడని ఇంట్లోనే ఉరిపోసుకుని చచ్చిపోయాడు.

నెల క్రితం, మా బాస్ వాళ్ళ అమ్మాయిని ఇంటికి ఎందుకు లేటుగా వచ్చావు? అని అడిగినందుకే వాళ్ళింటి మూడు అంతస్థుల బిల్డింగ్ మీద నుండి దూకి చచ్చిపోయింది. ఇలాంటి చాలా సంఘటనలు పేపర్లలలో కూడా చదువుతున్నాము కదా"అంటుండగా సీతామాలక్ష్మి అడ్డుపడుతూ" ఆగండి ఈ సమయంలో అలాంటివి చెప్పి భయ పెట్టకండి. మళ్లీ అటు ఎక్కడికి?"' అంటూ ప్రశ్నించింది.

" చీకటి పడకముందే సముద్రం ఒడ్డున వెతికి చూద్దాం" "అంటే మీ ఉద్దేశ్యం నా బిడ్డలిద్దరూ..." చలించిపోతూ అంది సీతామాలక్ష్మి.

"కంగారు పడకు నాతోరా. ధైర్యం తెచ్చుకో '

అంటూ రామచంద్రం భార్యతో కలిసి ఒడ్డు అంతా రాత్రి వరకు తిరిగారు. బాగా రాత్రిపడింది.

చేసేదిలేక ఆ ఇద్దరూ ఇంటికి వచ్చి గుక్క తిప్పుకోవడం మర్చి ఏడ్చారు.

" నా బిడ్డలు ఎలా ఉన్నారో అని తండ్రిగా నేను ఇక్కడ బాధపడుతున్నట్టే తన బిడ్డ అయిన నేను ఎలా ఉన్నానో అని అక్కడ నా అమ్మానాన్న కూడా నా గురించి ఏడుస్తూ ఉంటారు. అర్థం చేసుకోలేని పశువుగా ప్రవర్తించాను." అనుకుంటూ రామచంద్రం కళ్ళల్లోంచి రక్తం కారే స్థితి వరకు ఏడ్చాడు. అలా ఏడుస్తూనే అతని భార్య సీతామాలక్ష్మికూడా భర్తతో పాటు సొమ్మ సిల్లి పడింది.

★★★★

తెల్లవారబోతోంది. మగతలో నుండి రామచంద్రం తేరుకున్నాడు.

"సీతా... త్వరగా రా!' ఎఫ్ ఐ ఆర్ ' రాశాను . పోలీస్ స్టేషన్ కు వెళ్లి కంప్లైంట్ ఇద్దాం." అంటూ కంగారు పెట్టాడు భార్యను రామచంద్రం.

' పదండి ' అంటూ సీతామాలక్ష్మి అతడిని అనుసరించింది. ఇద్దరూ తలుపు గడియ తీసి బయటకు వచ్చారు. వాళ్ళిద్దరి ముఖాలు వాడిపోయి వర్ణ విహీనం గానే ఉన్నాయి. కళ్ళలోంచి నీటి ధారలతో దారి మార్గం కూడా కనిపించడం లేదు.

అంతే! వాళ్ల ఇంటి ఎదురుగా రోడ్డు మీద అస్పష్టం గా కనబడిన దృశ్యం చూసి చలించిపోయారు.

ఆశ్చర్యం!

వాళ్ల ఇంటి ముందు ఆటోలోంచి దిగుతున్నారు వాళ్ల పిల్లలు రాజు రమణి. దిగిపోయాక వాళ్ళిద్దరి సహాయంతో శంభులింగయ్య అనసూయమ్మలు కూడా నెమ్మదిగా దిగుతున్నారు. క్రిందకు దిగి తన ఇంటి లోపలకు వస్తున్నారు అందరూ..

వాళ్ళందరి వెనుకగా డ్రైవర్ రెండు చిన్న బ్యాగులు మోస్తూ వస్తున్నాడు.

రామచంద్రం, సీతామాలక్ష్మి ఈసారి ఇంకా గట్టిగా ఏడుపు మొదలు పెట్టారు. తాము చేసిన తప్పును బహిర్గతం చేస్తున్నట్టు ఏడ్చి ఏడ్చి వీధిలో చెరో పక్క గోడల మీద వాలిపోయారు. గడప దాటి ఇంటి లోపలకు వెళుతున్న తమ వాళ్లందరినీ ప్రేమగా చూస్తూ సిగ్గుతో ముడుచుకుపోయి ముఖాలు చేతులతో మూసేసుకుంటూ.

అలా కాసేపటికి తేరుకున్న రామచంద్రం, సీతా మాలక్ష్మిలు ఆ వృద్ధ దంపతుల కాళ్లపై పడడానికి, తమ బిడ్డలను గుండెలకు హత్తుకోవడానికి ఇంటి లోపలకు వెళ్లారు.

ఇప్పుడు వాళ్లిద్దరివీ పూర్తిగా పన్నీటితో తడిచి ముద్దయిన హృదయాలు!!

(యువ మాసపత్రిక కథల పోటీలలో ద్వితీయ బహుమతి పొందిన కథ 1991 ఆగస్టు మరియు మన తెలుగు కథలు డాట్ కామ్..2022 పబ్లిష్ అయిన కథ)

అత్యద్భుతమైన హితుడు

మాధవరావుగారు నిలువెత్తుమనిషి. ఒకలా చెప్పాలంటే,65 కేజీల మాధవరావు గారు ఇంట్లో ఆయనంత బరువైన బంగారపు వస్తువులూ ఉన్నాయి. బస్తాలు బస్తాలు డబ్బు కట్టలు కూడా ఉన్నాయి. కొడుకులకు, కూతుళ్ళకు వాళ్లకు కావలసినంత పంచగా ఇంకా సగం పైన మిగిలి ఉంటుంది.

పొలాలు, తోటలు, శివాలయం ఎదురుగా ఉన్న సందులో పార్కు ని ఆనుకొని అతిపెద్ద పాలరాతి భవనం వీట్లన్నింటికీ అధిపతి మాధవరావుగారు! అంతేకాదు ఆ టౌన్ లో లీడింగ్ లాయర్....ఒకప్పుడు.

అంతా బాగానే ఉంది కానీ ఈ మధ్య మాధవరావు గారు బక్కచిక్కి బల్లిలా అయిపోయాడు.

అతను బల్లి లా చిక్కినా బంతిలా బలిసినా గుర్తించే వాళ్లే లేరు. అదే టౌన్ లో ఉన్న తన అన్న గారు. వాళ్ళ ఇద్దరు కొడుకులు, తన మేనమామ అతని కొడుకులు. వాళ్లు మొత్తం అందరితో సంబంధాలు బాగానే ఉన్నాయి కానీ, ఈ స్పీడు ప్రపంచంలో ' బింద్రె బిందే..'.' మూత మూతే ..' అన్నట్టు బ్రతికేస్తున్నారు అందరూ.

"సార్... సార్ మా నీటి పైపు రిపేర్ వచ్చింది ఒక బిందెడు నీళ్ళు మీ గేటులోపల పక్కనే ఉన్న పైపు కొట్టి పట్టుకువెళ్తాను. మేస్త్రీలు పనిచేయకుండా ఆగిపోయారు" భయపడుతూ అడిగాడు, ఎదురింటి నుండి ఖాళీ బిందెతో వచ్చిన సుబ్రామయ్య.

"ఆగాగు.. నీళ్ళు కావలసిఉంటే గేటు బైటనుంచి అడగాలి కానీ అలా గేటు తీసుకుని సరాసరి లోపలికి వచ్చేయడమే. మాకు బోలెడంత ప్రాపర్టీ ఉంది. డబ్బు కూడా ఎక్కడ పడితే అక్కడ పెట్టేస్తుంటాం.. అవి పోతే ఎవరిని అడగాలి . సరే నీకు నీళ్ళు కొట్టి ఇవ్వడానికి మా పనిమనిషి రాలేదు. ఇంకెవరినైనా అడుగు."

మేడపైనుండి అరిచినట్టు అన్నాడు మాధవరావుగారు.

"అదేమిటి సార్! మీ డబ్బుతో నాకేం పని. ఎదురింటి పెద్దవారు కదా అని వచ్చాను. పైపు నేను తోడుకుంటాను. ఒక బిందెడు నీళ్లే కదా!" మరింత వినయం గా అడిగాడు సుబ్రామయ్య.

"నీకు అలాగే ఉంటుంది. నా కుళాయి రిపేర్ వస్తే నువ్వు బాగు చేస్తావా? బోలెడు డబ్బులు రిపేరుకు ఖర్చవుతాయి నువ్వు పెట్టగలవా? ఇది డబ్బు ప్రపంచం. అంతా డబ్బు మహిమ. డబ్బు లేకుండా బ్రతకలేము. వెళ్ళు బాబు వెళ్ళు." మళ్లీ అరిచాడు మాధవరావుగారు.

ఖాళీ బిందెతో వెను తిరిగాడు సుబ్రామయ్య.

★★★★

మాధవరావుగారు నీరసంగా కూర్చున్నాడు తన ఇంటి పక్కనే ఉన్న పార్కులో, సిమెంట్ బల్ల మీద. "వేడి...వేడి .....మసాలా గారి........వేడి వేడి మసాలా గారే... " అంటూ అరుచుకుంటున్నాడు గారెలు అమ్మే కుర్రోడు.

అతని దగ్గర ఓ రెండు మసాలా గారెలు కొనుక్కొని తింటున్నాడు, మాధవరావుగారు.

" సార్ మీరు ఇలాంటి చిరు తిళ్ళకు కొంచెం దూరంగా ఉండాలి".

"ఎవరు? "కసక్కన వెనుకకు తిరిగి చూశాడు. ఇంకెవరు అప్పుడే వచ్చిన సుబ్రామయ్య.

"అవును సార్! మొన్న నేను బిందెడు నీళ్లకు వచ్చినప్పుడే మీరు ఆయాసపడుతూ కనిపించారు. మీ ఇంటి ఎదురుగానే ఉంటున్నాను. మీరు బాగా ఉండాలని నా కోరిక. మీరు ఆరోగ్య సూత్రాలు పాటించాలి సార్."

మాధవరావుగారు వింటున్నాడు. మసాలా గారెలు తింటున్నాడు. కానీ తాను కూర్చున్న బల్ల మొత్తం ఖాళీగా ఉన్నప్పటికీ సుబ్రామయ్యను పక్కగా వచ్చి కూర్చోమనలేదు. సుబ్రామయ్య నిలబడే ఇంకా చెప్పుకుపోతున్నాడు.

"అవునుసార్! మీరు డబ్బులో తులతూవుతున్నారు. మీకు చెప్పదగిన వాడిని కాను. కానీ, మీరు పది కాలాలపాటు ఆరోగ్యంగా ఉంటే మాలాంటి చిన్నవాళ్లు మీ నీడలో పెరుగుతారు కదా సార్! అందుకని మీరు ఇలాంటి చిరుతిళ్లు మాని ఆహార నియమాలు కొంచెం మార్చుకుంటే ఆరోగ్యం చాలా బాగుంటుంది సార్."

మాధవరావుగారు ముక్కు చీదుకుంటూ ఇంకా మసాలా గారెలు చప్పరిస్తూనే ఉన్నాడు.

" ఉదయం ఆరు గంటలకే వేడినీళ్లలో ఉప్పువేసి పుక్కిలి పట్టాలి. అలాచేస్తున్నారా? "

తలకాయ తలతిక్కగా తిప్పాడు మాధవరావుగారు.

"ఆ తర్వాత వేడి నీళ్లలో నిమ్మరసం తేనె కలిపి తాగాలి. చేస్తున్నారా? "

"ఇప్పుడు రాత్రి నానపెట్టిన నాలుగు బాదం రెండు ఎండుద్రాక్ష తినాలి అలాచేస్తున్నారా?"

లేదు అన్నట్టు కింది పెదవి కిరుక్కున్న మెలి తిప్పాడు.

ఇంకా చాలా విషయాలు ఉన్నాయి సార్. ఉదయం నుండి రాత్రి పడుకునే వరకు ఏ నిమిషానికి ఏం చేయాలో వివరంగా ఈ కాగితం లో ఉంది.

ఇదంతా నేను "ఆరోగ్యానికి డాక్టర్గారి సలహాలు" అనే టీవీ కార్యక్రమంలో విని మీకు చెబుదామని నోట్ చేసుకున్నాను సార్" చెప్పడం ఆపాడు సుబ్రామయ్య. చదివి వినిపించిన కాగితాన్ని మాధవరావు గారికి అందించాలని ప్రయత్నిస్తూ. కానీ ఆయన ఏ మాత్రం స్పందించలేదు.

మాధవరావుగారు పేలవంగా ఉండే నవ్వు ఒకటి నవ్వి

"ఇదిగో ఇవన్నీ తెచ్చి నా ఇంటి దగ్గర పెట్టు. నేను తినిపెడతాను" అన్నట్టు చూస్తూ వెళ్ళిపోయాడు, ముక్కు చీదుకుంటూ.

★★★★

ఐదు అడుగులకి గుప్పుడు తక్కువ మనిషి ఒకడు వస్తున్నాడు చూడండి. బానపొట్ట, బట్టతల గుండు. అతని పేరే కెంపురావు అలాగని 'కంపురావు' అసలే కాదండోయ్ బాబు. ఖచ్చితంగా 'కెంపురావే' అతని పేరు. ఏంటి ఇతని స్పెషాలిటీ అనుకుంటున్నారా? ఇప్పుడు స్పెషల్ అంతా ఇతనే. ఇలా ఏదో ఏదో పాడుకుంటూనే నడుస్తూ ఉంటాడు. పాట లేకపోతే నడక మరిచి పోతాడు. వెరసి ఇతను సంక్రాంతి దాసు లాంటి వాడు. 'హరిలో రంగ హరి హరి హరి శ్రీమద్రమా రమణ గోవిందో హరి'.

ఇతగాడు అరువది ఐదు సంవత్సరాల మన నిలు వెత్తుమనిషి మాధవరావుగారు ఇంటికి 40 అడుగుల వెనుక ఉండే రెండంతస్తుల బిల్డింగ్ యజమాని. ఐదేళ్ల క్రితం మాధవరావుగారు భార్యామణి కరుణమ్మ ఖాళీ బాల్చీ తన్నేసి గడప మీద పడిపోయి మళ్లీ పైకి లెగ లేకపోయింది. ఆవిడ శవం గడపదాటడానికి ఆలస్యం అవుతుంటే, ఆ కంపు భరించలేక మన కెంపురావు కొంచెం ప్రయత్నం చేసి శవాన్నిగడప, కాదు ఊరు కూడా దాటించాడు. అదిగో అప్పటి నుండి మాధవ రావుగారు ఆరోప్రాణం కెంపురావే..!

మూన్నాళ్ళు తిరక్కుండా మాధవరావుగారి ఇంటి, వంటి, వంటింటి, బయటింటి పూర్తి విషయాలన్నీ మన కెంపురావు అధీనంలోకి వచ్చేసాయి అంటే కెంపురావు పట్ల మాధవరావుగారి సదభిప్రాయం . ఆహా..ఓహో .. అనక తప్పదు.

ఒకసారి మణిమాణిక్యాలు, కెంపులు ఉన్న బీరువా లాక్ మాధవరావుగారుకి కనపడకపోతే దుప్పటి మడతల్లో నుంచి కెంపురావే తీసిచ్చాడు. ఇంకొక సారి బంగారు బిస్కెట్లు ఉన్న బీరువా బీగం బిగుతుగా బిగుసుకు పోతే కెంపురావు చాలా ఈజీగా తీసేసాడు.

ఎందుకు ఇంతగోల, పెద్దగోల. మాధవరావుగారు ఏ నిమిషానికి ఏ టాబ్లెట్ వేసుకోవాలో, ఏ ఇంజక్షన్ చేయించుకోవాలో కెంపురావు కంటిచూపులోనే విడుదలవుతాయి. మాధవరావుగారు వేసే ప్రతి అడుగు కెంపురావు కెంపులు పొదిగి ఒదిగితేనే పడతాయి. అందుకనే, అందుకనే కెంపురావు మాధవరావుగారు పాలిటి అపూర్వమైన హితుడు. అపురూపమైన హితుడు.. "అత్యద్భుతమైన...'' అమ్మో ఇంకా చాలా ఉన్నాయి .

అదీ కెంపురావు కథ. మరచి పోదామన్న మరిచిపో లేని రూపం అతనిది.

★★★★

పదిహేను రోజుల తర్వాత

కెంపురావు వస్తూ సుబ్రామయ్య ఐస్ క్రీం బండి దగ్గర ఆగాడు.

"హలో హాయ్... బాగున్నావా సుబ్రామయ్య. మొన్న చేగోడీలు, అంతకుముందు పల్లీలు, అంతకు ముందు ఇడ్లీలు, దానంతకుముందు మిరపకాయ బజ్జీలు, ఈ వేళ ఐస్ క్రీమ్. గంటకో వేషం బలే వేస్తావ్ రా" అన్నాడు సుబ్రామయ్యను సరదాగా గిల్లుతూ.

"నీకే బాబు... డబ్బు ఎలా సంపాదించావో ఎవరికి తెలియదు గానీ జనాన్ని మాత్రం బుట్టలో తట్టలోబెట్టి నాలుగిళ్లు సంపాదించావు."

"నువ్వూ సంపాదించుకోరా వద్దన్నానా? సరే మంచి ఐస్ క్రీమ్ ఇవ్వరా."

"30రూపాయలుది ఇస్తానురా. బాగుంటుంది"

"ఎంతైనా పర్వాలేదు. మాధవరావుగారు డబ్బులు లేనోడా ఏంటి? ఆయనే తెమ్మన్నారు."

"ఆయనకా ఐస్ క్రీమ్. ముందే ఈమాట ఎందుకు చెప్పలేదు . మాధవరావు గారికి అయితే అసలు ఇవ్వను. నా దగ్గర ఐస్ క్రీములు ఐపోయాయిరా! లేవు. ఐస్ క్రీమ్ తింటే ఆయన ఆరోగ్యం దెబ్బ తింటుంది. ఇవ్వను. ఇవ్వను గాక ఇవ్వను."

" ఓర్నీ.. ఆయన ఏదో నీ సొంత పెదనాన్న అయినట్టు మాట్లాడుతున్నావు. నువ్వు ఇలా అన్నావ్ అని ఆయ నకు చెప్తా. దగ్గరలో ఐస్ క్రీమ్ పార్లర్ లు లేవు. నువ్వు ఇవ్వలేదని చెబితే నీ పని ఆయనే చూసుకుంటాడు." అనుకుంటూ నవ్వుతూ వెళ్ళిపోయాడు కెంపురావు.

★★★★

పార్కులో ఖాళీ బల్లమీద వచ్చి కూర్చున్నాడు మాధవ రావుగారు. అడుగో వస్తున్నాడు జీడిపిక్కల జగన్నాథం. అవునండి. ఖచ్చితంగా జీడిపిక్కల జగన్నాథమే అతని పేరు. కోర్టులో మాధవరావు గారి కొలీగ్. వచ్చి కూర్చున్నాడు మాధవరావు గారి పక్కనే.

"బాగున్నారా మాధవరావుగారు! మీరు అమెరికా వెళ్తున్నట్లు తెలిసింది. ఓ విషయం అడుగుదామని పనిగట్టుకు వచ్చాను మాధవరావుగారు. మీ దగ్గర ఉన్నలా బుక్స్ కొన్ని నాకు ఇచ్చి వెళ్లండి. మీరు వచ్చాక పువ్వుల్లో పెట్టి ఇంటికి పట్టుకు వచ్చి మరి ఇస్తా. ఒకవేళ మీరు బుక్స్ నాకు ఇవ్వలేదు అనుకోండి. ఏం చేస్తాను. స్నేహితుడికి ఆమాత్రం కూడా ఉపయోగించలేదని బాధపడను. కోర్ట్ లో పదిమందికి కూడా చెప్పనండోయ్. మీకుతెలుసుగా ఈ జీడిపిక్కల జగన్నాథం జీడిలా పట్టుకోవడము తెలుసు, పాదరసంలా వదిలేయడమూ తెలుసు." అంటూ పుసుక్కున పైకి లేచిపోయాడు.

"కూర్చో కూర్చో! ముందు కూర్చోవయ్యా. కోర్టులోనూ నీతో ఇదే పెద్దచిక్కొచ్చి పడిందయ్యా! ప్లస్..మైనస్ నువ్వే అనేస్తావ్. ఎదుటి వారికి కాస్త మాట్లాడటానికి అవకాశం ఇవ్వడం నీకు ఈ జన్మకి అలవాటు కాదనుకుంటాను. వచ్చేవారం చివర్లో నేను అమెరికా వెళుతున్నాను .

అక్కడున్న మా అబ్బాయి అన్ని ఏర్పాట్లుతో రెండు రోజుల్లో వస్తున్నాడు. నేను తిరిగి రావడం మూడేళ్లు పట్టొచ్చు. అక్కడ ఏదో కొత్త బిజినెస్ మొదలుపెట్టాడట. అది నన్ను

చూసుకోమంటున్నాడు. సరే అంత వరకూ నీకు కావాల్సిన పుస్తకాలు ఈ రోజే వచ్చి పట్టుకొని వెళ్ళు." అంటూ అందకపోయినా గడ్డం పట్టుకున్నట్టు చెయ్యి కదిలిస్తూ అన్నాడు మాధవరావుగారు.

"హమ్మయ్య ఇప్పుడు కదా నా మనసు ప్రశాంతత పడింది. ఇప్పుడు కదా నా మనసు చల్లబ డింది." అంటూ ఊపిరి తీసుకున్నాడు జీడిపిక్కల జగన్నాథం.

" అది సరే! మూడేళ్ల వరకు రాను అంటున్నారు. వచ్చే వరకూ నాలుగు కోట్ల విలువైన మీ రాజ భవనంలాంటి ఇల్లు పాడవకుండా ఏ జాగ్రత్తలు తీసుకుంటున్నారు. భవనంలో ఉన్న అతి విలువైన మీ ఆస్తిపాస్తులు జాగ్రత్త మాట ఏమిటి మాధవరావు గారు?" అడిగాడు జీడిపిక్కలు జగన్నాథం.

" నీకు తెలుసు కదా. "కెంపురావు" ఆ దేవుడు నాకు ఇచ్చిన కోరని వరం! మా ఇంటి తాళాలు అతనికి ఇచ్చి వెళ్తే నాకు చాలా హాయిగా నిద్రపడుతుంది. నా మొత్తం ప్రాపర్టీస్ మెయింటైన్ చేసే బాధ్యత అతని చేతిలో పెట్టేసి వెళ్ళిపోదాం అనుకుంటున్నాను. నేను మూడేళ్లకు తిరిగి వచ్చేసరికి పూచిక పుల్లతో సహా నాకు అప్పచెబుతాడు అన్న సంపూర్తిధైర్యం, నమ్మకం నాకు ఉన్నాయి.

ఇతరుల ధనాన్ని తాచు పాముల పుట్టలా భావించే నిఖార్సయిన మనిషి కెంపురావు అని నా అభిప్రాయం. అతనిలాంటి సత్ప్రవర్తన కలిగిన గంగిగోవు లాంటి వ్యక్తి మన ఊర్లో ఇంకెవరూ లేరు అన్నది నా ఉద్దేశ్యం. ఐదేళ్లు నుండి అతను నా నమ్మిన బంటు. తప్పు.. తప్పు.. హితుడు..! అతను అత్యద్భుతమైన మనిషయ్యా బాబు!"

ఆనందంగా చెప్తూ కొద్దిగా గాలివాన మొదలవడంతో పైకి లేచాడు మాధవరావుగారు.

"అవునా..నిజమా! చాలా విచిత్రంగా ఉందండి, మాధవరావుగారు. ఇంతకి మీరు చెప్పేది ఆ కంపు రావు గురించేనా ?." ఆశ్చర్యంగా ప్రశ్నించాడు జగన్నాథం.

"అందరూ అక్కడే పొరబడుతున్నారు. అతని పేరు కంపురావు కాదు కెంపురావు!" నవ్వుతూ వివరించాడు మాధవరావుగారు.

గాలివాన పెద్దగా అందుకుంది. జీడిపిక్కల జగన్నాథం కూడా పైకి లేచి మాధవరావుగారి కూడా నడక మొదలుపెట్టాడు..

"కంపురావు అంటున్నారే సారీ, కెంపురావు అంటున్నారే. అతను మీకు అయిదేళ్ల నుంచి తెలుసు. నాకేమో ఇరవై ఏళ్ల నుంచి తెలుసు. కెంపురావు అప్పటి నుండి నా క్లయింటు"

ఉధృతంగా గాలి వీస్తోంది. ఇద్దరూ పరుగు లాంటి నడకతో నడుస్తున్నారు. జీడిపిక్కల జగన్నాథం మాధవరావుగారికి ఏదో చెప్తున్నాడు. తన తల జగన్నాథం వైపు తిప్పి చూస్తూ చాలా ఆశ్చర్యంగా వింటున్నాడు మాధవ రావుగారు. అది ఆయన ఒక్కడికే వినబడుతోంది.!

★★★★

రెండు వారాలు గడిచింది. అమెరికాలో ఉన్న కొడుకు ఆనంద్ రావడం, తండ్రిని అమెరికా తీసుకు వెళ్లడానికి అన్ని ఏర్పాట్లు పూర్తి చేయడం జరిగిపోయాయి.

ఈ రోజే వాళ్ల ప్రయాణం.

"డాడీ కావాల్సినవన్నీ బ్యాగుల్లో పెట్టేసాను. ఈరోజు సాయంత్రం మనం బయలుదేరుతున్నాం. వెళ్లి మీ అత్యద్భుతమైన హితుడు, అదే మీ ఆరో ప్రాణం కెంపు రావుగారిని తీసుకు వస్తాను. వెళ్లడానికి చాలా టైం ఉంది కదా! జాగ్రత్తగా విషయాలన్నీ చెప్పుదాం.

మనం క్యాష్ ఎవరెవరికి ఇచ్చాము ఎక్కడెక్కడ నుంచి కలెక్ట్ చేసుకోవాలి అన్న సమాచారం వివరంగా అతనికి చెప్పండి. అలాగే అన్ని సంస్థలకు మీ తరపున అతనే ఆర్థికపరమైన విషయాలు చక్కబెట్టడం విషయంలో పూర్తి అథారిటీ ఇస్తూ లాయర్ గారి ద్వారా తతంగం పూర్తి చేద్దాం. ఇంకా మన కాష్ బీరువాల తాళాలు, మన బంగారాలు దాచిన గోద్రెజ్ బీరువాల ముఖ్యమైన తాళాలు, అంతేకాకుండా మన ఇంటికి సంబంధించిన మెయిన్ తాళాలు అతనికి వివరంగా అప్ప చెప్పి మనం వెళ్ళి పోవచ్చు." అన్నాడు కొడుకు ఆనంద్.

" వద్దురా. కంగారుపడకు. నామనసు మార్చుకున్నాను. కెంపురావు గురించి కొన్ని నిజాలు తెలుసాయి. నా కొలీగ్ జీడిపిక్కల జగన్నాథం తెలుసుగా.. అతను చెప్పినదే కాకుండా ఆ బాధితులను అడిగి కూడా తెలుసుకున్నాను. కెంపురావు ఎక్కువ వడ్డీకి ఇంటి దస్తావేజుల మీద తనఖా డబ్బులు ఇచ్చి నిరుపేదలను మోసం చేసి వాళ్లను కోర్టుల చుట్టూ తిప్పి భయపెట్టినాలుగు ఇళ్లు సంపాదించటం నిజం రా!

సరే అది అతని వ్యాపారం అనుకుందాం. కెంపురావు మన ఇంటి బీరువా తాళాలు విషయంలో పడిన జాగ్రత్త మన రహస్యాలు లోటుపాటులు మీద పెంచుకొన్నంత అవగాహన లక్షపాళ్లు అయితే అందులో ఒకవంతు కూడా నా ఆరోగ్యం పట్ల పెంచుకోలేకపోయాడురా" మాధవరావుగారు చాలా నిరుత్సాహంగా మాట్లాడాడు.

"అదేంటి డాడీ! కెంపురావు గురించి ప్రతి రోజు నాకు ఫోన్లో అంత గొప్పగా చెప్పేవారు. అత్యద్భుతమైన హితుడు అనేవారు."

"అత్యద్భుతమైన హితుడేరా. అది మన ఆస్తిపాస్తుల పట్ల. మనం ఆదమరచి ఉంటే నాలుగు కోట్లు విలువైన మన బిల్డింగ్ ఇంకో 10 కోట్లు విలువైన మన ఆస్తిపాస్తులు మొత్తం కూడా అతని పరం కావచ్చు అన్న భయం పట్టుకుందిరా. అతని నటన చూసి గుడ్డిగా ఐదేళ్లు నమ్మేశాను. అదే నేను చేసిన పెద్ద తప్పు. దైవం నాకు ధనం ఇస్తే దానిని తన్నుకుపోయే గద్దలను కూడా గుర్తించకుండా అసమర్థుడుగా బ్రతికిన మనిషి రా మీ నాన్న. సరే.. గతం గతః"

"డాడీ మీరు చెప్పినదాన్ని బట్టి ఆ కెంపురావు అమ్మో..డబ్బు మనిషిలా కనిపిస్తున్నాడు."

" డబ్బు మనిషి మాత్రమే కాదు. అంతకుమించి 'గబ్బుకంపు కొట్టే డబ్బుమనిషి!'

" అంటే చాలా ప్రమాదంలో నుంచి బయటపడ్డాం అన్న మాట. మరిప్పుడెలా. మన ప్రాపర్టీస్ ఇలా గాలికి వదిలేసి వెళ్లిపోవడం ఎలా? ఎవరికి ఇద్దాం తాళాలు ఇక్కడ ఉన్న మన బంధువులు ఎవరినైనా పిలు ద్దామా."

"వద్దురా. అందుకోసం ఒకడున్నాడురా. నా ఆరోగ్యంపట్ల బాగా శ్రద్ధ వహించినవాడు. నేను ఐస్ క్రీమ్ తింటే చచ్చిపోతానేమో అన్నంత భయపడినవాడు. నాకు నిజమైన "అత్యద్భుతమైన హితుడు!" ఒకడున్నాడు రా."

"మరింకే అతని పేరు చెప్పండి. లేకుంటే ఫోన్ నెంబర్ ఇవ్వండి నేను వెళ్ళి తీసుకు వస్తాను" ఆతృతగా అడిగాడు కొడుకు ఆనంద్.

"వద్దురా ఆనంద్. ఎదురు ఇల్లే కదా మనమే వెళ్లి అతన్నిక్కడకు తీసుకువద్దాం.పద."

"డాడీ... మనమే అక్కడకు వెళ్లడమా? అదేమిటి..?మనం??!!"

"అవున్రా మనమే అక్కడకు వెళదాం. తప్పేముంది. ఇది నా మనసు తీసుకున్న నిర్ణయం. అంతే కాదురా ఆనంద్...మన ఇంటి ముఖ్యమైన తాళాలు మాత్రమే కాదు మన బీరువాల రహస్య తాళాలు మాత్రమే కాదు మన ప్రాణాలు కూడా అతని చేతిలో పెట్టి వెళ్ళవచ్చు".

చాలా ఆనందంగా చెబుతూ పైకి లేచి నడుస్తున్నాడు మాధవరావుగారు. అతని వెనుకగా ఆయన కొడుకు

ఆనంద్ నడుస్తున్నాడు..మాట్లాడకుండా....ఎదురింటి వైపు...!!!!

(కళా దర్బార్ సాహితీ సంస్థ ఉగాది కథల పోటీ ప్రథమ బహుమతి కథ 2015 ఏప్రియల్ మరియు మన తెలుగు కథలు డాట్ కామ్ పబ్లిష్ 2022)

మధురమైన ఆనంద సమయం

'కృష్ణమూర్తి... నాకు బ్లాక్ టీ ఇవ్వవోయ్.."

"నాకు ఎస్.పి.టీ"

" నాకు బ్రూ కాఫీ..."

'కృష్ణమూర్తి క్యాంటీన్'కోలాహలంగా ఉంది. 'రావ్ అండ్ కంపెనీ' ఉద్యోగస్తుల మధ్యాహ్న విరామ సమయం అది.

" ఇంతకీ మన బాస్ అర చుట్ట ఆనందరావుకి అర దండాలు ఖాయం అంటారా?"

"మరి కథ ముదిరి పాకాన పడాలిగా. కాస్తంత ఓపిక పట్టు"

" ఇదిగో ఇటు చూడండి. ఈ పేపరులో. విధి నిర్వహణలో ఉన్న తన క్రింది ఉద్యోగిని లైంగిక వేధింపులకు గురి చేసినందుకు రాజవరం లో మునిసిపల్ కమిషనర్ పై చార్జిషీటు"

" ఎట్టా ఈ పేపర్ లో చూడు తన లేడీ క్లర్క్ పట్ల అసభ్యంగా ప్రవర్తించినందుకు బ్యాంకు మేనేజర్ డిస్మిస్."

"ఇలాంటి వార్తలు ప్రతిరోజూ చదువుతున్నాం. అవన్నీకాసేపు పక్కన పెట్టండి. అసలు నెల రోజుల క్రితమే కొత్తగా డ్యూటీలో జాయినయిన మధురవేణి కి మన బాస్ కి నిన్నటి నుండి కనెక్షన్ లో తేడా కనిపించడం లేదూ.. ఈ విషయం గురించి మాట్లాడరే. ఇద్దరూ కలిసిపోతే ఈ చట్టాలు ఏం చేస్తాయి అంట!"

" అసలు మనలో ఒక్కడు కూడా ఆ మహా తల్లికి ఎందుకు పనికిరాకుండా పోయాడు?"

"నువ్వు వెళ్లి డైరెక్టుగా ఆ విషయం మధురవేణినే అడిగెయ్. మాడిపోయిన జీడితొక్క ముఖం నువ్వూను. అక్కడికి ఆవిడ వచ్చిన ఈనెల రోజుల నుండి 'ముగ్గులోకి' దింపడానికి మన శరభం గాడు తెగ ట్రై చేస్తున్నాడు కదా. అదిగో పార్వతీశంగాడు ఏకంగా లవ్ లెటర్ ఇచ్చేశాడు. మన సత్తిపండు రాసుకుపూసుకు తిరుగుతున్నాడు. ఆ డిప్ప దయాసాగరంగాడు సెక్సీజోకు లేసి ఆ మహాతల్లి ని ఆకర్షిస్తున్నాడు. అబ్బే... ఆ గుంట ఎవరికైనా కొరుకుడు పడిందా?"

"దీని అందం కరిగిపోను. ఆ చూపు, ఆ పన్ను కొరుకుడు, ఆ జడ విరుపు, ఆ నడుము వూపు.."

"నువ్వు ఆపు. ఆ గుంటని మనం కళ్ళల్లోకి కళ్ళు పెట్టి చూస్తే నాలుగు రోజులు నిద్ర పట్టదు గురూ. గడ్డం కింద ఆ పుట్టుమచ్చ. వారేవా! చెవులకు ఆ పొడవాటి లోలకలు. ఆ పిరుదులు మీద టప్ టప్ అని కొట్టుకొనే ఆ తోక లాంటి జడ!!!".

" ఓయ్ మాకూ కవిత్వం వచ్చయ్యా. నువ్వు ఆపు అన్నావ్. మరి నీ పొడిగింపు ఏమిటి?? నేననేది ఏమిటంటే ఆ మధురవేణి కి సినీస్టార్ యోగం ఉంది అని నా ఉద్దేశం."

"నీ ఉద్దేశం ఎవరిగ్గావాలి. ఆవిడ సహజ అందగత్తె . ఇలాంటి వాళ్ళు నూటికి, కాదు కాదు... కోటికి ఒక్కరు ఉంటారు. అదీ విషయం"

"సరే ఇవన్నీ వదిలేయండి. ఆ మహాతల్లి మన అర చుట్ట ఆనంద్ బాస్ గాడికి లైన్ అయిపోయింది అనుకుందాం. మరి మన గతి!"

"ఒకరికి లైన్ అయిపోయింది మరొకరికి కన్ను కొట్టడం చాలా ఈజీ గురూ..."

" అందుకనే మన ప్రయత్నాలు మనమూ చేద్దాం. పూర్తిగా మన బాస్ కి పడుతుందో లేక మనలో ఎవరో ఒకరికి పడుతుందో చూద్దాం."

" ఏంచూసావ్ మన అరచుట్టగాడు మధురవేణి ని మొన్న తన రూమ్ లోకి పిలిచి అరగంట ఏం చేశాడంటావ్?...తెగ ఇదైపోతూ...'ఎస్ 'అక్షరం లా వంకీలు తిరిగిపోతూ బయటకొచ్చింది. అందరం చూసాం కదా! నిన్న లంచ్ లో వాటా వరకు కథ వచ్చిందంటే, మధురవేణి ఆనంద్ ల కథ పూర్తిగా కంచికి చేరిపోయి నట్టే."

"అలాగ అనకు. అటున్న గాలి ఇటు తిరగడం అర నిమిషం పట్టదు. అందునా ఆడవాళ్ళ మాటలకే కాదు చేతలకు, చూపులకు అర్థాలే వేరు"

"సరే ఎవరికి వారే ట్రై చేసుకుందాం. మనంద రికీ బెస్ట్ ఆఫ్ లక్".

★★★★

నెల రోజుల క్రితం " ఆనందరావు అండ్ కంపెనీ' ఆఫీస్ లో జాయిన్ అయిన మధురవేణి సహజ అందగత్తె. తాను వచ్చిన దగ్గర నుంచి తన ఆఫీసు కొలీగ్స్ డజను మంది తనను చూసి చొంగలు కార్చడం. ఊహాలోకాల్లోకి పోయి ఆఫీసు వర్కు అస్తవ్యస్తంగా చేసి పాడేసి ఆ కంపెనీ బాస్ ఆనంద్ చేత నానా చీవాట్లు తినడం గమనిస్తూ వుంది.

వాళ్ళ అందరి వ్యవహారం మరి మరీ మితిమీరి బరి తెగించి ముదిరి పాకాన పడుతోంది. నెల రోజులుగా.

వాళ్ళందరూ ఎన్ని రకాలుగా ప్రయోగాలు చేసినా వాళ్ళల్లో ఒకరితో కూడా ఆమె స్నేహం చేయకపోవడం ...ఓ పెద్ద సమస్య అయి పోయింది, స్టాఫ్ అందరికీ.

మొన్న బాస్ పిలుపు మేరకు ఆయన రూమ్ లోకి వెళ్ళిన మధురవేణి అరగంట వరకు బయటకు రాకపోవడంతో తాము అందర్నీ వదిలేసి బాస్ తో ఆమెకు ఏదో "ఇది" జరిగిపోతోందని వాళ్ళందరూ కచ్చితమైన నిర్ణయానికి వచ్చేశారు. అంతేనా ఆమె డోర్ తీసుకుని నవ్వుకుంటూ రూమ్ లో నుంచి బయటకు వచ్చి మహదానందంగా..తన సీట్లో కూర్చోవడం కూడా కన్ను ఆర్పకుండా ఊపిరి ఆపేసి మరీ చూశారు, ఆ స్టాఫ్ అందరూ.

అదిగో అప్పట్నుంచి మొదలైంది మధురవేణి తమకు దక్కదేమోనన్న జీర్ణించుకోలేని బాధ.

నిన్న మధ్యాహ్నం, బాస్ ఆనంద్ సరికొత్త కర్టెన్లు తెప్పించి తన అద్దాల రూమ్ చుట్టూ కట్టించడం, లంచ్ లో ఆమెకు వాటా ఇవ్వడం ఈ చర్యలన్నీ అర్థం చేసుకొని, జీర్ణించుకుని మధురవేణి ప్లస్ ఆనంద్.. టోటల్ అయిపోయారని కృష్ణమూర్తి క్యాంటీన్ లో కూర్చొని టీ తాగుతూ ఫిక్స్ అయి పోయారు ఆ స్టాఫ్ అందరు.

అలా అలా మూడు నెలలు గడిచాక... వాళ్ళిద్దరి వ్యవహారశైలి చూడలేక ఎలాగైనా వాళ్లని విడగొట్టేయాలని, పచ్చని వాళ్ళ సీక్రెట్ లైఫ్లో చిచ్చు పెట్టేయ్యాలని ప్రతిజ్ఞ చేసేసుకున్నారు.
ప్లాన్ కోసం ఆలోచిస్తూ ప్రయత్నాలు కూడా చేస్తూ అలా అలా మరో మూడు నెలలు గడిపేశారు.
మొత్తానికి ఆమె వచ్చి ఆరు నెలలు గడిచాక..
బాస్ సెలవులో ఉన్న ఒకానొక శుభ సమయంలో ఓ రోజు సాయంత్రం ఇంటికి వెళుతున్న మధురవేణి ని పిలిచి పక్కనే ఉన్న కృష్ణమూర్తి క్యాంటీన్లో కూర్చోబెట్టి ఆమెకు ఒక స్పెషల్ బోర్నవీటా ఆర్డర్ ఇచ్చి ఆమె చుట్టూ కూర్చున్నారు.
"మధురవేణి! నువ్వు చిన్న పిల్లవి. మన ఆఫీసర్ ఆనంద్ కేమో పెళ్లయిపోయింది. అతనికి నీ ఈడు కూతుర్లు ఉన్నారు. అతను నిన్ను లైన్లో పెడుతున్నాడు. నీ జీవితం నాశనం అయిపోతుంది. అదే.. మా అందరి బాధ. అందుచేత బాగా ఆలోచించుకొని ఒక నిర్ణయానికి రా! ఇదిగో..నాకు పెళ్లయింది కానీ పెళ్ళాం వదిలేసింది. ఇంకా సెటప్ పెట్టుకోలేదు నేను. మంచి తరుణం మించిన దొరకదు. పైగా మా తాత సంపాదించి నాకు ఇచ్చిన రెండెకరాల పంట పొలం నీ పేరునే పెట్టేస్తాను." అన్నాడు శరభం ఆమె చెయ్యి నొక్కడానికి ప్రయత్నిస్తూ .
మధురవేణి మాట్లాడలేదు .
" నీ తొందర కానీ మధురవేణి. కాస్త వెనక ముందు ఆలోచించుకో. మన బాస్ ని నిదానంగా పరిశీలించు. కాబోయే ఎయిడ్స్ పేషెంట్లా కనిపించడం లేదూ! పోనీ ఆ శరభం గాడు కాకపోతే మాలో ఎవరితో ఒకరితో లింకు పెట్టుకో ."
ఇంచుమించు ఆమె మీద పడుతూ అన్నాడు పార్వతీశం .
"ఇలా చూడు మధురవేణి! ఈమధ్య నువ్వు తరచూ ఆఫీసర్ గారి కారు మీదే ఆయన ఇంటికి వెళుతు న్నావు. ఆఫీసర్ గారి భార్య ఇంట్లో ఉన్నా అక్కడ గంటలు గంటలు గడిపే చనువు ఏర్పాటు చేసుకున్నావు. ఇది ప్రమాదానికి దారితీస్తుందని నీకు అర్థం కావడం లేదు. నెలక్రితం ఊర్వశి థియేటర్ దగ్గర ఆయన కార్లోంచి దిగావు . ఇవన్నీ మేము అందరం చూసీచూడనట్టు చూసి సరి పెట్టేసుకుంటున్నాం . ఇంతకీ నేను చెప్పేది ఏంటంటే మాతో కూడా బాస్ తో గడిపినట్టు ఫ్రీగా ఫ్రెండ్లీ గా ఇంకా ఇంకా అలా అలా ఉంటే నీకు పోయింది ఏమిటి ? అంటున్నాం. పోనీ మొహమాటం లేకుండా చెప్పు మనీ ప్రాబ్లమా" ప్రశ్నించాడు సత్తిపండు.
ఇంకా మిగిలిన వాళ్లు కూడా రకరకాలుగా అడిగేశారు.
మధురవేణి బోర్నవీటా తాగకుండా లేచి మౌనంగా వెళ్ళిపోయింది .

★★★★

కాలగమనంలో మధురవేణి ఆనంద్ ల పరిచయం మధుర ఆనందంగా సంవత్సరం పూర్తి చేసుకుంది. బాస్ ఆనందంతో మధురవేణి చాలా చనువుగా ఉండడంతో ఆఫీసు స్టాఫ్ అందరికీ ఆమెతో జోకు లేస్తూ సరదాగా లవ్లీగా మాట్లాడుతూ శరీర భాగాలను అలా అలా తాకుతూ కాలం గడిపే భాగ్యం దూరం అయిపోయింది. మొదటి నెలలో ఆమెతో గడిపిన అనుభవాలు దూరం

అయిపోయాయి. దానితో భరించలేకపోతున్నారు స్టాఫ్ అందరు. బాస్ గారి కీప్ తో పరిచయం పెంచుకొని లైన్ లో పెట్టే ప్రయత్నం చేస్తే అది కాస్తా మధురవేణి ద్వారా ఆ అరచుట్ట గాడికి తెలిసిపోతే అమ్మో ఇంకేమైనా ఉందా బంగారం లాంటి ఉద్యోగం హుష్ కాకి!! అన్న భయంతో అందరూ ఏం చేయాలో తెలియక కాస్తంత ఆమెకు దూరంగానే ఉంటున్నారు.

ఆరోజు స్టాఫ్ అందరిని తన రూమ్ లోకి పిలిచాడు బాస్ ఆనంద్.

" చూడండి మై డియర్ ఫ్రెండ్స్! నన్ను మీరు ఒక్కో సారి అయ్యగారు అని పిలుస్తారు కదా! అది నాకు ఇష్టమే.. అయితే ఈ రోజు నుండి మధురవేణి గారిని కూడ మీరంతా అమ్మగారు అని పిలవాలి." అని హుకుం జారీ చేసి వాళ్లని పంపించేశాడు.

"అదన్నమాట అసలు విషయం. పాపం బాస్ భార్య అరుంధతి ఉత్తి అమాయకపు కోడిపెట్ట. ఆమెను ఈ బాస్ గాడు బుట్టలో పెట్టి బుట్ట మీద మరో తట్ట మూతపెట్టి మధురవేణి తో కాపురం స్టార్ట్ చేసే సరికొత్త టిక్ టాక్ గురుడు మొదలు పెట్టేసాడు."అంటూ గుసగుసగించారు ఆ స్టాఫ్ అంతా.

ఆ తర్వాత కొన్నాళ్లకు ఆయన బర్త్ డే సందర్భంగా అందరూ బాస్ ఇంటికి విందుకు వెళ్లారు. కానీ అక్కడ ఏం జరిగింది .. బాస్ తన భార్య అరుంధతి తో తీవ్ర స్వరంతో అందరూ ఉండగానే రెచ్చిపోతున్నాడు. ఏదో విషయం లో ఇద్దరికీ గొడవ తారాస్థాయికి చేరింది. తిట్టుకోవడం. చివరికి వస్తువులు గిరాటేసికోవడం. దాటి విడాకుల వరకు డైలాగులు వదిలేసుకున్నారు.

" ఇంకేముంది మన అరచుట్ట మంచి ప్లాన్ సెట్ చేస్తున్నాడు. ఎలాగోలా ఈ డొక్కు పెళ్ళాన్ని వదిలించుకుని ఆ ఫ్రెష్ తో ప్రతి రాత్రి ఫస్ట్ నైట్ జరుపుకోవాలని తెగ ఉబలాట పడిపోతున్నాడు"

" ఇక లాభం లేదు మన బాస్ గాడి వ్యవహారం హద్దులు దాటి సరిహద్దులు దాటి ఎక్కడికో వెళ్ళిపోయింది. రేపోఎల్లుండో మధురవేణి తో ఆయన పెళ్లి. వాళ్ళిద్దరికీ విందులు వినోదాలు. మనకేమో అరిటాకు పెళ్లి భోజనాలు. అది అర గక డోక్కొవడాలు. చి చ... మధురవేణి ఇంత మోసం చనీకేమన్నాకోలేదు" ఇంచుమించు ఏడుస్తూ అన్నాడు పార్వతీశం.

"' ఏ... నీకేమన్నా పెళ్ళాడతానని మాటిచ్చే సిందా?"

వెటకారంగా అన్నాడు శరభం.

" ఈ ముసలోడే ఆవిడ ముఖానికి నచ్చాక మనం ఏం చేయగలం? అసలు అంత ఇది మన బాస్ గాడి లో ఏముంది. నాకైతే అర్థం కావడం లేదు."

"సరే లేవయ్యా.. ఎవడిలో ఉండేది వాడిలో ఉంటుంది." అన్నాడు సత్తిపండు.

"ఆమె మొదట వచ్చిన నెలరోజులు మనందరికీ స్వర్ణయుగం. ఏం చేసినా మాట్లాడేది కాదు. ఇష్టం అనుకోవాలో, అయిష్టం అనుకోవాలో అర్ధమయ్యేది కాదు. కానీ మొత్తానికి మనందరం భలేగా ఆడుకున్నాము. ఆ రోజులే గుర్తుచేసుకోవాలిక."'

" అవును. అవును . కాలు తొక్కడాలు, కన్ను కొట్టడాలు, భుజం రాపిడిలు. అబ్బా నిజంగా ఆ నెల అంతా మనందరికీ స్వర్ణయుగమే!!"

బాధగా అన్నాడు డిప్ప దయాసాగరం
"అవన్నీ పాతరోజులు. గత స్మృతులు.. ఆ పాత మధురాలు ..!" వర్ణించాడు మరొకతను.

★★★★

అతి కష్టం మీద అతి భయంకరంగా బాస్ మీద కాస్తంత భయంతో మధురవేణి కి దూరంగా ఉంటూ కాలం గడపలేకపోతున్నారు ఆ స్టాఫ్ అందరు.
వాళ్ల పరిస్థితి స్వర్గలోకం నుండి రంభ వచ్చి కనబడి మాయమైపోయినట్టు, కామధేనువు, కల్పతరువు తమకు దూరంగా తమ చుట్టూనే తిరుగుతున్నట్టు.. ఉంది!
ఇలా మరో సంవత్సరం గడవడం, కాలచక్రం చిత్రంగా తిరిగిపోవడం. మధురవేణి కి అసలు తాము ఎలా దూరంగా ఉండగలుగుతున్నామో తమకు ఏ మాత్రం తెలియకుండానే ఇన్నాళ్లు ఎలా గడిచి పోయాయో వాళ్లు ఎవరికీ అర్థం కావడం లేదు.
అలా అలా మధురవేణి వచ్చి 2 సంవత్సరాలు గడుస్తున్న తర్వాత...
ఆరోజు ఆఫీసులో ఆనందంగా లేదు బాస్.
విషయం ఆరా తీస్తే మళ్లీ ఈరోజు ఉదయం ఆయన భార్యతో గొడవ పెట్టుకుని ఆఫీసుకు వచ్చినట్టు అందరికీ తెలిసిపోయింది .
కాసేపటికి తనకు వచ్చిన ఫోన్ కాల్ అందు కున్న లాయర్ రంగనాథంగారు.. తన కారు దిగి బాస్ రూమ్ లోకి వెళ్లి రెండు గంటలపాటు తర్జన భర్జనలు పడటం, ఆ గలాటా అంతా విడాకుల పర్వం గురించే అని స్టాఫ్ అందరూ పనిచేస్తూనే గమనించటం వగైరా వగైరా జరిగిపోయాయి.
అంతేనా గడచిపోయిన ఆ 'మధ్య కాలమంతా'.....బాస్... తన భార్యను కావాలని పుట్టింటికి పంపించేయడం. నెల వరకు తిరిగి రావద్దని బెదిరించి చెప్పటం. లాయర్ ని నెలకి ఓ సారి రప్పించి గంటల తరబడి చర్చించటం, ఏవేవో సంతకాలు పెట్టడం, ఇవన్నీ చూడకుండా ఉందామనుకున్నా ఆ స్టాఫ్ అందరి కళ్ళల్లో పడిపోతూనే ఉన్నాయి.
మూడవ సంవత్సరం కూడా సగం గడిచిపోయింది....
ఇక ఇప్పుడు....
సెలవు రోజులలో మధురవేణితో బాస్ ఫోటో స్టూడియో లో ఫోటోలు దిగడం, ఇద్దరూ బీచ్ లో చేతులు పట్టుకొని షికార్లు పోవడం. అబ్బా... ఒకటా రెండా.. ఇలాంటి సంఘటనలు చూసి తట్టుకోలేని స్థితిలో అలా అలా చూస్తూనే ఉన్నారు. కానీ తట్టుకోక తప్పటం లేదు. తట్టుకోవడం అలవాటు చేసుకుంటు న్నారు, అతికష్టం మీద ఆ స్టాఫ్ అంతా.

★★★★

మూడు సంవత్సరాలు పూర్తి అయిపోయింది మధురవేణి వచ్చి...
ఆఫీసులో ఒకరోజు స్టాఫ్ అంతా ఏదో విషయం గురించి గుసగుసలాడుకుంటుండగా బాస్ ఆనంద్ తన కేబిన్ లోంచి డోర్ తీసుకుని బయటకు వచ్చాడు. అందరూ కంగారుపడి నిలబడ్డారు.

"కూర్చోండి ఫ్రెండ్స్! ఎందుకు కంగారుపడతారు? మీరందరూ ఏమి అనుకున్నా నాకు లోపలకు వినబడదు కదా. నేను ఒక ముఖ్య మైన న్యూస్ ఇక్కడికి వచ్చే మీకందరికీ చెప్పాలనుకున్నాను . అందుకే వచ్చాను. ఇక ఈ ఊరి తో నాకు రుణం తీరిపోయింది. ఇక్కడ నా కథ క్లైమాక్స్ కు వచ్చింది. అర్థంకాలేదా. నాకు ట్రాన్స్ఫర్. వెళ్లిపోవాలి. అయ్యో.. అని మీరు బాధపడతారు అని నేను అనుకోవడం లేదు. అట్లాగే నాకు సెండాఫ్ పార్టీ గురించి సరదాగా ఆలోచిస్తారని నాకు బాగా తెలుసు. ఎనీ హౌ.. నాకు వీడ్కోలు పార్టీ వద్దు. నేనే మీకందరికీ అభినందన పార్టీ ఇస్తాను. అదే ఎందుకు అంటే, నాతో ఇన్ని సంవత్సరాలు మీరందరూ సవ్యంగా సహకరించినందుకు.

ఇంత త్వరగా నేను మిమ్మల్ని అందరినీ విడిచి వెళ్లిపోవాల్సి వస్తుందని నేను అనుకోలేదు. కానీ ఏ మహానుభావుడి దయవల్లనో ఈ ట్రాన్స్ఫర్ తప్పడం లేదు.

మరో ముఖ్యమైన విషయం, మధురవేణిగారు వచ్చినప్పటి నుండి ఇప్పటి వరకు గడిచిన ఈమూడు ఏళ్లు ఆవిడను కూడా మీరు బాగా అర్థంచేసుకొని చాలా గౌరవంగా చూస్తున్న మీ అందరి అమోఘమైన తీరుకు, సహృదయ భావాలకి, మీ అందరినీ నేనే అభినందించి తీరాలి. ఓకే..అందుకే నేనే మీ అందరికీ పార్టీఇస్తాను"' అంటూ లోపలికి వెళ్ళిపోయాడు.

ఊహించని ఈసంఘటనకు ఒక్కక్షణం శిలాప్రతిమల్లా ఉండిపోయారు వాళ్ళందరూ.

మర్నాడు...

అభినందన సభ..... మధురవేణి తో సహా అందరూ హాజరయ్యారు. బాస్ ఆనంద్ తనే అందరికీ డ్రింక్ బాటిల్స్ అందించాడు.

" మీకందరికీ ఓ సెన్సేషనల్ న్యూస్ చెబుతాను.

ముందు డ్రింక్ తాగండి." అన్నాడు.

దాంతో వాళ్ళందరిలో టెన్షన్ మొదలైపోయింది. ఏ ఒక్కరూ మాట్లాడలేక పోతున్నారు.

బాస్ నిన్న తమతో మాట్లాడినప్పుడు "మధురవేణితో నా పెళ్లి, రేపే, మన ఊరి గుడి లో. మీరంతా పెద్దలు. తప్పక రండి అని అంటాడేమో అనుకున్నారు. కానీ అలా జరగలేదు

ఇప్పుడు వాళ్ళందరి మనసుల్లో ఒకే ఒక అనుమానం. బాస్ మధురవేణి గురించి వెళ్తూ వెళ్తూ ఏం చెబుతాడు. ఆమె విషయంలో ఎలాంటి నిర్ణయం తీసుకుంటాడు. అసలు ఆయన చెప్పాలను కుంటున్న ఆ సెన్సేషనల్ విషయం ఏమిటబ్బా!! సస్పెన్స్ సినిమాలా భరించలేకపోతున్నారు.

మధురవేణి మౌనంగా తల దించుకునే కూర్చుంది ఓ పక్కన.

బాస్ ఆనంద్ తన ప్రసంగం మొదలుపెట్టాడు.

"మై డియర్ ఫ్రెండ్స్... ఈ సెన్సేషనల్ విషయం మీకు చెప్పే ముందు పాత రోజులకు వెళ్దాం.. అంటే 3 సంవత్సరముల క్రితం మన మధురవేణిగారు ఆఫీస్ లోకి కొత్తగా వచ్చిన రోజులు. మొదటి ఆ నెల రోజులు, అవి మీరు మరచిపోలేని రోజులు కదూ!!

మీ అందరి అసహ్యపు రాపిడిలతో ఆవిడను ఒక రబ్బరు బొమ్మను నలిపివేసినట్లు నలిపి పడేశారు. ఆమెతో మీ అందరి బిహేవియర్ చాలా అసహ్యంగా.. అసభ్యంగా.. అనాగరికంగా.. పశువులు

కూడా ప్రవర్తించని విధానంగా ప్రవర్తించారు. నేను మీ అందరి ప్రవర్తన ఒకరోజు పూర్తిగా చాటుగా చూశాను.

ఆ నెల చివరి రోజున ఆదివారం మీ అందరి నడవడికకు మనస్తాపం చెంది భరించలేని మనోవేదనతో ఆమె స్లీపింగ్ టాబ్లెట్స్ మింగేసి ఆత్మహత్య చేసుకోబోయింది. ఆనాడు సమయానికి నాకు తెలియ బట్టి వెళ్లిరక్షించాను.

కానీ ఈ విషయం మీకు ఎవరికీ తెలియనివ్వలేదు. నేను మిమ్మల్ని ఎవరిని సంజాయిషీ కూడా అడగలేదు. కనీసం వార్నింగ్ ఇవ్వలేదు. అదేమీ నాకు ముఖ్యం అనిపించలేదు. అసలు మిమ్మల్నందరిని ఎలా క్రమశిక్షణలో పెట్టాలి? పెట్టలేను కూడా. మరి ఆవిడ మళ్ళీ మీ అందరి మధ్య ఉద్యోగ బాధ్యతలు ఎలా నిర్వహించాలి? ఇదే విషయం నా భార్యతో చర్చించి ఆవిడ ఆలోచన కూడా ఉపయోగించాను.

నేను ఆఫీసర్ గా ప్రమోషన్ పొందినప్పుడు....

"సాటి లేడీ కొలీగ్తో మిగిలిన వాళ్ళ అనుచిత ప్రవర్తన, లైంగికవేధింపులు అన్న విషయంలో ఆఫీస్ స్టాఫ్ సక్రమ నడవడిక" అనే టాపిక్ మీద నా పై అధికారులు, డైరెక్టర్స్ నాకు ఇచ్చిన ట్రైనింగ్ కూడా ఇప్పుడు నాకు చాలా బాగా ఉపయోగపడింది.

దాన్ని నా స్టైల్ లో మీ మీద ప్రయోగించి మధురవేణి గారికి మీ వల్ల మిగిలిన కాలమంతా నష్టం వాటిల్లకుండా చేశాను. మీరందరూ అనుకుంటు న్నట్టు ఆమెను నేను లైన్ లో పెట్టలేదు. ఆమెది నా కూతురు వయస్సు .!!

ఇంకా వినండి. రేపు మీకు రాబోయే మరో ఆఫీసర్ మధురవేణిగారి పట్ల సత్ ప్రవర్తనగా ఉంటే చాలా మంచిది. ఒకవేళ అలా కాకుంటే అతను ఆమె పట్ల అసభ్య ప్రవర్తన కలిగినవాడు అయితే మధురవేణిగారి రక్షణ బాధ్యత ఎవరి మీద ఉంటుందో తెలుసా ఫ్రెండ్స్... అది మీ అందరి మీదే ఉంటుంది!!!. ఇదే మీ అందరికీ నే చెప్పాలనుకున్న సెన్సేషనల్ న్యూస్!

పక్కదారి పట్టిన మీ ఆలోచన ధోరణి సక్రమం చేయడానికి మధురవేణిగారు నా మనిషి అన్న కాస్తంత భయం ఉంటే ఆమెతో మీరు దూరంగా ఉంటారని నేను ఆమెతో అలా మీకు కనపడేలా ప్రవర్తించవలసి వచ్చింది.

ఎస్ ..మై డియర్ ఫ్రెండ్స్.. నాది తప్పు అయితే మీరందరూ పెద్ద మనసుతో నన్ను క్షమించండి. ఇప్పుడు మీ బాస్ ని మీరందరూ అర్థం చేసు కున్నట్టేకదూ.. సారీ మీ బాస్ అరచుట్ట ఆనంద రావు గాడిని మీరంతా అర్థం చేసుకున్నట్టే కదూ!

బై ది బై నా భార్య అరుంధతి తో కూడా నాకు ఏ గొడవలు లేవు. మేమిద్దరం అన్యోన్య దంపతులం"

అంతే.. బాస్ ప్రసంగం ముగిస్తూంటుండగా.. మధుర వేణి ఒక్కొక్కరి చేతికి రాఖీలు కట్టింది. వాళ్లంతా సిగ్గుపడిపోతూ ఆమెను సోదరి భావం తో మనసారా దీవించారు.

మరింత సిగ్గుతో పశ్చాత్తాప హృదయాలతో తలదించుకుని తమ బాస్ ని ఒక్కొక్కరు ఆలింగనం చేసుకున్నారు.

(మరోమలుపు మాసపత్రిక కథల పోటీ ప్రథమ బహుమతి 2002 ఫిబ్రవరి మరియు మన తెలుగు మరియు మన తెలుగు కథలు డాట్ కాం పబ్లిష్ 2022)

రారా మా ముద్దుల మనవడా

శ్రీరామచంద్రయ్య కు 90 సంవత్సరాలు దగ్గర పడుతున్నాయి. భార్య సీతామహాలక్ష్మికి 80 ఏళ్లు. కొడుకు శ్రీవిష్ణు, కోడలు శ్రీవల్లి ఇద్దరు సాఫ్ట్వేర్ ఉద్యోగస్తులు.

ఇంకా సంవత్సరం వయసు నిండి అప్పుడే పడిపడి లేస్తూ బుడిబుడి నడకలు వేస్తున్న మనవడు 'చందు'.

ఆ వృద్ధ దంపతులు ఎప్పటినుండో కొడుకు, కోడలు దగ్గరే ఉంటున్నారు. కానీ రెండు మూడు సంవత్సరాల నుండి ఆ ఇంట్లో మారుతున్న పద్ధతులకు, మాటలకు సరిపెట్టుకోలేక పోతున్నారు.

దానితో వాళ్లు ఇద్దరూ తన అవసాన కాలం ఆనందంగా గడపడానికి తన కొడుకు కోడలు ఇంట్లో అనుకూల వాతావరణం తమకు లేదని భావిస్తూ నెల రోజుల నుంచి తర్జన భర్జనలు పడుతూ తట్టుకోలేని పరిస్థితిలో ఒక నిర్ణయానికి వచ్చేశారు.

వాళ్ళిద్దరూ తమ ఇంటికి కొంచెం దూరంలో ఉన్న పార్కులో మూలగా ఉన్న సిమెంట్ బల్లమీద కూర్చున్నారు. ఇద్దరు చేతులలోనూ చెరొక వైట్ పేపరు చెరొక బాల్ పెన్ ఉన్నాయి. ఏదేదో వ్రాయాలని ప్రయత్నిస్తున్నారు. వ్రాయలేక లేకపోతున్నారు. ఒకరి ముఖాలు ఒకరు చూసుకుంటున్నారు.

చివరికి శ్రీరామచంద్రయ్య భార్య వైపు చూసి

" సీతామహాలక్ష్మి.. ఇన్ని సంవత్సరాల బాధ వరసగా గుర్తు తెచ్చుకొని ఒక్కొక్క పాయింట్ రాయి. వాళ్లు మనం వెళ్లిపోయాక ఈ పేపరు చూసి చదువుకుంటే కళ్ళల్లోంచి ధారగా కన్నీళ్లు కారాలన్న మాట! వాళ్ళిద్దరూ నేల మీద పడి దొర్లి ఏడ్చి మనం ఎక్కడ ఉన్నామో చూడ్డానికి పరుగెత్తుకుంటూ రావాలి. బాధ కనపడాలి. అలా రాయాలన్న మాట. మనం పడ్డ క్షోభను గురించి నీ మనసులో ఏమనుకుంటున్నావు, ఆ భావం పూర్తిగా వాళ్ళు ఇద్దరకు అర్థమయ్యేలా నీ దగ్గర ఉన్న పేపర్ మీద రాయి. నేను కూడా నా దగ్గరున్న పేపర్ మీద రాస్తాను."

అంటూ కాస్త ఆలోచన చెప్పాడు భార్యకు, శ్రీరామచంద్రయ్య.

అంతే.. ఇద్దరూ తమ స్మృతిపథం లోని విషయాలను గుర్తుచేసుకుంటూ తాము అనుభవించిన బాధను అక్షరాల రూపంలో పెట్టటం ఆరంభించారు.

" ఒరేయ్ శ్రీ విష్ణు..భోగి పండుగ నాడు ఆవుపేడతో పిడకలు చేసి దండ కట్టి నా మనవడు చేత భోగి మంట లో వేయిద్దాం అనుకున్నాను. మీరిద్దరూ 'కుదరదు' అన్నారు. ఆ భోగి పిడక విభూది నుదుటన బొట్టు పెట్టుకుంటే వచ్చే భోగి వరకు ఆయురారోగ్యా లతో ఉంటారురా

అని నెత్తీ నోరు మొత్తుకు చెప్పినా కాదన్నారు. ఇప్పుడు భోగిమంటలు, భోగి పిడకలు ఎక్కడ ఉంటాయి? ఆ చాదస్తాలు అన్నీ ఇప్పుడు కుదరదు అంటూ చాలా చిరాకు పడ్డారు.

"ఆ విభూదికి ముఖం మచ్చ పడిపోతుంది బాబోయ్.!!. అన్నారు మీరిద్దరూ.

ఎలర్జీలు, దాని కడుపు మండ ఇంకేదో ఇంకేదో వచ్చే స్తుంది అన్నారు ఇంగ్లీషులో.

సరే, మీరిద్దరూ ఏమీ తెలియని చిన్న పిల్లలు అను కోవడానికి. అలా కాదు కదా నీకేమో గడ్డం బోల్డంత పెరిగింది. నీ పెళ్ళానికేమో ఆ మాయదారి ఉంగరాల జుట్టు కి పాలిష్ పెట్టడాని కే టైం సరిపోవడం లేదు.

ఎంత మహానగరంలో ఉంటే మాత్రం సాంప్రదాయాలు మొత్తం మూటగట్టి పక్కన పెట్టేసి బ్రతకా లంటే మా వల్ల కాదు.

పోనీ సంవత్సరాదికి వేప పచ్చడి అయినా చేయనిచ్చారా? కనీసం మనవడు చందు అయినా కొత్త బట్టలు కట్టుకోవాలి రా అంటే విన్నారా? కావాలంటే మీరు కట్టుకోండి మాకు అక్కర్లేదు అన్నారు.

వాడికి బట్టలు లేక కాదు నూతనసంవత్సరం. అది ఒక సాంప్రదాయం రా అంటే వినలేదు మీరు.

ఒక మూలన ఆకు వేసి పెద్దలకు భోజనం పెట్టుకోవాలి రా అంటే కూడా పొసగనిచ్చారు కాదు. ఛీ,ఛీ ఎందు కొచ్చిన బ్రతుకు అనిపిస్తోంది. ఈ వయసులో మాకు ఏం కావాలి? అర్థం చేసుకోవడం లేదు మీరు.

చందుని కాళ్ల మీద వేసుకొని ఆడిస్తుంటే అలా వద్దు మట్టి అంటుకుంటుంది అంటారు. లాక్కొని పోతారు. అసలు మీకు ఒక విషయం తెలుసా! మా రోజుల్లో మా కుటుంబాల్లో అలాంటి పిల్లలను మేము కాళ్ళమీద పడుకో బెట్టుకుని ప్రతిరోజూ తెల్లవారుజామునే నూనె రాసి నలుగు పెట్టే వాళ్ళం. కుంకుడుకాయ పులుసుతో తల అంటి గోరువెచ్చని నీళ్ళు పోస్తే పిల్లలు బంతి పువ్వులాగా ఉండేవారు రా. ఇప్పుడు మీరు ఏమంటున్నారు. ఆ 'నెట్టుపెట్టి' ద్వారా నలుగుపిండి తెప్పించారు. అదేమో గడ్డకట్టుకు పోయింది. ఇంట్లో తయారుచేసుకోవచ్చు రా అంటే విన్నారు కాదు.

అంతా మీ ఇష్టం. ఆలనాపాలనా సరిగ్గా లేక పిల్లోడు ఎలా తయారయ్యాడో చూడు. పిల్లోడిని మా చేతిలో పెట్టరు. మీరేమో సరిగ్గా చూడలేరు. ఏ నేను సరిగ్గా పెంచబట్టే కదా నువ్వు ఇంత వాడి వయ్యావు. ఆ బుద్ధి, జ్ఞానం కూడా లేదు నీకు. నీకు లేనప్పుడు కోడలు పిల్ల కు ఎక్కడి నుంచి వస్తుంది. ఆవిడగారు కూడా తందాన తాన అన్నట్టు ప్రవర్తిస్తుంది.

అసలు "కాళ్ళగజ్జకంకాలమ్మ" గురించి మీకు ఏమి తెలుసు రా? నేను నీ చిన్నప్పుడు ఆడించిన ఆటలన్నీ మరిచిపోయావు. ఇప్పుడు అవి వద్దు అని ఆ దిక్కు మాలిన ఆ "నెట్టుపెట్టె" పిల్లోడి ఎదురుగా పెట్టిపెట్టి ఆ లేతబుర్రకు ఇంగ్లీష్ నేర్పించేయాలనుకుంటున్నావు.

నేర్పించుకో. తప్పులేదు. కానీ మన సంస్కృతిని మంటకలపకు రా.

శ్రీ విష్ణు..నీమాట అటుంచు కోడలు శ్రీవల్లి కూడా నీలాగే నడుచుకుంటోంది. మా మీద గౌరవం బొత్తిగా లేదు. పోయిన వేసవికాలం లో కరెంటు పోయింది జనరేటర్ లేదు. కనీసం ఆ విసనకర్ర వెతికి ఇచ్చిందా.

చందు ని పడుకో పెట్టడంలోనే ఆవిడకు 24 గంటలు సరిపోతున్నాయి.

" చందు బట్టలకు బటన్ ఊడిపోతే సూదిదారంతో కుట్టడం కూడా రాకుండా బ్రతుకుతోంది నీ పెళ్ళాం.

మా రోజుల్లో సూది దారాలతో ఎన్ని రకాల పనులు చేసే వాళ్ళము. రకరకాల అల్లికలు, కుట్లు. ఆరుముళ్ళు.. గట్టిముళ్ళు.. మూడుముళ్ళు.. నెమలి ముళ్ళు..

చక్రంఅల్లికలు.. తాడుఅల్లికలు.. బొంతఅల్లికలు.. ముగ్గుఅల్లికలు... ఒక్క పేరు రాదు ఆ కోడలు పిల్లకి.

పోనీ పోనీ, శ్రీవల్లి కి కనీసం పూజలు చేయడం కూడా అలవాటు చేయలేదు వాళ్ల వాళ్లు! పోనీ నాకు తెలిసినది ఏదో నేను నేర్పుతామంటే నేర్చుకుంటుందా?

పూజా విధానం ఇలా చేయాలమ్మ అని నేను చెప్పబోతుంటే

" నాకు తెలుసు అత్తయ్య. నెట్టులో చూసేను"

అంటూ ఆ పూజ పునస్కారాలను ఇష్టం వచ్చినట్లు చేసి పాడేస్తుంది. నీ పెళ్ళాం శ్రీవల్లి, పెళ్లి చూపుల్లో బొద్దుగాబుద్ధిగా కనబడిందని సరే అన్నాను. మోస పోయానురా!

" ఆ మాయదారి 'నెట్టుపెట్టె' తో మీ ఇద్దరికీ 24 గంటలు సరిపోవడం లేదు. ఆ దిక్కుమాలిన "నెట్టుపెట్టె అదే మీకు అమ్మానాన్న, చుట్టం, స్నేహితుడు.

అవును మరి మాకన్నా ఎక్కువ విషయాల్ని నేర్పు తుంది ఆ ముదనష్టపు పెట్టె.

దాన్నే నమ్ముకోండి. మోసి కని పెంచిన మమ్మల్ని పక్కన పెట్టేయండి.

మీ వ్యవహారాలలో మీరు బిజీగా ఉన్నప్పుడు, మేము చెప్పిన ఏ విధానము మీరు అవలంబించకుండా నడుచుకుంటూ ఉన్నప్పుడు, ఇంకా మీ ఎదురు గుండా మేము ఉండడం దేనికి రా. తిని పడుకోవడానికే కదా.

మీ 'నెట్టుపెట్ట' లే మీకు జీవితం, ఆహారం, నిద్ర. దాని కడుపు మండ, అది వచ్చి మా బిడ్డలను మాకు దూరం చేసిందిరా"

సీతామహాలక్ష్మమ్మ తను రాసిందంతా భర్తకు విని పించింది. నాలుగు కన్నీటి బొట్లు కూడా కార్చింది.

" నువ్వెందుకు ఏడుస్తావు. లబోదిబోమని ఏడవ వలిసింది వాళ్లు. అయినా ఆ మధ్యలో ఆ కంప్యూటర్ ఏం చేసింది? దాన్ని రకరకాలుగా తిట్టిపోసుకున్నావు. కానీ కొడుకు కోడలు ఇద్దరినీ ఒక్క మాట అన్నావా? వాళ్లంటే నీకు ఇంకా ప్రేమగా ఉంటే నువ్వు ఇక్కడే ఉండి పో నేను వెళ్ళిపోతాను."

శ్రీరామచంద్రయ్య రుసరుసలాడుతూ అన్నాడు.

రోజులు మారాయి మహాలక్ష్మి. మనమే మారలేక పోతున్నాము. అసలు ఇప్పుడు మన బంగారం మంచిది కానప్పుడు ఇతరులను నిందించడం అనవసరం.

ఒక విధంగా చెప్పాలంటే నెట్టుపెట్టే కదా మన అందరికీ తిండి పెడుతోంది. నిజం చెప్పాలంటే మనవి ఎందుకూ పనికిరాని పాత సాంప్రదాయలే కదా! పాత చింతకాయ పచ్చడి కాలం నాటి మనుషులం మనం. ఇంకా పాత చింతకాయ పచ్చడి ఊరిఊరి కాస్త రుచి గా అయినా ఉంటుంది. మనం మాత్రం ఎందుకు పనికిరాని చప్పని చప్పిడి తిండి లాంటి వాళ్ళం. వేస్టు మనుషులం అన్నమాట.

వేస్ట్ బకెట్ అయినా ఉపయోగకరంగా ఉంటుంది. చెత్త తనలో పోసుకుంటూ దాని ధర్మం అది నిర్వర్తిస్తూ ఉంటుంది. మనిద్దరం వాళ్ల దృష్టిలో వేస్టు బకెట్టు కన్నా కొరగాని వాళ్ళం అన్న మాట!

నువ్వు రాసిన దానిలో ప్రాణం లేదు. ఏదో అలా అలా రాసి పడేసావ్. ఇంట్లోంచి కొడుకు కోడలు దగ్గర నుండి మనం చెప్పకుండా వెళ్ళిపోతున్నప్పుడు ఆర్ద్రతతో రాయవలసిన అక్షరం ఒకటీ పడలేదు.

సరే.బాగా గుర్తుకు తెచ్చుకుని మనసుకు గాయం కలిగిన విషయాలన్నీ కలగలిపి రాత్రికి మిగిలింది కూడా రాయి"

అంటూ భార్య రాసిన కాగితం ఆమె చేతికిచ్చేసి తను రాసింది చదవనారంభించాడు శ్రీరామచంద్రయ్య.

" వినాయకచవితికి ఏం చేశారు మీరు? పాలవెల్లి కట్టా లిరా అంటే పాలవెల్లి లేదు, గుద్దు లేదు అన్నారు. అవన్నీ ఇక్కడ కుదరవు అన్నారు. మేము ఇద్దరం ఎంత బాధ పడిపోయామో మీ ఇద్దరికీ తెలుసా? ఉండ్రాళ్ళు ఏమిటి తాలికలు ఏమిటి అన్నారు. అసలు ఆరిది అంటే ఏమిటి అని అడిగారు. చిన్నప్పుడు మేము చేసి పెట్టడం, నువ్వు శుభ్రంగా తినడం మరిచి పోయావటరా శ్రీ విష్ణు. కోడలు శ్రీవల్లి మాట అలా ఉంచు. నీ బుద్ధి ఏమైందిరా. ఎంత కంప్యూటర్ ఉద్యోగాలు అయితే మాత్రం జీవితం కంపుకొట్టించుకుంటే ఎట్లా ?

దసరా సరదాలు తీరనిచ్చారా? కర్రబాణం ఇంట్లో తయారు చేయకపోయినా మార్కెట్ నుండి కొని తెచ్చి రంగు బుక్కా పొడి, నామనవడి చేత మనమే కొట్టేస్తూ పిల్లలు అందరితో ఆడుకునే లా చేయాలిరా ఆ సరదా మళ్లీ సంవత్సరానికి గాని రాదురా అంటే విన్నారా? ఆ రంగులు కళ్ళల్లో పడితే కళ్ళు పోతాయి. అసలు వద్దు అన్నావు. నిన్ను ఆడించ లేదా ఆ విధంగా. నీకు కళ్లు పోయాయా??

దీపావళికిమాత్రం మందు సామాను వద్దు. గుండు సామాను వద్దు అన్నారు. చందు కాల్చకపోయినా చూస్తాడు రా ఆనందపడతాడు రా, సరదాగా కాల్పించాలి రా అంటే ఒక్క రూపాయి మందు సామాను కూడా తెచ్చావు కాదు. కాళ్లు చేతులు కాలిపోతాయి అన్నావు. తాతగారుగా పోనీ నేను తెచ్చి ఇంట్లో పెడితే ఆచిచ్చుబుడ్లు,విష్ణుచక్రాలు , భూచక్రా లు, మతాబలు

పెంటలో పాడేయండి అన్నావు. ఆ చిన్న పిల్లోడిని కూడా మాకు కాకుండాచేసి పడేస్తు న్నారు మీరిద్దరూ.

తాతమామ్మల తో సరదా ఆటలు ఆడనివ్వరు. మీ అమ్మ తన కాగితంలో రాసి చెప్పినట్టు ఆ 'నెట్టుపెట్టె' లో ఉన్నవన్నీ నేర్పిస్తామంటారు. ఇప్పుడు ట్రెండు మారింది అంటున్నారు. పాతకాలం అలవాట్లతో పిల్లలు మనసు ఎదగదు అంటున్నారు. తిండి కూడా పాత కాలం నాటిది వద్దు అంటన్నారు. రకరకాల కొత్త అలవాట్లు నేర్చుకొని ఫాస్ట్ గా ముందుకు వెళ్లకపోతే బ్రతకలేము అంటున్నారు. ఇంకా నోటికొచ్చింది ఏదేదో వాగేస్తున్నారు. తల్లిదండ్రులంటే దమ్మిడికాసు లో 60 వంతు విలువ లేకుండా పోయింది మీ ఇద్దరికి.

మా అమ్మానాన్నలకు మేము ఎంత భయపడే వాళ్ళ మో మీ ఇద్దరికీ ఏమైనా తెలుసు రా ?ఏమైనా గట్టిగా మాట్లాడితే గది తలుపు గడియ పెట్టుకొని కూని రాగాలు తీసుకోవడం, ఆ పూట భోజనం మానేయ డం, మళ్లీ మేమే బ్రతిమిలాడడం. ఇష్టం లేనట్టు నటిస్తూ సాయంత్రం భోజనం కన్నా డబుల్ టిఫిన్ లాగించేయడం...భలే ఉంది మీ ఇద్దరి వరస. రకరకాల విద్యలు.

ఇది గారమో తెలియడం లేదు లేకపోతే లెక్కలేని

తనమో తెలియటం లేదు.

నేర్చుకోండి రా నువ్వు కోడలు 90 రకాల విద్యలు నేర్చుకుని సుఖంగా బ్రతకండి. మాకెందుకు రేపో ఎల్లుండో ఊడిపోయే వాళ్ళం. మేము ఇలాగే పోతాం.

మాకు ఇదే ఇష్టం. మీతో సమానంగా మేము గుడు గుడు గుండం ఆడలేము."

మీరిద్దరూ మూతిముడుచుకోవడాలు. చిరాకు పడడాలు. ఇంగ్లీషులో మా మీద గుసగుసలు చెప్పుకోవడాలు. మమ్మల్ని పట్టించుకోకపోవడం. మీ అదోరకం చూపులు. మేమిద్దరం మీ ఇద్దరికీ అడ్డంగా ఉన్నామన్న మీఫీలింగ్. భరించలేకపోతున్నాము. రెండు పూటలా భోజనం చేస్తున్నప్పటికీ మాకు అరగటం లేదు. మందులు మింగుతున్నప్పటికీ ఏ మాత్రం పనిచేయడం లేదు.

తట్టుకోలేక పోతున్నాము. అందుకే ఈ నిర్ణయం. ఇంట్లోంచి మీకు చెప్పకుండా కనపడకుండా వెళ్ళి పోతున్నాం."

అలా శ్రీరామచంద్రయ్య తను రాసింది అంతా చదివి భార్యకు వినిపించాడు..

"ఓస్ ఇంతేనా! ఇంకా చాలా బాధలు పడ్డాము కదా. మీరేదో తెగ రాసి పొడిచేస్తారేమో అనుకున్నాను. మీ కన్నా నేనే ఒక పిసరనయం. మనల్ని ఎలా ఏడిపిం చారు వాళ్ళు. గుర్తులేదా ఆ బాధ లన్నీ మరిచిపోయా రా? కాస్త మంచి కూర వండి పెడితే అన్నీ మరిచి పోయి ఇహిహి ఇహిహి అని నవ్వేస్తారు మీరు. అసలు మీ వల్లే వాళ్ళిద్దరూ ఇలా తయారయ్యారు.

మొదటి నుండి సరైన అదుపాజ్ఞలలో పెడితే ఈరోజు మనకీ కర్మ పట్టేది కాదు."

భర్త శ్రీరామచంద్రయ్యతో విసవిసగా మాట్లాడు తూ అంది భార్య సీతామహాలక్ష్మిమ్మ.

"ఇదేదో బావుందే. వాళ్లని ఏమీ అనలేక నన్ను అంటు న్నావ్.... ఇంకా రాత్రి భాగం మిగిలి ఉంది కదా రాత్రికి బోల్డంత రాస్తాను కదా. ఆ కంగారు ఏమిటి? ఇలాగా కంగారుగా మాట్లాడబట్టే వాళ్ళు నిన్ను కూడా లోకువ చేసేసారు. తల్లి అన్న బుద్ధి వాడికి గాని, అత్తగారు అన్న జ్ఞానం ఈ కోడలు పిల్లకు కానీ లేకుండా పోయాయి.

"మహాలక్ష్మి! మిగిలిన విషయాలు గుర్తుకుచేసుకుని రాత్రికి ఇంటిదగ్గర రాద్దాం. సరే, మన ఇద్దరికీ రెండు బ్యాగులు సదిరావుకదా! మందులు గట్రా రెడీగా ఉన్నాయి కదా. పూర్తిగా రాసిన మన ఈ ఇద్దరు పేపర్లు రెండూ మడిచి గదిలో బల్ల మీద పెట్టి ఎగిరి పోకుండా తాళం కప్ప పెడదాం. మనం వెళ్ళిపోయేది తెల్లవారు జామున 5 గంటలకు. ఏ బస్సు ఉంటే ఆ బస్సు ఎక్కేద్దాం. ఇదిగో మన ముఖాలు మన ఊరి వారు ఎవ్వరికీ కనబడకుండా. వాళ్ళు ఎవరూ మన ల్ని పలకరించకుండా నేను నెత్తి మీద టవల్ కప్పు కుంటాను. నువ్వు చీరకొంగు చుట్టుకో. అర్థమవు తుంది కదా. దారిలో మనల్ని గుర్తుపట్టి ఎవరైనా పలకరించినా ఎవరితోటి మాట్లాడకు. మేము కాదు అని అంటూ ముందుకు వెళ్లిపోవాలి అంతే.

మహా అయితే రెండు మూడేళ్లు బతుకుతాం. ఏ.. ఏదో ఒక ఊరిలో దేవుడి గుడి దగ్గర కొబ్బరి చిప్పలు తింటూ బ్రతక లేమా?? బ్రతక లేకపోతే చస్తాం.

ఇన్నాళ్లు బ్రతికి ఇంత రాజభోగం అనుభవించాం చాలదా?

ఎంతోమంది చుట్టాలు, స్నేహితులు వాళ్ళ అందరితోటి ఇన్నాళ్ళు చాలా సరదాగా గడిపాము.

మా ఊరిలో మనిద్దరికీ సన్మానం కూడా జరిగింది.

చాలా గౌరవంగానే జరిగింది. కానీ అగౌరవం ఏ మాత్రం లేదు. ఇప్పుడంటే లేదు కానీ బోల్డన్ని బంగారాలు కూడా పెట్టుకున్నాం. హోదాగానే బ్రతికాం.

అన్ని సరదాలు తీరిపోయాయి.

గుడులు గోపురాలు మొత్తం అన్నీ చుట్టపెట్టాం.

పూజలు పునస్కారాలు బోల్డన్ని చేసుకున్న ఆనంద జీవితం మనది. వెంకటేశ్వర కళ్యాణానికి పీటల మీద కూడా కూర్చున్నాం. గుర్తు ఉందా?యాత్రలన్ని తిరిగేసాం. అన్నట్టు శ్రీరామనవమికి భద్రాచలం వెళ్లి ఎంత రాజభోగం అనుభవించాం మనమే విఐపీలం అనుకుని. రెడ్కార్పెట్ మీద నడిపించారు. డైరెక్టుగా గర్భ గుడిలోకి తీసుకెళ్లిపోయారు. అది విచిత్రమైన సంఘటన."

శ్రీరామచంద్రయ్య! చెప్పడం ఆపి భుజాన టవల్ తీసుకొని కళ్ళు రెండు ఒత్తుకున్నాడు. సీతా మహాలక్ష్మమ్మ కూడా తన పమిట కొంగుతో కళ్ళు ఒత్తుకుంది. తమ చేతిలోని పేపర్లు రెండూ మడిచి జాగ్రత్త పెట్టు కుని ఇంటి ముఖం పట్టారు ఆ వృద్ధదంపతులు.

రాత్రి అయ్యాక...

తలుపులు దగ్గరకు వేసుకుని చాలాసేపు ఆలోచించి ఆలోచించి కన్నీళ్లు తుడుచుకుంటూ తుడుచు కుంటూ వెక్కి వెక్కి ఏడ్చినా బయటకు వినపడ కుండా ఇంకా రాయ వలసింది అంతా పూర్తిగా రాసి జాగ్రత్త గా ఇద్దరి పేపర్లు మడిచి బల్లమీద పెట్టి తాళంకప్ప బరువు పెట్టారు.

పెద్ద గడియారం లో పన్నెండు గంటలు కొట్టింది.ఆ శబ్దం తమ గుండె ల మీద ఎవరో కసుక్కున కసుక్కున తొక్కుతున్న భావన కలిగింది. తమాయించుకున్నారు.

నిద్ర పోవడానికి ప్రయత్నించారు. అటూఇటూ ఎంత దొర్లినప్పటికీ నిద్ర పట్టలేదు. తెరలు తెరలుగా దొంతరలు దొంతరలుగా అలలు అలలుగా గుర్తుకొస్తున్న గత సంఘటనలన్నింటినీ తొక్కిపెట్టు కుంటున్నారు . గుర్తు వచ్చిన సంఘటన కూడా పేపర్లో రాసి ఉంటే బాగుండునే అనుకుంటూ తమలో తామే చర్చించు కుంటున్నారు. అలా అలా తెల్ల వారు జామున 5 గంటలు అయింది. కోడి కూసిన శబ్దం దూరం నుండి వినబడింది.

తూర్పున ఊరు చివర రామాలయంలోని గంటల శబ్దం కూడా అలా అలా వాళ్ల కర్ణభేరిని తాకింది.

నెమ్మదిగా పైకిలేచి తమ రెండు బ్యాగులు చేత్తో పట్టుకొని తాము రాసిన పేపర్లు మడచిపెట్టి అక్కడే ఉన్న బల్లమీద భద్రంగా పెట్టాము అని మరొక్క సారి నిర్ధారించుకుని శబ్దం కాకుండా తమ గది తలు పులు తెరిచారు.

'అంతే.... అంతే....'

గడప అవతల క్రింద నేల మీద దృశ్యం చూసి నిశ్చేష్టులైపోయారు. తమ ఇద్దరి హృదయాలలో ఆనందపు లావా ఉబికి ఉబికి పెల్లుబికి పైపైకి విరజిమ్ముతున్న ఆనందం కలిగింది.

క్షణం ఒకరి ముఖాలు ఒకరు చూసుకుని ఏదో మాట్లాడుకున్నారు. నవ్వుకున్నారు. పరవశించి పోయారు.

వెంటనే తమ చేతిలోని బ్యాగులతో ఆ గదిలోనే వెనక్కు నడిచారు. ఆ బ్యాగులను అలమర లో పెట్టేశారు. బల్ల మీద పెట్టిన తాము రాసిన రెండు కాగితాలు తీసి ముక్కలుముక్కలు చేసిచెత్తబుట్టలో పడేసారు. తాళంకప్ప ఓ మూలకు గిరాటు పెట్టారు.

ఎదర రూములో కొడుకు కోడలు ఇంకా నిద్ర పోతు న్నట్టుగా గ్రహించారు.

వెంటనే గబగబా ఆప్యాయతగా అభిమానం గా ప్రేమను ఆపుకోలేక ఇద్దరూ తమ గది గడప దాటి బయటకు వచ్చారు ఒక్కసారిగా.

రాత్రి తల్లిదండ్రుల దగ్గర పడుకొని తెల్లవారు జామున 5 గంటలకు మెలుకువ వచ్చేసి పక్క మీద నుంచి లేచి ఆ గదిలో తాత మామ్మలు అయిన తామిద్దరి కోసం చుట్టూ చూసి కన బడక బుడిబుడి నడకలతో బయటకు నడుచుకుంటూ వచ్చి తమ గది తలుపుల దగ్గర నిలబడి బోసినవ్వులతో తల పైకెత్తి తామిద్దరి వైపు చూస్తున్నాడు సంవత్సరం మాత్రమే నిండిన చందు .

"ఈహిఈహి..... తాతనానమ్మ ...ఎక్కడకు వెళ్ళి పోతారు.... నన్ను ఎత్తుకోరా...తాత..నానమ్మ నా కోసమైనా ఉండరా అన్నట్టు చూస్తున్న... మనవడు 'చందు' ముఖం లక్ష కోట్ల వోల్టుల పవర్ఫుల్ ఎలక్ట్రికల్బల్బు లా కనిపించింది ఆ వృద్ధ దంపతులు ఇద్దరికీ!!!

శ్రీరామచంద్రయ్య సీతామహాలక్ష్మమ్మలు... ఆనందంతో క్రిందకు వంగి మనవడి ని ఒకేసారి పైకి లేవదీసి ఎత్తు కొని, గుండెలకు హత్తుకుని ఆనందంతో ముద్దాడారు.

" కన్నా... చందు.. అరేయ్.. నీతో పాటు బుడి బుడి నడకలు మేము కూడా వేయాలి రా. అంతేనా.. నీతో పాటు పరుగు పెట్టాలి. కోతి కొమ్మచ్చి ఆడాలి కదా. ఇంకా సరదాసరదాగా నువ్వు కూడా మమ్మల్ని పిడి గుద్దులు గుద్దు తుంటే అవి కూడా మహదానందంగా మేము భరించాలి కదరా. తాతామామ్మలుగా ఈ ఆనందాలన్నీ నీకు దూరం చేసే హక్కు మాకు లేదు రా. అప్పుడే మా జీవిత సంపూర్ణ ధర్మం కూడా పూర్తి గా పూర్తవుతుంది!

నీకు అన్యాయం చేయమురా ముద్దుల మనవడా.

ఇన్నాళ్ళు .. నీ అమ్మానాన్నల వల్ల అనుభవించిన బాధ నీ బోసి నవ్వుల ముందు మరిచిపోయాంరా.." అలా మనసులో అనుకుంటున్న ఆ వృద్ధదంపతులు ఇంకా మనవడిని ముద్దాడుతూనే ఉన్నారు.

ఇప్పుడు శ్రీరామచంద్రయ్య సీతామహాలక్ష్మమ్మలలో గతించిన క్షోభ బాపతు బాధ అణు మాత్రం కూడా లేదు. భవిష్యత్తులో ఇంకా కఠినమైన సమస్యలు ఎదురైనా మనవడి కోసం తట్టుకోగల శక్తి వాళ్లలో ఏర్పడి ప్రాణం ఉన్నంత వరకు మనవడి దగ్గరే ఉండి పోవాలని పూర్తిగా నిశ్చయించుకున్నారు.

(జయశ్రీ మాసపత్రిక.. దీపావళి కథల పోటీలలో ద్వితీయ బహుమతి 1992 డిసెంబరు మరియు మన తెలుగు కథలు డాట్ కాం పబ్లిష్ 2022)

బోల్తా కొట్టిందిలే బుల్ బుల్ పిట్ట

ఆకాశంలో హాహాకారాలు చాలా భయంకరంగా ఉన్నాయి.. భూమిని సమీపించేస్తున్నాయి..అయినా ఎవరికీ వినిపించడం లేదు!

రెండు ముళ్ళకొండలు లాంటి ఆకారాలు వికట నృత్యాలు.... చేస్తూ వస్తున్నాయి. వాళ్ల దగ్గర ఉన్న విచిత్ర శూలఖడ్గాలు రాపిడికే అగ్నిబండలు.. ఆ ప్రాంతమంతా వ్యాపిస్తున్నాయి కానీ భూమ్మీద ఎవరికీ ఏ విషయమూ తెలియడం లేదు!

ఆ వచ్చే వాళ్ళు రాక్షసయమకింకరులు ప్రజృంభ కాసురుడు ..విజృంభకాసురుడు !

యమకింకరులు భూమ్మీద శరీర రహిత మానవులను యమలోకం తీసుకు వెళ్ళవలసి వచ్చిన ప్రతి సారి.. ఎక్కడికి వెళ్లాలో ఎవరిని తీసుకురావాలో వాళ్లకు చాలా ప్రస్ఫుటంగా మార్గం కనిపిస్తూ ఉంటుంది.

అయితే ఇప్పటి పరిస్థితి వేరుగా అనిపిస్తుంది వాళ్లకు.....

ఇప్పుడు ఎక్కడ దిగాలో ఎవరిని తీసుకువెళ్లాలో తెలియని... విచిత్ర పరిస్థితి... ఒక ఆత్మను తీసుకు రావలసి ఉంది...అందుకు వాళ్ల కు యమలోకంలోనే సంకేతాలు అందాయి. భూలోకానికి ఎప్పటివలె బయ లుదేరారు.. కొంత దూరం వరకూ చక్కగా కనిపించిన మార్గం ఎందుకు మూసుకుపోయిందో వాళ్లకు అర్థం కాలేదు... భూమ్మీదకు రావడానికి దారి తెలియటం లేదు. పోనీ వెనక్కి వెళ్ళిపోదాం అంటే ఆ దారి కూడా కనిపించడం లేదు.... చిత్రగుప్తులవారి నుండి యమ ధర్మరాజుగారి నుండి ఏ విధమైన సంభాషణ విని పించడంలేదు. మొత్తానికి భూమికి కొంచెం దూరంగా సమీపించేశారు.. ఖచ్చితంగా వాళ్లు దిగవలసిన ప్రాంతం అదే. పైగా అక్కడ చాలా మంది జనం మూగి రోధిస్తున్నట్టు ఉంది వాతావరణం. క్రింద మనుషులు చూచాయగా కనిపిస్తున్నారు కానీ శవం జాడలేదు.

పోనీ.. దాని బాపతు ఆత్మ కదలికలు కూడా కనిపించ దంలేదు. అలా గాలిలోనే తేలి తిరుగుతూ సమయం కోసం నిరీక్షిస్తున్నారు...రాక్షస యమకింకరులు.

వాళ్లకు క్రిందనున్న పిచ్చిమొక్కలకొండ ప్రక్కన పెద్ద మర్రిచెట్టు దాని కింద రచ్చబండ... ఊరి జనం అంతా అక్కడే ఉన్నారు. ఆ రచ్చబండ మీద కూర్చుని కొందరు వ్యక్తులు బాధగా మాట్లాడుకుంటు న్నారు. వాళ్ళందరి మాటలు స్పష్టంగా గా వినిపిస్తున్నాయి.. గాలిలో తిరుగుతున్న రాక్షస యమ కింకరులుకు....

వాళ్లు... అక్కడున్న ప్రజలు... ఈ విధంగా మాట్లాడు కుంటున్నారు

★★★

"గీసెక్రధరం..ఈ సరికి స్వర్గలోకం చేరిపోయి ఉంటాడు"..

అన్నాడు విశ్వనాధం.. ఆ రచ్చబండ కు దగ్గరలో ఉన్న ఇంటిలో గంట క్రితమే సడన్గా చనిపో యిన... చక్రధరాన్ని ఉద్దేశించి.

"ఖచ్చితంగా స్వర్గలోకం వెళ్తాడు.. ఎందుకంటే ఇతని ఆస్తి మొత్తం అన్నగారు కాజేసిన.. పోనీలే అని ఊరు కున్నాడు.. పుణ్యాత్ముడు"..అన్నాడు చంద్రరావు.

" అంతేనా... ఆ చలపతి... మన సెక్రధరం మీన సరిహద్దు గోడ విషయంలో అనవసరంగా తప్పుడు కేసులు పెట్టి... కోర్టు చుట్టూ మూడేళ్లు తిరిగేలా చేసి కొట్టులో వేయించాడు... అయినా...

'ఎందుకులే వాడి తప్పు వాడే తెలుసుకుంటాడు' అని సెమించేసాడు, మన సెక్రధరం. మనోడు చాలా ధర్మాత్ముడు" అన్నాడు పైడిరాజు.

" అసలు విషయం మాట్లాడరా! మన ఎమ్మెల్యే ఎలచ్చన్లలో తనకు అనుకూలంగా పని సేయలేదని, మన సెక్రధరం ఇంటిని మిషన్ తో పడగొట్టించేశాడు. నడిఈధిలో కాపురం పెట్టాడు పాపం మనోడు." బాధగా అన్నాడు సుబ్బారావు.

"పెతీకారం, పగ, కసి, నటించడం, ద్వేషం, అంతెందుకు మనసారా నవ్వడం ఇవేవీ తెలియవు. దేవుడు లాంటోడు. మనోడు ఇలా సడన్ గా సచ్చిపోవడం. అన్యాయం" బాధపడుతూ అన్నాడు వెంకటసుబ్బయ్య.

"అవున్రా! ఆ మధ్య గీ సెక్రధరం కాడ నోటి మాట మీద నాలుగు లచ్చలు అప్పుతీసుకొని, నాకేం తెలియదు అనేసాడు, ఆ సుందరకేశవులు. ఎంత అన్యాయం, ఎంత మోసం?" అన్నాడు గంగరాజు.

" ఆ సుందరకేశవులు గాడు, మన సెక్రధరానికి ప్రాణ స్నేహితుడు. అసలు ఇలా చేయొచ్చా?" కోపంగా అన్నాడు పెంచలయ్య.

"వాడు బాగానే ఉన్నాడు. మన సెక్రధరం సచ్చిపోయాడు."అన్నాడు ముత్యాలరావు.

" స్నేహితుడుని బాధ పెట్టడం దేనికని, సమ్మగా ఊరు కున్నాడు మన సెక్రధరం. ఎంత అమాయకుడు. సీమకు కూడా అపకారం సేయనోడు. మనోడికి ఈ అకాలసావు ఎందు కొచ్చిందో! దేవుడు అంత మంచోడు కాదు." అన్నాడు అప్పుడే వచ్చిన ఆదియ్య.

" మామ, మన సెక్రధరం ఎన్నో దానధర్మాలు చేశాడు. ఎందరికో తన డబ్బుతో పెళ్లిళ్లు కూడా చేయించాడు. అనాథ ఆశ్రమం కట్టించాడు. పెళ్లి చేసుకుంటే డబ్బులు ఖర్చవుతాయి అని పెళ్లి కూడా మానేశాడు. ఆ డబ్బంతా లేనివాళ్లకు ఖర్చు పెట్టాడు. ఇట్లాంటి కుళ్ళు కపటం తెలియని మడిసి ఇలాంటి పాపపు మనుషులున్న నరలోకంలో బతకలేడు. సచ్చిపోవడమే మంచిదేమో. ఆ స్వర్గంలోనైనా హాయిగాఉంటాడు." అన్నాడు వెంకటసుబ్బయ్య.

"సరే నడండి. సీకటి పడిపోతోంది. ఆలస్యమైతే స్మశానంలో భయమేస్తుంది. చక్రధరం జీవంలేని శరీరం మీద పడి ఏడ్చే వాళ్ళను దూరంగా పంపించండి. మనకు అత్యంత ప్రీతిపాత్రుడైన మన చక్రధరాన్ని మన చేతులతో ఇలా ఇప్పుడు మట్టి చేయ వలసి వస్తుందని మనం ఎవరం అనుకోలేదు. ఈ అకాల మరణం ఇతనికి ఎందుకు వచ్చిందో. నువ్వు అన్నట్టు దేవుడు కూడా అంత మంచివాడు కాదు." నిట్టూరుస్తూ అన్నాడు ఆదియ్య

"సరే చక్రధరం మహా పుణ్యాత్ముడు. మనవాడు చేరేది స్వర్గలోకం కదా! మనందరం బాధ పడవలిసిన పని లేదు. నడండి నడండి. చక్రధరాన్ని మట్టి చేసే ఏర్పాటు చూడండి" అనుకుంటూ చక్రధరం స్నేహితులందరూ ఆయా ఏర్పాట్లు చేసుకోవడంలో పడ్డారు. అంతే ఇక్కడ భూమీద చక్రధరం మృత శరీరం ఘనమైన ఏర్పాట్లమధ్య కదిలింది.

★★★★

ఇదంతా పూర్తిగా విన్న రాక్షస యమకింకరులకు ఏమాత్రం అర్థం కాలేదు. తలలు విదిలించుకున్నారు.

తాము ఈ చక్రధరంని తీసుకువెళ్లాలని కదా వచ్చింది. మరి

"ఈ చక్రధరం స్వర్గం వెళ్తుంటే మరి మనం ఎవరి కోసం వచ్చినట్టు?" అని మనసులో అనుకుంటూ ముక్కులు రక్కుకుంటున్నారు. యమలోకం నుండి వచ్చే సంకేతాల కోసం ఎదురు చూస్తూ గట్టిగా శరీరం గోళ్లతో బరుకు కొన్నారు. కాస్సేపటికి మగతతో అక్కడున్న పిచ్చిమొక్కల కొండమీద మత్తుగా పడిపోయారు.

★★★★

ఇలా... లోకంలో మహాపుణ్యాలు చేసినందుకుగాను అక్కడ స్వర్గలోకంలో శరీరం తో కూడిన ఆత్మ చక్రధరం స్వర్గలోకపు ప్రధాన ద్వారం వరకు వెళ్ళిపోయింది. ఆత్మ చక్ర ధరం ని అక్కడి భటులు ఆహ్వానించారు. లోపల్నుండి ప్రధాన భటులు మేళతాళాలతో బాజా భజంత్రీలతో, డోలు సన్నాయిమేళాలతో, అప్సరసలు నాట్య మయూరీలు పూలదండలు పట్టుకొనిరాగా నవరత్నాల పల్లకి తీసుకొని మరీ వచ్చారు, నలుగురు బోయీలు. అంతేకాదు వేదమంత్రాలు చదువుతున్నారు కొందరు గండపెండేర మహా పండితులు చక్రధరాన్ని లోపలకు తీసుకొని వెళ్ళడానికి. మహదానంద పడిపోయాడు చక్రధరం.

ఇంతలో వెనకనుండి "ఏమోయ్ చక్రధరం ఇటు రా" అన్న పిలుపు వినబడింది. ఉలిక్కిపడి వెనక్కి తిరిగి చూసాడు చక్రధరం.

ఇంకెవరు నారద మహర్షివారు. సమీపంలోని పెద్ద బంగారు పూలచెట్టు కింద వజ్రవైడూర్య ముత్యపు బండపై విశ్రాంతిగా కూర్చున్న నారదమహర్షి వారిని సమీపించి

"స్వామి నమస్కారం! నా పేరు మీకు....."

అన్నాడు., చక్రధరం తల వంచి నమస్కారం పెడుతూ.

నారద మహర్షివారు "నీ పేరే కాదు. నీ అష్ట కష్టాల జీవితమే నాకు తెలుసు. 'సుఖీభవ భూలోక వాసి'" అని అతనిని దీవిస్తూ.

"ఇక్కడ విధానాలు నీకు తెలియవు. ఇప్పుడు నీకు స్వాగతం పలకడానికి లోపల నుండి వచ్చిన వీళ్ళ కూడా వెల్కావ్ అనుకో, నీకు సగం స్వర్గ సుఖాలు మాత్రమే దక్కుతాయి. అదే కాసేపు ఆగావనుకో! నన్ను లోపలకి తీసుకు వెళ్ళడానికి సరాసరి ఇంద్రుడే దిగివస్తాడు. అప్పుడు నాతో పాటు నిన్నుకూడా చాలా ఘనంగా కాళ్లు కడిగి మరీ తీసుకు వెళతారు. ఆ ఏర్పాటు నేను చేస్తాగా! ఎందుకంటే నువ్వు చాలా ఉత్తముడు అన్న విషయం నాకు తెలుసు.

"నేను నీ శ్రేయోభిలాషి అనుకో. నీకు ఉపకారమే చేస్తాను. ఇప్పుడు లోపల ఇంద్రుడుగారు గానా భజానాలతో, రంభ ఊర్వశి మేనక తిలోత్తమ శృంగార రసకందాయంలో మునిగి తేలుతుంటాడయ్యా. అతను ఆ ఆనందం నుండి బయటపడడానికి ఒకపూట పడుతుంది. అంత వరకు మనం ఆగితే స్వయంగా ఇంద్రుడుగారు వస్తారు. నాతో పాటు నిన్ను కూడా ఆహ్వానిస్తారు. బంగారు పుష్పాలు సేవకులు చల్లుతుండగా మన ఇద్దరినీ లోపలకు తీసుకుపోతారు. అర్థమైందా? నేను కూడా ఆయన కోసమే ఆగాను. అందాకా నాపక్కన కూర్చో. రా!" అంటూ అసలు రహస్యం వివరంగా చెప్పాడు నారద మహర్షివారు, చక్రధరాని కి.

చక్రధరం మరోసారి మహదానందపడ్డాడు . ఆ మహ త్తర అవకాశం వదులుకోవడం దేనికని ఆ ముత్యపు బండపై నారద మహర్షులవారు పక్క గా కూర్చుని కబుర్లలో పడ్డాడు.

నారద మహర్షివారు, చక్రధరం జీవితంలో జరిగిన సంఘటనలు మొత్తం అన్ని తన శక్తితో వివరించాడు.

"నీలాంటి నీతిమంతులు మానవుల్లో ఒక్కడు కూడా లేడయ్యా! నీకు స్వర్గలోక ప్రాప్తి కలగడం అద్భుతం. అత్యద్భుతం!!" అంటూ చక్రధరాన్ని పొగడ్తలతో ముంచేశాడు నారద మహర్షివారు.

నారద మహర్షి అంతటి వారు ముక్కు మొఖం తెలియని తనతో అంత చనువుగా ఉండటం ఒకింత సంభ్రమాశ్చర్యం, ఆనంద సంతోషదాయకం అనిపించింది చక్రధరానికి.

ఈసారి నారద మహర్షివారు చక్రధరానికి మరింత దగ్గరగా జరిగి అతని భుజంపై చేయి వేశాడు. చక్రధరం కూడా స్వర్గలోకంలో తనకు మంచి స్నేహితుడు దొరికినందుకు చాలాచాలా ఆనందించాడు. ఎగిరి గంతు కూడా వేయాలి అనుకున్నాడు కానీ కాలు జారి మళ్లీ క్రింద భూలోకంలో పడతానేమో అని ఆగిపోయాడు.

నారద మహర్షివారు మాట్లాడుతూ "ఇదిగో చక్రధరం.... ఆత్మరూపంలో ఉన్న వారికి కొన్ని అద్భుత శక్తులు ఉంటాయి. అందుచేత ఈ పూట ఖాళీ సమయంలో నువ్వు మరోసారి మానవలోకం వెళ్లి, నువ్వు పూర్తి చేయాలనుకున్న పనులన్నీ పూర్తి చేసి రావచ్చుకదా." అన్నాడు.

అయితే ఆత్మ రూపంలో కూడా తిరిగి మానవ లోకం వెళ్లడానికి అంగీకరించలేదు చక్రధరం.

" తననెవరూ అర్థం చేసుకోలేదని, తనకు అందరూ అన్యాయం చేశారని, తన మంచితనాన్ని లోకువగా తీసుకున్నారని"

తెగ బాధపడిపోతూ చెప్పాడు నారద మహర్షివారికి చక్రధరం. నారద మహర్షివారు అతని తల మీద చేతులు ఉంచి నిమురుతూ ఆప్యాయంగా ఓదార్చాడు. 'నాకన్నీ తెలియదు అనుకుంటున్నావా...' అంటూ అతను ఎవరెవరి వల్ల అష్ట కష్టాలు పడ్డాడో పేర్లతో సహా చెప్పి తెగ బాధ పడిపోతూ తన కంట్లో నుంచి వస్తున్న కన్నీళ్ల ను కూడా తన ఉత్తరీయంతో ఒత్తుకున్నాడు నారద మహర్షివారు. నారద మహర్షుల వారు తన గురించి అంత బాధ పడటం చూసి చక్రధరం కూడా చాలా బాధలోకి వెళ్లిపోయాడు.

"అయ్యయ్యో చక్రధరం! నీ బాధ ఒకటి, నా బాధ ఒకటీ నా. "దేవరహస్యం" చెప్తా విను. ఇప్పుడు నువ్వు భూలోకం వెళ్ళి ఖచ్చితంగా నీ శత్రువుల పని పట్టాలి. అలా చేయలేదనుకో, అక్కడే కాదు ఇక్కడ కూడా నువ్వు అమాయకుడ వని నిన్ను చులకనగా చూస్తారు. అర్థం చేసుకో. నువ్వు వెళ్ళాక ఒకవేళ ఇంద్రుడు ద్వారం దగ్గరకు వచ్చి నువ్వు ఎక్కడ అని అడిగితే సాయంత్రానికి వచ్చేస్తావని నీతరఫున నేను భరోసా ఇస్తాగా. నీలాగే నేను బ్రహ్మచారిని. నామాట నమ్మవయ్యా" అంటూ చేతిలో ఒట్టేసి మరీ చెప్పాడు నారద మహర్షివారు.

"స్వామి! కేవలం మానవ లోకం నేను నా శత్రువులను ఎదుర్కోడానికి మాత్రమే వెళ్లాలి. నేను వాళ్లను ఇప్పుడు అప్పుడు కూడా శత్రువులుగా భావించడం లేదు. పాపం డబ్బు అవసరం కోసం నన్ను వంచించారు. ప్రస్తుతం వాళ్లను కూడా నేను హితులే అనుకుంటున్నాను. పైగా నాకు ఇప్పుడు అక్కడ చాలా మంచిపేరు ఉంది, భూలోకంలో. నేను చచ్చిపోయాక అక్కడ నా స్నేహితులు, హితులు నా పేరున భారీగా అన్నదానాలు చేసే ఏర్పాటులో ఉన్నారు. అంతేకాదు నా శిలావిగ్రహం కూడా ఏర్పాటు చేయబోయే ఆలోచన పెట్టుకున్నారు..ఈ స్వర్గలోక మహత్యం వల్ల నాకన్నీ తెలుస్తున్నాయి ఇలాంటి పరిస్థితులులో నా శత్రువుల అంతు చూడడం నాకు ముఖ్యం అంటారా?" అమాయకంగా అడిగాడు చక్రధరం. నారద మహర్షివారు పెద్దగా నవ్వాడు".

పిచ్చి అమాయకుడా! చాలా పెద్ద తెలివి తక్కువ వాడివి నువ్వు. నీ పగ తీర్చుకునేది నీకోసం కాదయ్యా బాబు. నీ వెనుకనున్న నీ భూలోకవాసులు అంటే నీ వాళ్ళందరూ. నువ్వు చచ్చాక కూడా తీర్చుకున్న పగ, ప్రతీకార చర్యలను తలచుకుంటూ తెగ నవ్వుకుంటూ విజయగర్వంతో తలపైకెత్తుకుని తిరగడానికి అన్నమాట! నీకు ఎంత చెప్పినా అర్థం కావడం లేదు.

అమాయకుడు, అసమర్థుడు, పిరికిపంద మన చక్ర ధరం అని నీమీద పడిన ముద్ర మీ వంశంలో అలా ఉండిపోకూడదయ్యా బాబు. అలా ఉండిపోతే నీ వంశంలో ఎవరికీ పెళ్లిళ్లు కూడా కావు. నేను నీ శ్రేయోభిలాషిని అని చెప్తుంటే వినవే? చచ్చిసాధించాడన్న కీర్తి నీకు దక్కాలిగా. "బ్రతికుండగా ఏమీ చేయ లేకపోయినా చచ్చి సాధించాడు చాలా ఘనుడు" అని అందరూ నిన్ను కీర్తించటం ఎంత గొప్ప విషయమో నీకు పిసరంత కూడా అర్థం అయ్యి చావడం లేదు.

చాలా విచిత్రమైన మనిషివి నువ్వు ఎక్కడ దొరికావయ్యా బాబు. ఇదిగో మనిద్దరం స్నేహితుల మయ్యాం కనుక చివరగా చెప్తున్నా. ఇది బంగారం లాంటి సమయం. ఇప్పుడైతే సాయంత్రం లోపున ఎవరికీ కనబడకుండా పగ తీర్చుకునే శక్తి కూడా నీకు ఉంటుంది. భూమీమ్మీద నీ వెనకాల ఉన్న వాళ్లకు పవర్ పెరగాలంటే నువ్వు మానవలోకం వెళ్ళి నీ తడాఖా చూపించక తప్పదుగాక తప్పదు. సమయం దాటితే నువ్వు అరిచి గీ పెట్టినా నీకు ఆ అవకాశం ఉండదు. తర్వాత నీ ఇష్టం" అంటూ హితబోధ చేశాడు నారద మహర్షివారు.

చిట్టచివరికి చక్రధరం చాలాసేపు ఆలోచించి ఆలోచించి సాయంత్రం లోపల వాళ్లందరి అంతు చూసి వచ్చేలా ప్లాన్ సెట్ చేసుకుని అక్కడ పగ ప్రతీకారం తీర్చుకుని తిరిగి "సమయం" లోపున స్వర్గలోకం చేరటం గురించిన మరిన్ని క్లూ పాయింట్స్ నారద మహర్షివారు ద్వారా సేకరించి నారద మహర్షివారు వద్ద తాత్కాలికంగా సెలవు తీసుకుని మానవలోకం బయలు దేరాడు వీరగంధం పూసుకున్న జైత్రయాత్ర చక్రవర్తిలా.

అలా వెళుతున్న చక్రధరానికి దారిలో స్వర్గ భటులు కనిపించారు.

"స్వామి, చక్రధరం గారు, అయ్యా! ఎక్కడికి వెళ్తున్నారు? మీరిలా వెనుతిరిగి వెళ్ళకూడదు " అంటూ అడ్డుపడ్డారు.

చక్రధరం వాళ్ళ మాట విననట్టుగా " ఇప్పుడే వస్తా" అంటూ క్షణం ఆగకుండా వాళ్ళ వైపు చూడకుండా వాళ్ళు చెప్పేది వినకుండా వెళ్ళి పోయాడు.

అతను అదృష్టవంతుడో, దురదృష్టవంతుడో తెలియక తలలు బాదుకున్నారు స్వర్గభటులు.

★★★

ఇప్పుడు శరీరం కోల్పోయిన ఆత్మ చక్రధరం భూలోకం లో ప్రవేశించాడు స్వర్గలోకం నుండి.

అతి పెద్ద మర్రిచెట్టు మీద కూర్చుని తన శత్రువు రాకకోసం ఎదురు చూస్తున్నాడు.

కాసేపటికి తన అన్న గారు అదే దారి నుండి మోటార్ సైకిల్ మీద రావడం గమనించాడు. ఉమ్మడి లో తనకు రావలసిన ఆస్తంతా భయపెట్టి లాగేసుకుని తనను రోడ్డు పాలు చేసిన అతని మీద ముందుగా కక్ష తీర్చుకోవాలి. అవును. అతడిని ఒక్కసారిగా చంపకూడదు. కళ్ళు రెండు పీకేయడం ద్వారా అతన్ని కురూపిని చేయాలి. తమ్ముడిని ఏడిపించినందుకు ప్రతిఫలం అనుభవిస్తున్నా అని కుళ్ళికుళ్ళి కుళ్ళి పోవాలి. బతికి ఉన్నన్నాళ్లూ కర్మ అను భవించాలి.

అంతే మోటార్ సైకిల్ మీద వస్తున్న అన్నగారి మోటార్ సైకిల్ ఎదురుగా వస్తున్న ఎడ్లబండిని, గుద్దే సింది. చక్రధరం అన్నగారు ఆ దెబ్బకు పైకి ఎగిరి క్రింద ఉన్న ఎద్దు కొమ్ములు మీద పడ్డాడు. దాంతో అతని 2 కనుగుడ్లు బయటకు ఊడిపడ్డాయి. నేలమీద పడ్డ 2 కనుగుడ్లతో కాసేపు బంతి ఆట ఆడుకుని " ఇ హే హే...ఇ హే హే.." అంటూ ఆనందంతో పిచ్చిగా కేరింతలు కొడుతూ నవ్వుకున్నాడు ఆత్మచక్రధరం.

క్షణం ఆగకుండా మరొక ప్రతీకార చర్య కోసం రైలు పట్టాల దగ్గరకొచ్చాడు ఆత్మచక్రధరం.

అదుగో! తనమీద తప్పుడు కేసులు పెట్టిన చలపతి. ఇప్పుడు వాడి అంతం చూడాలి. రైలు డోరు పట్టుకుని ప్రయాణిస్తున్నాడు చలపతి. దుర్మార్గుడు.

ఇప్పుడు అతనిమీద కసి తీర్చుకోవాలి. అంతే చలపతి చేయిజారి పోయింది. రాడ్ నుండి చేయి పట్టుతప్పింది. కాలు కూడా పట్టు తప్పిపోయింది. స్పీడుగా వెళుతున్న రైలు నుండి జారి దాని కింద పడి నుజ్జునుజ్జయి పోయాడు చలపతి.

" అ హ హ హ...అ హ హ హ ".... వికటంగా, భీకరంగా నవ్వుకున్నాడు ఆత్మచక్రధరం. ఆ మహదానందంతో ఊరి చివర వాటర్ ట్యాంక్ సమీపించాడు.

అది కొత్త వాటర్ ట్యాంక్. ఆ రోజే ప్రారంభం. ఎమ్మెల్యే గారు వచ్చి 105 మెట్లు ఎక్కి వాటర్ ట్యాంక్ బటన్ నొక్కి ప్రారంభోత్సవం చేశాడు. ఆత్మచక్రంధరం తన పంజా విప్పాడు. ఎమ్మెల్యే గారికి ఒక్కసారిగా బీపీ పెరిగి కళ్ళు తిరిగాయి. 105 మెట్లపై నుంచి నేలమీద పడ్డాడు. బాడీ లెక్కలేనన్ని ముక్కచెక్కలు అయిపోయింది.

ఈసారి ఆత్మచక్రధరం గాలిలోనే సంతోషంగా గెంతులు వేశాడు. నారద మహర్షివారిని మనసులోనే వేనోళ్ళ కీర్తించాడు. స్వర్గలోకం చేరిన వెంటనే ముందుగా ఇంద్రునితో మాట్లాడి అతనికి భారీ ఎత్తున సన్మానం చేయాలని నిశ్చయించుకున్నాడు. నారద మహర్షివారు తనకు చేసిన ఉపకారం అంతా ఇంతా కాదు. స్వర్గ లోకం లో కూడా తనకు ఒక మంచి స్నేహితుడు దొరుకుతాడు అని అసలు ఊహించలేకపోయాడు.

చక్రధరం ఈసారి తనకు గుర్తు వచ్చిన చాలా మంది మీద పగ తీర్చుకొని చివరగా తన దగ్గర నాలుగు లక్షలు అప్పు తీసుకుని తన కేమీ తెలియదని అబద్ధ మాడిన ఆ సుందరకేశవులు పని పట్టాలి. తన చావు కు పూర్తిగా కారణమైన మిత్రద్రోహి బ్రతికుండకూడదు.

ఆ సుందరకేశవులు మీద ద్వేషం, ఉక్రోషం తీర్చుకో వాలి అని నిర్ణయించుకున్నాడు.

హోరున కురుస్తున్న వర్షం లో తాగి మారుతీ కారు మీద ఇంటికి వస్తున్నాడు సుందర కేశవులు. భలేసమయం. ఆత్మచక్రధరం అది గమనించాడు. అంతే పెనుగాలి వచ్చింది. అతిపెద్ద ఊడల చెట్టు. బలమైనవేర్లతో సహా మొదలంటూ పైకి పెకలింపబడింది. కారు మీద పడిపోయింది. ఆ కారు దొర్లి దొర్లి పెకలింపబడిన చెట్టు బాపతు అతి పెద్ద లోయలాంటి గుంటలో పడి భూస్థాపితం అయి పోయింది.

ఆత్మ చక్రధరం పరవశించిపోయాడు. వంద బంగారు కుండల అమృతం తాగేసినంత సంబరపడిపోయాడు.

పగ పగ.. కసి కసి.. ద్వేషం ద్వేషం.. ప్రతీకారం మొత్తం తీరిపోయిన ఆనందంతో అతని ఆత్మ హృదయం శతకోటి స్వర్గ వెలుగులతో వెలిగి పోతున్నట్టుంది.

★★★★

సాయంత్రం సమయం ఆసన్నం అవుతున్న కిరణాలు సూర్యుడు నుండి రావడంతో ఆత్మ చక్రధరం ఆకాశ మార్గాన స్వర్గపురం చేరుకోవడానికి ప్రయాణమ య్యాడు.

కొంచెం దూరం వెళ్ళాక "అతని అడుగులు" స్వర్గం దారివైపు పడే సత్తువ కోల్పోయినట్లు అయిపోయింది. అతనికి దారి కనిపించకుండా పోయింది. మళ్లీ వెనక్కు తను బ్రతికి బట్ట కట్టిన సమీప ప్రాంతం దగ్గరలో తను ఉన్నట్లు తెలుస్తుంది. అక్కడికి సమీపంలోని పిచ్చికొండల మీద మత్తుగా పడి ఉన్న రెండు భయంకర ఆకారాలు మాత్రము అప్పుడే మెలకువ వచ్చి వికటాట్టహాసంతో కనిపిస్తున్నాయి. స్వర్గమార్గం వైపు వెళ్లడానికి చేసే ప్రయత్నాలు ఫలించడం లేదు.

"ఎవరు మీరు" అడిగాడు ఆత్మ చక్రధరం.

"యమభటులం. రాక్షసయమకింకరులం. నా పేరు ప్రజృంభకాసురుడు. వీడిపేరు విజృంభ కాసురుడు !!" చెప్పారు ఆ ఇద్దరు.

"నా పేరు చక్రధరం. నేను యమలోకానికి కాదు వెళ్ళేది. స్వర్గలోకానికి. నేను ఇంద్రుని పక్కనే బంగారు సింహాసనం మీద కూర్చుని అతనితో ప్రత్యేకంగా మాట్లాడాలి. అతని చేత సన్మానం పొందాలి. రంభ ఊర్వశి మేనక తిలోత్తమలతో ఆడుకోవాలి. బిందెలతో అమృతం తాగేయాలి. నాకు అడ్డు తొలగండి" అరిచాడు ఆత్మ చక్రధరం.

"నీ పేరే కాదు నీ జీవిత చరిత్ర ఇప్పుడే మాకు గాలి వర్తమానం ద్వారా ప్రభువుల నుండి చేరింది. నీ ఆచూకీ తెలియక మేము అష్టకష్టాలుపడి పిచ్చి మొక్కల ఆ కొండమీద అలా పడిఉన్నాం ఇంత సేపు. మమ్మల్ని నరక యమయాతనలు పెట్టావు నువ్వు... స్వర్గానికి వెళ్ళిపోయి తిరిగి వచ్చేసావు. ఇప్పుడు స్వర్గానికి వెళ్లే చాన్సు నువ్వు పూర్తిగా కావాలని పోగొట్టుకున్నావు" కోపంగా అన్నారు ఆ రాక్షసయమకింకరులు.

"అన్యాయం...అన్యాయం...నేను చాలా చాలా ఉత్త ముడుని. చాలా దానాలు చేశాను. పుణ్యా లు చేశాను. పరోపకారాలు చేశాను. శత్రువులని క్షమించి వదిలి వేశాను. మా గాంధీగారు కన్నా ఉత్తముడుగా బ్రతి కాను." అరిచినట్టు అన్నాడు ఆత్మచక్రధరం.

"అది నిజమే కాదన్నదెవరు? కానీ అది ఇందాకటి వరకు. ఇంతకు ముందు నువ్వు స్వర్గలోకం వెళ్లే వరకే. ఇప్పుడు మళ్ళీ నువ్వు భూలోకం వచ్చి ఇక్కడ చేసిన పాపాల జాబితా ఇందాకటి పుణ్యాల జాబితా ను మించిపోయింది. ఇప్పుడు తూకం వేస్తే పుణ్యాలు పది పాళ్ళు. పాపాలు 90 పాళ్లు. మా చిత్ర గుప్తుల వారు ద్వారా గాలివర్తమానం నుండి అన్ని విషయాలు వివరంగా తెలుసు కొని చూసుకుని లెక్కలు వేసుకుని మరీ మేము వచ్చాం. నడు యమలోకానికి."

భయంకరంగా కేకబెట్టారు ఆ వచ్చిన రాక్షస యమకింకరులు తమ భుజాలపై ఉన్న బలమైన ఇనుపముళ్ల గదాదండాలను చూపిస్తూ.

"ఉండండి. ఇదంతా నారద మహర్షులవారికి పూర్తిగా తెలుసు. ఆయన చెప్పినట్టే తు.చ.తప్పకుండా చేశాను ఏడాయన??" అంటూ చుట్టూరా వెదికాడు చక్రధరం. ఎక్కడా

కనిపించలేదు నారద మహర్షివారు.

" ఇది అన్యాయం. ఇది అన్యాయం.. స్వామి నారద మహర్షి..." గట్టిగా అరిచాడు ఆత్మచక్రధరం, ఆకాశం వైపు చూస్తూ.

"ఏమోయ్... చక్రధరం... భూలోకంలో ఎవరైనా చెడు మాటలు చెబితే వినేవాడివి కానీ ఆచరించే వాడివి కాదు. నీ ఆత్మబోధను బట్టి నడుచుకునేవాడివి. ఆ రకంగా అక్కడ పుణ్యాత్ముడు అయ్యావు. కానీ స్వర్గంలోకం వెళ్ళాక పూర్తిగా పప్పులో కాలు వేసావు. ఈ లోకాల్లో రహస్యం ఏమీఉండదు కనుక అన్ని విషయాలు అందరికీ తెలుస్తాయి...ఆ స్పృహ తోనే చెప్తున్నాం.

"ఆ నారద మహర్షివారు. పనిపాటలేని వ్యక్తి. అయ్యా.ఆ విషయం నీకేకాదు అన్ని లోకాల్లో అందరికీ తెలుసు. ఆ మహానుభావుడు రెచ్చ గొడితే నువ్వు రెచ్చిపోవాలా?? నీ మనసాక్షి ఏమైందయ్యా? నీ ఇంగిత జ్ఞానం ఏమైందయ్యా చక్రధరం????"

గట్టిగా బుద్ధి చెప్పినట్టు అన్నారు, ఆ రాక్షసయమ కింకరులు.

చక్రధరానికి జరిగింది అర్థం అయింది. తనకు జరిగిన అన్యాయానికి లబోదిబోమన్నాడు. ఎక్కి ఎక్కి ఏడ్చాడు.

" ఇకనైనా అనవసరపు ఆలోచనలు మానుకొని మాతో మర్యాదగా యమలోకం వచ్చేయి. నడి పించుకు తీసుకువెళతాం. లేదంటే ఒక్కతోపు తోచాం అంటే యమలోకపు మొదటి ముళ్ళ మెట్టు మీద పడతావు."

భయపెట్టారు రాక్షస యమకింకరులు.

ఆకాశంలో మబ్బులు చాటునుండి ఇదంతా గమని స్తున్న నారద మహర్షివారు కడుపు నిండిన ఆనందం తో తన చిరుబొజ్జను రెండు చేతులతో నిమురు కుంటూ " నారాయణ.. నారాయణ.." అంటూ

మళ్లీ మబ్బులచాటుకి మాయమైపోయాడు.

కాసేపటికి చక్రధరం యమలోకంలో సలసల కాగే నూనెమూకుడులో మలమల మరిగి పోతున్నాడు. చాలామంది యమభటులు అతను మూకుడు నుండి బయటకు వచ్చాక త్రికోణపు పళ్ళు ఉన్న రంపపుకత్తు లతో పరపరా, కరకర ముక్కలుగా కొయ్యడానికి సిద్ధంగా ఉన్నారు.

"ప్రతి యుగంలోనూ, ప్రతి లోకంలోనూ, ప్రతి ఊరి లోనూ, ప్రతి వీధిలోనూ నారద మహర్షి కాకపోయినా అలాంటి మహానుభావులు ఉంటూనే ఉంటారు. అలాంటి వాళ్ళ నుండి తప్పించు కోవడం చాలాకష్టమే! అయితే తప్పించుకున్న వాడి బ్రతుకు మాత్రమే స్వర్గతుల్యం.!

(మన తెలుగు కథలు డాట్ కామ్ కథల పోటీలలో ప్రథమ బహుమతి....2021 ఆగస్టు సంచిక వెబ్ సైట్ పబ్లిష్ 2022.. జూలై)

స్వర్ణ శిఖరాలు

సుందరయ్య, కుక్కుటేశ్వరరావు చిరకాల మిత్రులు. గుడిలో దైవ దర్శనం చేసుకుని మాట్లాడుకుంటూ నడుస్తున్నారు. సుందరయ్య తన కొడుకు ప్రవర్తన గురించి బాధగా చెప్పినది విన్న కోటేశ్వరరావు చేతులు వెనక్కి పెట్టుకొని నడుచుకుంటూ సుందరయ్యను ఓదారుస్తూ ఇలా చెప్పటం మొదలుపెట్టాడు.

"అందుచేతనే చెప్పేదేమిటంటే సుందరయ్యా! పురాణాల్లో ఎవరో కుర్రోడు తల్లిదండ్రులను కావడిలో పెట్టి మోసాడని ఇప్పుడూ అలాంటి వాళ్ళు ఉంటారు అని నువ్వు కలగనడం , ఆశ పడటం నీ అమాయకత్వం అవుతుంది. మరో విషయం చెప్పనా? ఆమధ్య తల్లిని గంపలో పెట్టి, కావడి మోస్తూ తీర్థయాత్రలు తిప్పుతున్న యువకుడి ఫోటో చూశాం పేపర్లలో ప్రపంచంలో ఇన్ని కోట్లమందిలో అలాంటివారు ఒక్కరే ఉంటారయ్యా బాబు. మా అబ్బాయి కృష్ణమూర్తి విషయం చూడు, చిన్నప్పటి నుండి సరైన దారిలో నేను పెట్టబట్టి, ఇప్పుడు నామాట జవదాటకుండా నడుచుకుంటున్నాడు. అదే మీఅబ్బాయి రవిని నువ్వు నాలా కండిషన్ లో పెట్టలేకపోయావు. వాడిప్పుడు కరుకుబద్దలా తయారయ్యాడు.

'మా అబ్బాయి లో ఏదో మార్పు వచ్చినట్టు ఉంది' అని నువ్వు ఇప్పుడు చెప్పావు చూడు, అక్కడే మొదలయిందన్నమాట అసలు స్టోరీ.

నడిగోదాట్లో నీ పడవ ఉంది. నువ్వు చుక్కాని పట్టుకున్నావు. ఇప్పుడు చుక్కాని మీ అబ్బాయి అన్నమాట. చుక్కానే నీ మాట విననప్పుడు పడవ ఎట్లా ప్రయాణిస్తుందో ఆలోచించు. అది అలాగయింది నీ బ్రతుకు"

చుట్ట నోట్లో పెట్టుకుని నములుతూ అగ్గిపుల్ల వెలిగించి దమ్ములాగి, ఇంకా చెప్పడం మొదలెట్టాడు కుక్కుటేశ్వరరావు. సుందరయ్య అతను చెప్పేది వింటూ నెమ్మదిగా నడుస్తున్నాడు.

"మన కుర్రాళ్ళను ఇతర ప్రాంతాల్లో చదివించేటప్పుడు నెలకోతూరి డబ్బుల కోసం మన ఇంటికి వాళ్ళు వచ్చినప్పుడు 'వస' నూరి నోట్లో పోసినట్లు, ఏది, చిలకకు పోస్తాం అట్టాగన్నమాట, మన బాధలు ఏకరువు పెట్టాలయ్యా సుందరయ్యా వాళ్ళతో.

కానీ నువ్వు ఏం చేసావు. ఈ నాలుగేళ్లలో. నీ శరీర బాధలు, అప్పులు గాని, నీ భార్య పడిన కష్టాలు, రోగాలు కానీ వాడొచ్చేటప్పటికీ తెలియనివ్వలేదు. గోనెమూటలో ముడిపెట్టి దాచేసే వాడివి. పైగా 'రవీ! ఇక్కడ అంతా బానే ఉంది. నువ్వేమి బెంగ పెట్టుకో మాకు, బాగా సదువుకో' అని ధైర్యం చెప్పేవాడివి. 'వాడి మనసు పాడుచేస్తే ఎలా సదువుకుంటాడు' అని నాకు పాఠాలు చెప్పేవాడివి. ఇప్పుడు చూడు నీ నెత్తి మీద వెంట్రుకలన్నీ పీకి పారేస్తున్నాడు. నువ్వు చేసుకున్నదే ఇదంతా. అనుభవించు.

నీ భార్యకు టైఫాయిడ్ వచ్చినా వాడికి తెలియనివ్వలేదు. నీకు గుండెల్లో నొప్పి వచ్చి హాస్పిటల్ పాలైనా వాడికి చెప్పనివ్వలేదు. ఓరబ్బో గొప్ప త్యాగమూర్తివి నువ్వు.

ఇప్పుడు నీ తిక్క తీరిందా. అనుభవించు కర్మ! నాకే. నా ఇల్లు చూడిప్పుడు, ఇంద్రభవనం లాగా మార్చేశాడు నా కొడుకు కృష్ణమూర్తి. మీ వాడికి, మా వాడికి హైదరాబాదులో ఒకేసారి ఉద్యోగాలు వచ్చాయి కదా! ఇద్దరికీ చెరొక పాతికవేలు సమానజీతం. నీకు తెలుసు కదా వారం క్రితం మా అబ్బాయి కృష్ణమూర్తి మొదటి నెల జీతం మొత్తం పట్టుకొచ్చి నాకు ఇంట్లోకి కావలసినవన్నీ కొని పడేసాడు.

కొత్త టీవీ , కొత్త మిక్సీ , కొత్త చైర్స్, దుప్పట్లు, తలగడలు, అలారం టైం పీస్, కొత్త బీరువా, కొత్త సోఫా, కొత్త ఫర్నిచర్, కొత్త స్టవ్, కొత్త స్టీలు సామాన్లు కొనేశాడు. అంతేనా ఇంటికి టాటా కంపెనీ వారి వైట్ సిమెంట్ వేయించాడు. ఆప్కో లైట్ కంపెనీ రంగులు పామించాడు. అష్టలక్ష్మీ వైభోగభవనంలా కళకళలాడిపోతోంది నా ఇల్లిప్పుడు.

ఆలోచించుకో సుందరయ్యా! మీ వాడికి మొదటి నెలజీతం అందినా పట్టుకుని ఇంటికి ఇప్పటి వరకు ఎందుకు రాలేదంటే లాజిక్కు నీకు అర్థం కాలేదా? నువ్వు ఫోన్ చేసి 'జీతం ఏది రా' అని అడుగుతున్నా 'నేను తర్వాత వస్తాను..' అంటూ లెక్కలేకుండా అంటున్నాడంటే వాడు పెట్టే తిరకాసు నీకు బోధ పడలేదా? వాడు ఇప్పుడే డబ్బు మదుపు చేయడంలో పడిపోయాడు అని లెక్కలు కట్టి నీకు చెప్పాలా? నా ఇల్లు దగ్గర పడింది. నేను ఇలా వెళ్లిపోతా. నేను ఏం చేయలేను. నీ కర్మ ఎలా ఉంటే అలా జరుగుద్ది." అంటూ తను చెప్పవలిసిందంతా చెప్పి పక్కకు తప్పుకున్నాడు సుందరయ్య చిరకాల మిత్రుడు కుక్కుటేశ్వరరావు.

సుందరయ్య తల గోక్కుంటూ తన ఇంటి దారి పట్టాడు.

మరో నాలుగు రోజులు గడిచాక సుందరయ్య కొడుకు రవి ఓ రోజు తెల్లవారుజామున రైలు దిగి తల్లిదండ్రుల ఇంటికి వచ్చాడు.

కొడుకు వచ్చిరావడంతోనే అతని తల్లి సావిత్రమ్మ కోపంగా మాట్లాడడం మొదలుపెట్టింది.

" రవీ! మాట్లాడవేరా? అడిగేది నిన్నే! నీ సంపాదన కోసం మీ నాన్నగారు ఎన్ని కలలు కన్నారో నీకేం తెలుసు. ఆ కుక్కుటేశ్వరరావు గారబ్బాయి కృష్ణమూర్తితో పాటు నీకు ఆరోజే 25 వేల రూపాయలు జీతం ఇచ్చేశారని తెలిసింది.

ఆ అబ్బాయి ఈ మధ్యన వచ్చి తల్లిదండ్రులను ఆనందపరచి వెళ్ళాడు. వాడికన్నా బుద్ధిమంతుడు అనేవారు నిన్ను అందరూ. కానీ నీ ప్రవర్తన ఇలా తయారయ్యిందేమిటిరా?

వచ్చిన దగ్గర నుండి 'టాక్సీ తీసుకొస్తాను హైదరాబాద్ వెళ్దాంరండి. అక్కడ పనిఉంది' అంటున్నావ్. మరో విషయం మాట్లాడవు. అక్కడ ఏదైనా సమస్య లో ఇరుక్కున్నావా? వివరంగా చెప్పరా బాబు! మాకు అర్థంకావడం లేదు." అంటూ కొడుకు దగ్గర కూర్చుంటూ అడిగింది తల్లి

సావిత్రమ్మ. కొంచెం దూరంగా తుంగచాప మీద తండ్రి సుందరయ్య మౌనంగా కాళ్లు నిమురుకుంటూ కూర్చున్నాడు.

మళ్లీ మొదలు పెట్టింది తల్లి సావిత్రమ్మ.

"ఆ వంటింట్లో వాడపల్లి పెంకుల సూరి చూడు. ఎలా ఒరిగి పోయిందో. దానికి 5వేలు ఖర్చు అవుతుంది అన్నాడు మేస్త్రి.. ఎవరి మీద పడుతుందోనన్న భయం. నీ చదువు జరుగుతున్నప్పుడు ఏమనుకున్నామో గుర్తుందా. నీనెల మొదటి జీతంతో చేయించేద్దామనుకున్నామా లేదా? మరిచిపోయావట్రా. ఆవీధిలో పాతకాలంనాటి దూలాలు చెదబట్టి.. ఆ పురుగులుమీద పడుతు న్నాయి. నువ్వు ఏమన్నావో గుర్తుందా?

"అమ్మా నేను అన్నీ చేయించేస్తాను, కంగారుపడకు"అన్నావు. ఇల్లంతా వర్షం పడుతుంటే....'మొత్తం ఇలారం బాగు చేయించి ఇరవై వేలయినా కొత్త పెంకుతో నేయిస్తానన్నావు. ఎలా మరిచి పోయావురా ఇవన్నీ.

అసలు ఇంట్లో ఏమున్నాయి నువ్వు వస్తే కూర్చో బెట్టడాని కి స్టూలు కూడాలేదు."

మౌనంగా వింటున్న రవికి ఇంకా చెప్తూనే ఉంది అతని తల్లి సావిత్రమ్మ.

"ఇప్పుడు ఒక్క విషయం దాచకుండా చెప్పరా రవి! మా దగ్గర రహస్యం వద్దు. అసలు మేమిద్దరం ఈ రోజే హైదరాబాద్ ఎందుకు రావాలిరా? వచ్చి అరగంట కాలేదు. అక్కడకు ఎనిమిదిగంటలకు వెళ్లిపోవాలి అంటూ కంగారు పెట్టేస్తున్నావు. టిఫినీలు కూడా అక్కడకు వెళ్లకచేద్దాం అంటున్నావు. ఏదైనా పోలీసు కేసు గొడవా? ఎవరైనా అమ్మాయిని ప్రేమించావా? నీ మొదటి నెలజీతం 25వేల రూపాయలు ఏమైందిరా అసలు ? రాయిలా మాట్లాడవే? చెప్పు చెప్పరా? ఛీ. నువ్వు కాకుండా ఆ కృష్ణమూర్తి మా కొడుకై ఉంటే ఎంత బాగుండునో!! దౌర్భాగ్యుడా అప్పుడే డబ్బు సంపాదనలో పడిపోయావా? అమ్మను శపించానంటే తగులుతుంది.. ఆ..' ఏడుస్తూ అంది సావిత్రమ్మ.

కొడుకు రవి అదేమీ పట్టించుకోలేదు. ఊర్లో ఉన్న టాక్సీని ఫోన్లో మాట్లాడుతూ తల్లిదండ్రులతో తిరుగు ప్రయాణానికి ప్రయత్నం చేస్తున్నాడు, టెన్షన్తో.

కాసేపటికి..రవి హైదరాబాద్ వెళ్లడానికి మాట్లాడిన టాక్సీ వచ్చి వీధిలో ఆగింది. తల్లిదండ్రులను కంగారు పెట్టి టాక్సీ ఎక్కించాడు. స్పీడ్ గా హైదరాబాద్ వెళ్ళిపోతున్న టాక్సీ ఎనిమిది గంటలకు కోటి సెంటర్ లో ఆగింది. అంతవరకూ తల్లిదండ్రులు ఏమడిగినా సమాధానం చెప్పకుండా మౌనంగా ఉండిపోయాడు రవి.

కోటి సెంటర్ లో రవి మాత్రమే కిందకు దిగాడు. అతని స్నేహితుడు సుబ్రహ్మణ్యం అక్కడ రెడీగా ఉన్నాడు.

"ఇదిగో సుబ్రహ్మణ్యం అంటూ ఏదో ఇంగ్లీషులో చెప్పాడు రవి. ఇప్పుడు అతని బదులు సుబ్రహ్మణ్యం టాక్సీ లో కూర్చున్నాడు ఆ టాక్సీ ముందుకు దూసుకు పోయింది.

కొడుకు తమతో రాకపోవడంతో కంగారుపడిన సుందరయ్య "ఏమయ్యా నీ పేరు సుబ్రమణ్యమా ? నువ్వు మా వాడి దోస్త్ వా.. ఇద్దరూ ఒకే రూమా? శభాష్ చాలా బాగుందయ్యా! అసలు విషయం చెప్పకుండా మా అబ్బాయి రవి మమ్మల్నిద్దరిని టాక్సీలో హైదరాబాద్ తీసుకురావడం ఏమిటి? వాడు ఈ సెంటర్ లో కారు దిగిపోయి ఇక్కడ నీకు మమ్మల్నిద్దరిని అప్ప చెప్పటం ఏమిటి? ఇద్దరూ తోడుదొంగలా? ఏమిటి ఈ ఆట. మాయల పకీరు సినిమాలోల ఈ దోబూచులు ఏంటి అంట! ఇదిగో సుబ్రహ్మణ్యం ఆ డ్రైవర్ ను కొంచెం టాక్సీ స్పీడ్ తగ్గించమను. ఇంతకీ మనం ఎక్కడికి వెళ్తున్నామట?" ఆశ్చర్యంగా అడిగాడు సుందరయ్య.

"హాస్పిటల్ కి వెళ్తున్నామండి" చెప్పాడు సుబ్రహ్మణ్యం.

"హాస్పిటల్ కా ఎందుకూ..." భయంగా ప్రశ్నించింది సావిత్రమ్మ.

" సుబ్రహ్మణ్యం నువ్వు, మా అబ్బాయి, నేను మా ఆవిడ అందరూ క్షేమంగానే ఉన్నాము. మరి ఎవరికి సీరియస్. నేను అనుకున్నది కరెక్టే. అర్థమైంది

సావిత్రీ! నువ్వు నేను పిచ్చివాళ్ళం. కాదు పిచ్చి వాళ్ళను చేశాడు మన సన్నాసి.

అసలు విషయం ఏం జరిగిందంటే నేను చెప్తా విను. మన వెధవ లవ్ లో పడ్డాడు. ఆ అమ్మాయి కి కడుపు చేశాడు. ఇదిగో ఇక్కడ మిడిగుడ్లు వేసుకొని సుబ్రహ్మణ్యం తొండలాగా చూస్తున్నాడు చూడు. ఈ అబ్బాయి మధ్యవర్తి అన్నమాట. ఇద్దరూ కలిసి ఆ పిల్లకు కడుపు తీయించేశారు. ఇదంతా హాస్పటల్ లో జరుగుతోంది. ఆ అమ్మాయి తరపు వాళ్ళు పెళ్లి చేసుకోకపోతే మన రవిని చంపేస్తామంటున్నారు. అర్థమైందా.

ఇదిగో సుబ్రహ్మణ్యం. మా భార్య భర్తలకు ఆ సీను చూపించి పెళ్ళికి ఒప్పించి అక్కడే మా వాడి చేత తాళి కట్టించేయాలి. అదన్నమాట. అందుకోసం తీసుకెళ్తున్నావు మమ్మల్నిద్దరిని,కరెక్టేనా?" ఊహించి చెప్పాడు సుందరయ్య.

"మీరు ఊహించింది తప్పు సార్. సాయంత్రానికి అన్ని విషయాలు మీకు అర్థం అవుతాయి. అంతకు మించి నేనేం చెప్పను సార్." ప్రశాంతంగా చెప్పాడు సుబ్రమణ్యం.

"ఏమిటయ్యా ఈ బుడబుక్కల వేషాలు... టాక్సీ ఆపు దిగి పోలీసులకు కంప్లైంట్ ఇస్తాను..." అరిచారు సుందరయ్య... సావిత్రమ్మ లు.

" సార్ మీరు ఎన్ని అన్నా నా ప్రాణ స్నేహితుడు రవి అదే మీ అబ్బాయి చెప్పింది నేను చేస్తాను సార్. ఇదిగో సూపర్ స్పెషాలిటీ హాస్పిటల్ వచ్చేసింది దిగండి."

సుబ్రహ్మణ్యం చేయి పట్టుకొని వాళ్ళిద్దరినీ క్రిందకు దింపాడు. వాళ్ళ కొడుకు రవి ఎక్కడ కనిపించలేదు. సుబ్రమణ్యం ఒక్కడే హాస్పిటల్లోకి వాళ్ళిద్దరిని తీసుకువెళ్ళాడు. వాళ్ళ రక్తపు నమూనాలు తీయించాడు. అతనొక్కడే అందరితో మాట్లాడి అన్ని చూసుకుంటున్నాడు .

" సావిత్రి! ఆ కడుపు తీయించుకున్న పిల్లకి నీరసం వచ్చింది. రక్తమెక్కించాలి. వాళ్ల ఎవరి రక్తాలు సరిపోలేదు .మన రక్తం సరిపోయిందేమో పరీక్షిస్తున్నారు. నువ్వు తింగర దానివి. అందర్నీ నమ్మేస్తావు. కాసేపు ఆగు. అన్ని తెలుస్తాయి"

సుందరయ్య హాస్పటల్ లో బల్లమీద కూర్చున్న భార్యకు నెమ్మదిగా చెప్పాడు . భర్త చెప్పింది అక్షరాలా యదార్థమే అనిపించింది సావిత్రమ్మకు. కొంచెం భయపడిపోయింది. అలా అలా మధ్యాహ్నం ఒంటిగంట అయింది.

సుందరయ్య సుబ్రమణ్యం వైపు చూసి అనుమానం తీరక ఇలా అన్నాడు.

"చూడబ్బాయ్ సుబ్రహ్మణ్యం... ఇప్పటివరకు మా ఇద్దరికీ అన్ని పరీక్షలు ఎందుకు చేయించావయ్యా? చాలా మంది డాక్టర్లు నర్సులు మా శరీరంలో ప్రతి భాగం కంప్యూటర్లతో ఏదేదో చేసి పడేశారు. ఇంకా రకరకాల పరీక్షలు.. అంతా బాగానే ఉంది.. చివర్లో నువ్వు అక్కడ బోల్డంత డబ్బు కట్టేశావు.. నలుగురు డాక్టర్లు మమ్మల్ని రకరకాల ప్రశ్నలు అడిగి ఏదేదో కాగితం మీద రాసి బోల్డన్ని కాగితాలు ఉన్న ఆ రెండు కవర్లతో పాటు నీకు ఇచ్చారు. ఎందుకు అసలు.. ఇదంతా?.. ఇందులో నువ్వు లాభపడే వాటా ఎంత"

చిత్ర విచిత్రంగా అడిగాడు సుందరయ్య.. సావిత్రమ్మ బొమ్మలా కూర్చుని వింటోంది. సుబ్రహ్మణ్యం సమాధానం చెప్పలేదు.

అక్కడ పని పూర్తి అయ్యాక ఆ ఇద్దరిని బయటకు తీసుకొచ్చి మళ్ళీ టాక్సీ ఎక్కించాడు.

టాక్సీ వేగంగా వెళుతోంది. ఇప్పుడు నెమ్మదిగా చెప్పడం మొదలెట్టాడు సుబ్రహ్మణ్యం..

"సుందరయ్య గారు, సావిత్రమ్మగారు. మీరిద్దరూ వినండి. నేను చెప్పటం పూర్తయ్యేలోపున మన మందరం ఈ టాక్సీ మీద మీ అబ్బాయి రవి ఉన్న రూమ్ కి వెళ్లిపోతాం'

సుబ్రహ్మణ్యం తను కొన్న మందులు డాక్టర్లు ఇచ్చిన కాగితాలు బ్యాగ్లో పెడుతూ అన్నాడు.

"ఏమిటి నస. ఏమిటి జాగ్రత్తగా వినడం అసలు విషయం చెప్పవయ్యా" చిరాగ్గా అన్నాడు సుందరయ్య. సుబ్రహ్మణ్యం అసలు విషయం వివరిస్తూ ఇలా మొదలు పెట్టాడు.

"మేమిద్దరం చదువుకునే రోజుల నుండి స్నేహితులం. మీ అబ్బాయి గుణం ముందు పురాణాల్లో సత్పురుషులు కూడా పనికిరారు. మీ భార్యాభర్తలిద్దరూ అతను చదువుకునే రోజుల నుండి మీ ఆరోగ్యాల గురించి ఆలోచించుకోకుండా అవన్నీ దాచిపెట్టి తన కోసం తెగ ఖర్చు పెడుతున్నారని నా దగ్గర బాధ పడుతూ తెగ ఏడ్చేవాడు, మీ అబ్బాయి రవి. అమ్మా నాన్నల రుణం తీర్చుకోవడం కోసం ఎదురు చూస్తూ ఉండేవాడు మీ రవి. వాడు బంగారం. ఇంకా చెప్పాలంటే దేవుడు!!

కొడుకులందరూ దుర్మార్గులు అంటే ఎలా. పురుషులందు పుణ్య పురుషులు వేరయా అన్నట్టు.

కొడుకులందు ఉత్తమ కొడుకులు కూడా ఉంటారు. అలాంటి వాడే మీ రవి. అయితే చెడ్డ కొడుకులు ఎక్కువగా ఉండటంతో మంచి కొడుకుల మంచితనం కనుమరుగైపోతుంది. వాడు ఒకసారి నాతో ఏమన్నాడో తెలుసా

'మన సంపాదన మొదలయ్యాక ఇంట్లోకి కావలసిన సామాగ్రి కొనటం కాదు ఇల్లుని బాగు చేయడం కాదురా సుబ్రహ్మణ్యం. ముందు మన అమ్మా నాన్నకు పూర్తి హెల్త్ చెకప్ చేయించాలి అనేది నా అభిప్రాయం రా' అని చెప్పేవాడు.

నిజమే చదువుకునే రోజుల్లో ఎవరు మాత్రం ఏం చేయగలం. కష్టాలు చూస్తూ దిగమింగుకోవటం తప్ప. అదే జరిగి ఉంటుంది మీ రవి విషయంలో. కానీ ఇప్పుడు సమయం వచ్చింది. మీ ఇద్దరి పూర్తి ఆరోగ్య భద్రత అతని మొదటి ప్రధాన విధిగా భావించి ఏంచేయాలో అన్నీ నాకు పురమాయించాడు. అందుకోసం నా దగ్గర మరో 5 వేలు కూడా అప్పు తీసుకున్నాడు. ఇదంతా అతను మీకు చెప్పి అతనే చేయించవచ్చు. కానీ మీరు ఇంత పెద్ద మొత్తంలో హాస్పిటల్ ఖర్చుకి ఒప్పుకోరని, ఇది అనవసరం అంటారని, ఏదన్నా వస్తే అప్పుడు చూద్దాంలే అంటారని, వేళాకోళం చేస్తారని, కోప్పడతారని ఈ పనంతా నాకు అప్పచెప్పాడు.

ఇందులో నీ లాభం ఎంత అని అడిగారు కదా. రవికి అమ్మానాన్నగా మీరిద్దరూ ఉన్నారు సార్. కానీ నాకు అమ్మానాన్న లేరు. మీ ఇద్దరి రూపంలో కాసేపు మా అమ్మ నాన్నని చూసుకుందామనే నేను ఈ పనికి ఒప్పుకున్నాను. ఇప్పుడు నాకు కూడా తృప్తిగా ఉంది.

సరే..ఇందాకనే ఇక్కడ జరిగింది అంతా మీ అబ్బాయికి ఫోన్ చేసి కూడా చెప్పేసాను. అదిగో మాటల్లోనే టాక్సీ మీద మేమిద్దరమూ ఉండే రూమ్ కి వచ్చేశాం"

సుబ్రమణ్యం టాక్సీ నుంచి సుందరయ్య, సావిత్రమ్మలను క్రిందకు దించి వాళ్ల కొడుకు రవి ఉన్న రూమ్ లోనికి తీసుకువెళ్ళాడు.

ఎదురుగా ఆనంద వదనంతో కొడుకు రవి.

ఇప్పుడు రవి హృదయం పరవశించిపోతోంది.

రవి ముందుకు వచ్చి తల్లిదండ్రులను లోపలకు తీసుకువెళ్లి కుర్చీలలో కూర్చోబెట్టి ప్రేమగా వాళ్ళిద్దరి మధ్య కూర్చుని తనివి తీరా ఊపిరి పీల్చి వదిలి కళ్ళలోంచి వస్తున్న ఆనంద భాష్పాలు కళ్ళలోనే ఇంకించుకొని ప్రేమపూరితమైన ఆనందం పొంది

"అమ్మా నాన్నా! క్షమించండి. మిమ్మల్ని బాధ పెట్టాను కదా! మీరు కోప్పడతారని నా ఆలోచనతో అస్సలు ఏకీభవించరని ఇలా చేశాను. మీ ఇద్దరి ఆరోగ్యాలు చాలా బాగున్నాయని డాక్టర్లు అందరూ చెప్పారట. సుబ్రహ్మణ్యం ఫోన్లో అన్ని విషయాలు చెప్పాడు. అతను కొన్న ఈ కొద్దిపాటి మందులు మీరిద్దరూ వాడితే చిన్న చిన్న సమస్యలు ఉన్నా తగ్గిపోతాయట."

రవి ఇంకా ఏదో చెప్పబోతూ పైకి లేచి కుర్చీలలో కూర్చున్న తల్లిదండ్రుల కాళ్లకు నమస్కారం పెట్టి వాళ్ళ ముఖం వైపు చూశాడు. వాళ్ళిద్దరి కళ్ళు చెమర్చి ఉన్నాయి.

" అర్థమైందమ్మ. మీరిద్దరూ కంగారు పడకండి. ఇప్పుడు నా తృప్తి కోసం ఇదంతా చేయించాను. మిగిలిన విషయాల కోసం మీరు అసలు ఆలోచించకండి. ఇక నుంచి మన ఇంట్లోకి కావలసినవన్నీ సమకూరుస్తానమ్మా. ఇల్లు కూడా బాగుచేయిస్తానుగా. నిజం నన్ను నమ్మండి.

మీకు ఇచ్చిన మాటలన్నీ నెమ్మది నెమ్మదిగా నిలబెడతాను. మీరు ఏమి ఆలోచించకండి. మన ఇంటి వ్యవహారాలన్నీ నేను చూసుకుంటాను గా." ప్రేమగా అన్నాడు రవి.

సుందరయ్య ..సావిత్రమ్మలు.. గుండెలోతుల్లోంచి ఉబికివస్తున్న బాధను ఆపుకోలేకపోతున్నారు.

" ఓహో .. ఇంకా ఎందుకు ఇంత బాధపడుతున్నారో ఇప్పుడు నాకు అర్థమైంది. అప్పుడెప్పుడో బిర్లా మందిరానికి వెళ్లాలని, ఆ గుడి స్వర్ణ శిఖరం కళ్ళారా చూడాలని అన్నారు కదూ! ఈ రోజే తీసుకెళ్తానమ్మ. మీరు ఇష్టపడే ఆ దేవుడిని ఆ శిఖరాలను చూపిస్తాను.

నాన్న .. నిజం.. తయారుకండి" రవి ప్రేమతో తల్లిదండ్రులు వైపు చూస్తూ అన్నాడు.

"వద్దురా రవీ... మాకిద్దరికీ దేవుడు ఇక్కడే కనిపించాడు నాయనా.. ఈదేశంలో ఉన్న స్వర్ణ శిఖరాల కాంతులన్నీ నీ కళ్ళల్లోనే కనిపిస్తున్నాయిరా. అవన్నీ చూడడానికి ఈరోజే వెళ్లవలసిన పనిలేదు . మరొకసారి వెళ్దాం" అంటూ కొడుకుమీద ప్రేమతో గట్టిగా కౌగలించుకుని ఆప్యాయంగా ముద్దాడుతూ తాము కొడుకుని అపార్థం చేసుకున్నందుకు ఎక్కి ఎక్కి రోదించడం మొదలు పెట్టారు, సుందరయ్య సావిత్రమ్మ లు.

(మన తెలుగుకథలు డాట్ కాం కథల పోటీల్లో అత్యుత్తమ కథగా ఎన్నికైనది మార్చి..2022.)

రెండు ముక్కలు చెప్పాలని ఉంది

మూడు పుష్కరాలు సుదీర్ఘ సాహితీ ప్రయాణం. పేపర్ లెస్ రచయితగా... చెల్లూరు కుగ్రామంలో పేరు ప్రఖ్యాతులు పొందిన నా తండ్రి సుబ్బారావు గారు నా ఆలోచనలకు, రచనలకు ప్రాణ ప్రతిష్ట చేసిన ప్రథమ గురువు. తల్లి వీరభద్రమ్మ నాకే కాదు నా కథల కూ ప్రాణదాతే!!

తదుపరి రమారమి 40 సంవత్సరాల క్రితమే.. మా ఊరివాడైన నా క్లాస్ మేట్.. స్నేహితుడు ఇప్పటి ప్రముఖ సినీ దర్శకుడు పసలపూడి "వంశీ"... 16 సంవత్సరాల వయసులోనే కథలు రాస్తూ... నన్ను కూడా కథలు రాయమని తరచూ ప్రేరేపిస్తూ ఉండేవాడు. అప్పటి నుండి ఆయన ప్రేరణతో ఎక్కువగా రాయడం మొదలు పెట్టాను. ఆ తర్వాత మా ఊరి వారైన ప్రఖ్యాత సినీ గేయరచయిత "అదృష్టదీపక్".. నా కథలు చదివి మెచ్చుకునేవారు.. దాంతో ఇంకా విరవిగా కథలు రాయడం మొదలు పెట్టాను.

20 సంవత్సరాల వయసులోనే మహా రచయిత చలం గారి సాహిత్యం మొత్తం రెండు మూడుసార్లు చదివాను. అందుకనే ఆయన. శైలి నా కథల్లో అక్కడక్కడ మచ్చుకి కనిపించవచ్చునేమో.

ఇప్పటివరకు నా రచనలు...

490 ప్రచురిత, ప్రసార, పాడ్కాస్ట్ కథలు,200 గేయాలు,
200 కవితలు,200 కామెడీ షార్ట్స్ కిట్స్, 50 యూ ట్యూబ్ స్టోరీలు,
20 రేడియో నాటికలు,10 టెలీ ఫిల్మ్ ల నిర్మాణం,4 దినపత్రిక నవలలు,
20 స్టేజ్ ప్రదర్శన నాటికలు రచన ,20 స్టేజ్ నాటికలు నటన.. అవార్డులు

అవార్డులు:

"రైజింగ్ స్టార్" అవార్డు
"దీపావళి జ్యోతి "అవార్డు
"తిలక్ స్మారక" అవార్డు
స్వాతి "అనిల్అవార్డు" బహుమతి
"అప్పాజోస్యుల విశిష్టకథ అవార్డు"
"ఆరాధన".. ఉత్తమ కథ అవార్డ్..
"గౌరవ కథా రచయిత" బిరుదు

" కవి విశ్వబ్రహ్మ" బిరుదు

"అభ్యుదయ" అత్యుత్తమ కథ అవార్డు

" ప్రఖ్యాత విశిష్ట కథా రచయిత "' బిరుదు.

" కవివరేణ్య '' బిరుదు

'' పంచ శత కథా కౌముది " బిరుదు

" మన మహా రచయిత'' బిరుదు ఇంకా ఇంకా..

★★★

★మొదటి రచన 1975 నాటి ప్రఖ్యాత పత్రిక "ఆంధ్రసచిత్రవారపత్రిక" లో బుద్ధిలేనిమనిషి కథ.

★రేడియో నాటికలు ప్రఖ్యాత సినీనటులు గొల్లపూడి మారుతీరావు గారి సమకాలంలో వచ్చాయి.

★ "కళా దర్బార్" రాజమండ్రి.. రాష్ట్రస్థాయి కవితల పోటీలలలో... 4 సంవత్సరాలు ఉత్తమ కవిత్వానికి ప్రథమ బహుమతి...మూడుసార్లు.. ఉత్తమ కవిత్వానికి ద్వితీయ బహుమతి.★

★ ప్రఖ్యాత వెబ్ మ్యాగజైన్ తపస్విమనోహరం నావి రమారమి 20 కథలు ఉత్తమ కథలు గా బహుమతులు ఇవ్వడమే కాకుండా పబ్లిష్ చేశారు.

★ ఆంధ్రజ్యోతి దినపత్రిక భావతరంగం శీర్షిక తో 30 కథలు వారం వారం ప్రచురించారు.

★ "హాసం" మాస పత్రిక లో ప్రచురింపబడిన "చిరాకు దంపతులు చింతకాయ పచ్చడి" కథ చదివిన చాలా మంది సినీ ప్రముఖులు ఫోన్ కాల్స్ చేసి అభినందించారు.

★ మొదట్లో చాలా నాటికలు నాటకాలు ప్రసారం చేయడం వల్ల ఆకాశవాణినాటకరచయిత అని పేరు వచ్చింది... తదుపరి టెలిఫిల్మ్ మేకర్ గా కూడా ముద్ర వేయించుకున్నాను.

★ గతకాలంలో అన్ని పత్రికలవారు మరియు అన్ని సంస్థలవారు నాకథలకు బహుమతులు ఇచ్చారు.

ఆంధ్రపత్రిక..విజయచిత్ర..స్వాతిఅనిల్..ఆంధ్రప్రభ... ఆంధ్రప్రదేశ్పత్రిక.. జ్యోతి ..నవ్య.. మయూరి.. మరో మలుపు..ఆంధ్రభూమి.. జయశ్రీ..జాగృతి.. యువ...హాసం..సిరివెన్నెల.. నారంశెట్టి.. సహా

అప్పాజోస్యుల.. ఆటా...తానా...ఆరాధన..అల, అల్లూరిసాహితీవేదిక..నిమ్స్..సాహితీ స్రవంతి పులికంటి..అభ్యుదయ.ఆప్కోఫ్యాబ్రిక్స్..వేలూరిపాణిగ్రాహి..మైత్రేయ..కళామయి..కళాంజలి .. కళాదర్బార్..సాహితీవిజయం..... ఇంకా ఇంకా..అందరికీ వందనాలు.

మరపురాని సంఘటనలు :

★ కాకినాడ ఒక బట్టల షాప్ కౌంటర్ లో ఖాళీగా కూర్చున్న ఓనర్ ఒక పత్రికలో నా కథ చదువుతూ ఇన్‌స్పైర్ అయి నన్ను అభినందిస్తూ ఒక లెటర్ రాస్తుండగా నేను ఆ షాప్ కే వెళ్లి.. విషయం గ్రహించి. కథలు రాయడం మానేయాలి అనుకున్న నేను మళ్ళీ కథలు రాయడం ప్రారంభించాను.

★ 30 ఏళ్ల క్రితం.. విఖ్యాత సినీ పత్రిక విజయచిత్ర సినిమాకు కొత్త తరహా కథల పోటీ పెట్టారు. ఎన్ ఆర్ నంది , ఆదివిష్ణు లాంటి మహాగొప్ప సినీ రచయితలు అప్పుడు కథల పోటీకి కథలు పంపిస్తుండేవారు. భయపడుతూ ధైర్యంతో నేను పంపిన కథకే.."డిసెంబర్ 31 రాత్రి'...అవార్డు రావడం.

3. విజయవాడలో ఒక పెళ్ళికి వెళ్ళినప్పుడు.. ఆ వీధిలో ఒక వ్యక్తి నా గురించి తెలుసుకుని వచ్చి నన్ను కలుసుకుని నా కథ చదవడం వల్లే మానసికంగా మార్పు చెంది... గొడవలతో వెళ్లిపోయిన తన భార్య తో రాజీ చేసుకుని తెచ్చుకుని కాపురం చేసుకుంటున్నాను... అని చెప్పినప్పుడు.

4. హైదరాబాద్ లో మండుటెండ లో నడుస్తూ వెళ్తున్నప్పుడు.. ఖరీదైన కారులో వెళ్తున్న ఒక వ్యక్తి ఆగి క్రిందకు దిగి.." సార్ .. నాది మీ ఊరే మీ వీధిలోనే ఉండేవాడిని.. మీ కథలు అన్నీ చదువుతాను.. పైగా నా చిన్నప్పుడు మీ బిజినెస్ సంస్థలో 150 రూపాయల జీతానికి పనిచేసేవాడిని..ఇక్కడ రియల్ ఎస్టేట్ చేస్తున్నాను'.. అంటూ నన్ను తన కారులో నా ఇంటి దగ్గర దిగబెట్టడం మరపురాని సంఘటన..విశేష మైలురాళ్లు..

★★★

1. అమెరికా " తానా ".. కవితాలహరి కార్యక్రమంలో పాల్గొనడం
2. అమెరికా అప్పాజోష్యుల విశిష్టత కథ బహుమతి పురస్కారం
3. అమెరికా నెచ్చెలి మ్యాగజైన్.. స్త్రీవాద పత్రిక ఉత్తమ ద్వితీయ కథ పురస్కారం.
4. అమెరికా ఆటా కథల పోటీలలో.. విశేష కథగా ప్రచురణ..పురస్కారం
5. సిరివెన్నెల సీతారామశాస్త్రి గారి నుండి ఉత్తమ జానపద పాటగా పత్రికాప్రశంస పురస్కారం.
6. కదలిక ..టెలిఫిలిం కు అప్పటి కలెక్టర్ సతీష్ చంద్ర గారి ప్రశంస.
7. అలనాటి విజయచిత్ర సినిమా కథకు అవార్డు
8. కహానియా డాట్ కాం.. అత్యుత్తమ కథకు విశిష్టత కథారచయిత ప్రశంస.
9. మన తెలుగుకథలు డాట్ కాం ఐదు అత్యుత్తమ కథలు విశిష్టకథారచయిత బిరుదు
10. స్వగ్రామ సంఘ పెద్దలచే.. మన మహారచయిత బిరుదు.
11. రమారమి 15 పట్టణాలలో సిటీలలో సన్మానాలు... ఇంకా ఇంకా..
12. రమారమి100కథలకు 50 కవితలకు బహుమతులు, పురస్కారాలు, సత్కారాలు.
13. హైదరాబాద్ అపోక్యాట్రిక్స్..నిమ్స్.. జాగృతి..ఆరాధన.. సాహితీస్రవంతి.. లాంటి

దిగ్గజ సంస్థల కథల పోటీలలో బహుమతులు.

14. సి.పి.బ్రౌన్ "సాహితీ స్రవంతి".. ప్రత్యేక కథ "ఇంద్రలోకం".. ప్రశంసా పురస్కారం.

ప్రస్తుత ట్రెండ్ అయిన ఫేస్బుక్ లో ముఖ్యమైన 15 గ్రూపుల్లో... ఇంకా అనేక వెబ్ సైట్లు, ఆన్లైన్ పత్రికలలో యాక్టివ్ గా తరచు నా కథలు, కవితలు, గేయాలు, ముఖ్యంగా కామెడీ షార్ట్ స్కిట్స్ ప్రతి రోజూ దర్శనమిస్తూ ఉంటాయి..

పరిశోధననవల..చారిత్రకనవల రాసే ప్రయత్నం మరియు పరిషత్ నాటికలు జడ్జిగా.. కొనసాగింపు. ప్రస్తుతం సినీ ప్రముఖుల పరిచయ భాగ్యంతో ఆ రంగంలో అవకాశాలు అందుకునే ప్రయత్నం.

రమారమి 100 అవార్డులు, రివార్డులు, పురస్కారాలు, సత్కార సన్మానాలు అందుకున్నాను... అని గర్వంగా చెప్పుకునే అవకాశం కలగటం... ఆ చదువులతల్లి అనుగ్రహమే!

నేను ప్రపంచానికి తెలిసే విశిష్ట అవకాశం ఇచ్చిన " కస్తూరి విజయం " వారికి నా ప్రణామములు.

నల్లబాటి రాఘవేంద్రరావు
నివాసం........ హైదరాబాద్(కొండాపూర్)
స్వస్థలం... రాజమండ్రి (రామచంద్రపురం)
Mobile......9966212386.
ragnal2010@gmail.com.
F.B. Raghavendra Rao Nallabati

KASTURI VIJAYAM

 00-91 95150 54998

KASTURIVIJAYAM@GMAIL.COM

SUPPORTS

- PUBLISH YOUR BOOK AS YOUR OWN PUBLISHER.

- PAPERBACK & E-BOOK SELF-PUBLISHING

- SUPPORT PRINT ON-DEMAND.

- YOUR PRINTED BOOKS AVAILABLE AROUND THE WORLD.

- EASY TO MANAGE YOUR BOOK'S LOGISTICS AND TRACK YOUR REPORTING.